विश्वातील महान व्यक्ती

रेनू सरन

डायमंड बुक्स

www.diamondbook.in

© प्रकाशकाधीन

प्रकाशक : डायमंड पॉकेट बुक्स (प्रा.) लि.
X-30 ओखला इंडस्ट्रियल एरिया, फेज-II
नई दिल्ली-110020
फोन : 011-40712200
ई-मेल : wecare@diamondbooks.in
वेबसाइट : www.diamondbooks.in
संस्करण : 2025

VISHV PRAHIDH VAKTTIMTVA
By : Renu Saran

ओळख

विश्व प्रसिद्ध व्यक्तिंचा अल्पपरिचय या पुस्तकामधून करून देण्याच्या प्रयत्नामागे केवळ त्यांच्या महान कार्याचे स्मरण करणे नसून त्यांची कामगिरी, त्यांचं समर्पण, धाडस आणि उद्देश प्राप्तीप्रति त्यांचा किती दृढ संकल्प होता हे सांगणे आहे. म्हणजे त्यांना जी प्रसिद्धी मिळाली आहे, त्यासाठी ते पात्रच आहेत.

या पुस्तकात विश्वातील सर्व क्षेत्रातील जसे की सामाजिक कार्यकर्ते, खेळाडू, स्वातंत्र्य सैनिक, राजकीय तज्ञ, महान शास्त्रज्ञ आणि प्रसिद्ध संशोधक आदींच्या जीवनयात्रेचा समावेश केलेला आहे.

इतक्या मोठ्या आणि अमर्याद यादीतून मर्यादीत संख्येत महान व्यक्तिमत्त्वांना निवडणे आणि त्यांच्या संदर्भात लिहिणे निश्चितच कठीण काम आहे, परंतु तितकेच रोमाचंक देखील. हे पुस्तक अशा वाचकांना गृहीत धरून लिहिलेले आहे ज्यांच्याकडे प्रत्येक महान व्यक्तिचे चरित्र वाचायला वेळ नसतो पण त्यांच्याबद्दलची माहिती मिळवू इच्छितात.

जगभरातील विविध क्षेत्रातील महान व्यक्तिंचे जीवन-चरित्र वास्तवीकपणे रेखाटण्याचा हा विनम्र प्रयत्न आहे. हा प्रयत्न त्यांच्यासाठी करण्यात आलेला आहे जे अशा अद्भूत आणि अद्वितीय लोकांपासून प्रेरणा घेऊन जीवनात काहीतरी करण्याची इच्छा बाळगून आहेत.

कमी वेळात महान व्यक्तिमत्त्वासारखं बनण्यासाठी हे पुस्तक आवश्य वाचा

रेनू सरन.

अनुक्रमाणिका

अगाथा क्रिस्टी

लेखिका अगाथा क्रिस्टींचा जन्म १५ सप्टेबर १८९०ला इंग्लड येथे झाला. अगाथा मेरी क्लारिशा मिलर तीन भावंडांमध्ये सर्वांत धाकट्या होत्या.त्या दहा दहा वर्षांची असताना त्यांना आई सोडून गेली. कसलेच औपचारीक शिक्षण मिळाले नाही. आई व गव्हर्नेसने त्यांना घरीच शिकवलं. १९०६ मध्ये त्यांनी पॅरीसच्या फिनिशिंग स्कूलमध्ये प्रवेश घेतला. आईने त्यांना संगीतासोबतच लेखनासाठी देखील प्रात्साहीत केले.

२४ वर्षाची असताना त्यांचा विवाह एका आर्चबरोबर झाला.

अगाथाने पहिल्या महायुद्धादरम्यान जखमी लोकांची सेवा केली होती. त्यांनी त्यांच्यात अनेक दिवस घालवले. तिथेच त्यांना अनेक प्रकारचे आजार आणि विषयाबद्दलची माहिती मिळाली. त्या आपल्या लेखनात या माहितीचा देखील समावेश करू लागल्या.

त्यांची पहिली कादंबरी 'मिस्टीरिअस अफेअर्स ॲट स्टाइल्ज'ला चांगली लोकप्रियता मिळाली आणि ती हातोहात विकली.

१९२८ मध्ये पतीपासून विभक्त झाल्यानंतर त्यांनी फ्रान्स, बगदाद, इराक, व मेसोपोटामिया आदी देशांना भेटी दिल्या. दुसऱ्या भेटीत त्या सर मॅक्स एडगर या भावी पतीला भेटल्या जे की एक पुरातत्व खात्यातले तज्ज्ञ होते.११ सप्टेबर १९३० ला स्कॉटलँडमध्ये त्यांचं लग्नं झालं.

मॅक्सला ब्रिटिश साम्राज्याच्या कमांडरचा सन्मान मिळाला व पुरातत्व खात्यातील कामासाठी 'नाइट' ही उपाधी देखील देण्यात आली. क्रिस्टीला देखील त्यांच्या जीवनकाळात अनेक पुरस्कार आणि सन्मान प्राप्त झाले, ज्यात मिस्ट्री राइटर्स ऑफ अमेरिका ग्रँड मास्टर अवार्ड (१९६५),

एम्सीटर विद्यापीठाच्या स्तानक उपाधीने सन्मानीत, (१९६१) ब्रिटिश डिटेक्शन क्लबची अध्यक्षता (१९६७), ऑर्डर ऑफ द ब्रिटिश एंपायर १९७१ आदी उल्लेखनीय आहेत.

पन्नास वषपिक्षा जास्त त्यांना कार्य करता आलं. अनेक भाषेत त्यांची पुस्तके भाषांतरीत झाली, जी आज देखील तितक्याच आवडीने वाचल्या जातात. त्यांच्या लेखनापासून अनेक लेखक देखील प्रभावीत झाले. त्यांनी रहस्यमय गुन्हेगारीच्या लिखानाबरोबर बी.बी.सी रेडिओसाठी देखील कथानकथन केले आहे. त्यांनी कादंबरी ह्या साहित्य प्रकाराव्यतीरिक्त कविता, रोमान्स व नाटक इत्यादी पण लिहिले आहे, 'द ए बी सी, टेन लिटिल इंडियन्स, द माउसट्रेप, हिकरी डिकरी डॉक, विटलेस फॉर प्रॉसक्यूशन' मर्डर ऑन द ओरियंट एक्सप्रेस आदी त्यांची उल्लेखनीय पुस्तके आहेत.

१९९४ मध्ये शेवटी त्या सार्वजनीक जीवनात आल्या. त्यांनी आपला अधिकचा जीवनकाळ घरातच घालवला. १२ जानेवारी १९३६ ला अगाथा क्रिस्टी आपल्यातून निघून गेल्या.

अब्राहम लिंकन

अब्राहम लिंकन यांचा जन्म १२ फेब्रवारी, १८०९ मध्ये केंटुकीच्या हार्डीन काउंटी येथे एका सामान्य कुटुंबात झाला, सामान्य कुटुंबात जन्म झाल्याने त्यांना काही जास्त शिक्षण घेता आले नाही, तरीपण ते यू.एस.चे १६वे राष्ट्रपती झाले व अमेरिकेच्या इतिहासातले महान व्यक्ति बनले.

१८३९ ला स्प्रिंगफील्डमध्ये त्यांची भेट मॅरी टोड यांच्या सोबत झाली. तीन वर्षाच्या आतच त्यांनी विवाह करून टाकला आणि आगामी आकरा वर्षात त्यांना चार मुले झाली. १८४६ मध्ये लिंकन यू.एस, हाऊसचे प्रतिनिधी म्हणून निवडणूकीला उभे राहिले आणि विजयी झाले. वाशिंगटनमध्ये ते मॅक्सीकन युद्ध व गुलामीचे विरोधक म्हणून ओळखले जात. संसद सदस्यांचा कार्यकाल संपल्यानंतर त्यांनी कायद्याचा अभ्यास सुरू केला. १८५६च्या सुरूवातीलाच त्यांच्या वडिलाचा मृत्यू झाला.

६ नोव्हेंबर, १८६० ला राष्ट्रपती म्हणून निवडल्या गेले तसेच राष्ट्रीय संकट १८६१-१८६९च्या गृहयुद्ध दरम्यान त्यांनी महत्त्वाची कामगिरी केली. त्यांनी अमेरिकेला एकत्र जोडणे आणि अमेरिकेतून गुलामगिरी संपवून टाकण्यासाठी महत्त्वाची भूमिका बजावली.

१० विश्व प्रसिद्ध व्यक्तिमत्त्व

ते एक निपुण, चतूर, व हास्यप्रिय नेता होते. ४ मार्च १८६५ ला ज्यावेळी युद्ध संपण्याच्या बेतात होते त्यावेळी त्यांनी राष्ट्रपतीपदाची दुसऱ्यांदा शपथ घेतली. त्यांनी आपल्या भाषणात सांगितले की पराभूत विद्रोही राज्यांसोबत सहानुभूती दाखविण्यात यावी. त्यांनी युद्धाने जर्जर झालेल्या राष्ट्राच्या नवनिर्माण कार्यात जीव ओतून काम केलं.

१४ एप्रिल, १८६५ला लिंकन वाशिंगटंन डी.सी च्या फोर्ड थिएटरमध्ये नाटक पहात होते, तिथेच त्यांची हत्या करण्यात आली. हत्या झालेले ते अमेरिकेचे पहिलेच राष्ट्रपती होते. त्यांच्या अंतयात्रेत हजारोंचा जनसमुदाय सहभागी झाला होता.

यू.एस. मधील गुलामप्रथा संपविणे आणि तिच्यात परिवर्तन करण्याचा संदर्भात अब्राहम लिंकनची आजही आठवण केल्या जाते. त्यांना त्यांचे चरित्र, भाषणे व पत्रे या संदर्भात स्मरण केल्या जाते. एक सामान्य माणूस ते महामानव बनल्यानंतरही अब्राहम लिंकनने आपली विनम्रता नाही सोडली.

अनिल अंबानी

भारतीय उद्योगपती अनिल अंबानी यांचा जन्म ४ जून १९५९ मध्ये झाला. ६ ऑक्टोबर, २००७ पर्यंत जंगातील श्रीमंत व्यक्तिमध्ये त्यांचा सातवा नंबर होता. ते रिलायंस कॅपिटल, रिलायंस कम्युनिकेशनचे चेअरमन तसेच रिलायंस एनर्जीचे चेअरमन तसेच व्यवस्थापकीय संचालक आहेत, यापूर्वी ते रिलायंस उद्योगाचे उपाध्यक्ष तसेच व्यवस्थापकीय संचालक होते. रिलायंस कम्युनिकेशन्समध्ये त्यांचा वैयक्तिक हिस्सा ६६ टक्के आहे. रिलायंस समूह भारताचा महाकाय उद्योग समूह आहे, ज्याला त्यांचे स्वर्गीय पिता धिरूभाई अंबानी यांनी स्थापन केले होते. त्यांच्या आईचे नाव आहे, 'कोकीळा बेन अंबानी' अनिलचा विवाह टीना अंबानी यांच्याबरोबर झाला. ज्या अभिनेत्री होत्या. त्यांना दोन अपत्य आहेत, जय अनमोल तसेच जय अंशुल.

अनिल अंबानी समूहाच्या रिलायंस कम्यूनिकेशन्स, रिलायंस नॅचरल रिसोस लि, रिलायंस एनर्जी व रिलायंस कॅपिटल अशा चार कंपन्या आहेत ज्यांची एकूण मालमत्ता १,४२,३८४ करोड रूपये आहे.

अनिल अंबानीने रिलायंस पावरची सूत्रे हाती घेतली व पब्लिक ऑफरच्या मोबदल्यात खूप चांगला प्रतिसाद मिळाला. २००६मध्ये त्यांची राज्यसभेवर स्वतंत्र सदस्य म्हणून निवड करण्यात आली परंतु २५ मार्च २००९ ला त्यांनी स्वइच्छेनं राज्यसभा सदस्यत्त्वाचा राजीनामा दिला. ते भारतीय भांडवल बाजाराच्या मुद्याला यशस्वीपणे हाताळत आहेत.

त्यांना अनेक पुरस्कार व सम्मान प्रदान करण्यात आले आहे. गेल्या वर्षीचा सी.इ.ओ.ऑफ ईअर (२००३), इंटरप्रीन्योर ऑफ डिकेड अवार्ड, बिझनेसमॅन ऑफ ईअर अवार्ड (१९९७) आदींचा समावेश आहे.

अनिल अंबानी देशाच्या औद्योगिक प्रगतीसाठी रात्रंदिवस परिश्रम घेत आहेत. ते फिल्म अभिनेता बच्चन यांच्याजवळच्या मित्रांपैकी एक आहेत. अलिकडेच त्यांनी मनोरंजन क्षेत्रात 'ॲडलॅब' ची सुरूवात केली आहे जी फिल्म तयार करणे, सादर करणे व तिला मल्टीप्लेक्सपर्यंत पोहोचवण्याचे काम करते.

अमिताभ बच्चन

प्रसिद्ध कवी हरिवंश राय तथा तेजी बच्चनचे पुत्र अमिताभचा जन्म ११ ऑक्टोबर, १९४२ मध्ये झाला. त्यांनी आपल्या कुटुंबाचे आडनाव 'श्रीवास्तव' लावण्याऐवेजी वडिलाचे नाव आडनाव म्हणून वापरले.

प्रसिद्ध फिल्म अभिनेता अमिताभ याचे शालेय शिक्षण इलाहाबादच्या बॉइज स्कूलमध्ये झाले. नंतर त्यांनी नैनीतालच्या शेरवूड कॉलेजातून स्नातक उपाधी मिळवली. दिल्ली येथील किरोडीमल कॉलेजातून सायंसचे शिक्षण पूर्ण केल्यानंतर त्यांनी कलकत्यामधील एका शिलिंग कंपनीत काम करायला सुरूवात केली. त्यानंतर काही वर्षानंतरच त्यांनी चित्रपट क्षेत्रात येण्याचा विचार केला.

१९६९ मध्ये त्यांचा कृष्णधवल चित्रपट 'सात हिंदूस्तानी' रिलीज झाला. जो काही चालला नाही. बॉक्स ऑफीसवर तो चांगलाच पडला.

प्रतिभाशाली चित्रपट निर्माते मृणाल सेन यांनी अमिताभच्या दमदार आवाजाला आपल्या ‘भुवन शोभ’ या चित्रपटासाठी उपयोगात आणलं. राजेश खन्नासोबत रिलीज झालेला त्यांचा ‘आनंद’ हा चित्रपट व्यावसायीकदृष्ट्या चांगलाच हिट ठरला. १९७० मध्ये सर्वश्रेष्ठसहायक अभिनेता म्हणून फिल्म फेअरचा पुरस्कार त्यांना मिळाला. आजचे वास्तव हे आहे की वयाची ६५ वर्ष पूर्ण केल्यानंतरही ते आज हिंदी सिनेमाचे महानायक म्हणून ओळखले जातात.

१८४२ मध्ये ‘कुली’ चित्रपटाच्या शूटिंग दरम्यान फायटिंग करतांना ते चांगलेच जखमी झाले. अनेक महिने इलाज चालला. चाहत्यांची प्रार्थना कामी आली. ते ठीक झाले आणि ‘कुली’ पूर्ण झाला. या चित्रपटाने त्यांना एक यशस्वी कलाकार म्हणून पुढे आणले.

या दरम्यान ते कॉंग्रेसचे समर्थक झाले आणि त्यांनी इलाहाबादमधून निवडणूक लढवून विजयी पण झाले. असे असले तरी कसल्यातरी वादात सापडून त्याने मध्येच राजीनामा देवून टाकला. ते म्हणाले की कदाचित त्यांचा जन्म राजकारणासाठी झालेला नाही. त्यानंतर त्यांचे अनेक चित्रपट अयशस्वी ठरले.

१९९२ पासून आरोग्याच्या तक्रारी वाढत गेल्या. शेवटी ‘खुदा गवाह’ रिलीज झाला. त्यानंतर त्यांनी खूप दिवस काहीच केले नाही. पुन्हा नव्या दमाने त्यांचे पुनरागमन झाले. परंतु हिट चित्रपट देवू शकले नाहीत. सुपस्टारच्या जीवनातही निराशा असतेच. त्यानंतर ‘कौंन बनेगा करोडपती’ या टी. व्ही. शोने त्यांच्या जीवनात एक नवा अध्याय सुरू केला. हा कार्यक्रम म्हणजे अमेरिकेतला लोकप्रिय खेळ ‘हू वांटस टू बी मिलेनेयर’ ची भारतीय नक्कल होती. छोट्या पडद्यावर हा कार्यक्रम लोकप्रिय ठरला. हिंदी चित्रपट आणि जाहीरातीमधून पुन्हा ते दिसू लागले. देश-विदेशात त्यांच्या नावाची चर्चा सुरू झाली.

चित्रपट व टी.व्ही वर आपली जादू चालल्यावर त्यांनी जागतीक पातळीवर आपले नाव नेले. मॅनफोर्ड विद्यापीठाने त्यांना मनाद उपाधी प्रदान केली. अशी उपाधी मिळवलेले ते पहिले भारतीय आहेत. असे असले तरी त्यांनी स्वतःच्या नावामागे कधी ‘डॉक्टर’ नाही लावले. ते म्हणाले, “मी विद्यापीठाचा आभारी आहे, यामुळे माझा सन्मान केला परंतु माझ्या मनात ‘डॉक्टर’ शब्द, माझे वडील हरिवंश राय यांच्या आठवणीबरोबर जोडल्या गेला आहे. खरेतर या उपाधीचे खरे अधिकारी ते आहेत. मी माझ्या नावामागे हा शब्द नाही लावू शकत”

२००५ मध्ये ते अचानक आजारी पडले, ज्यामुळे त्यांच्या चाहत्याबरोबरच चित्रपट उद्योग देखील अडचणीत आला, कारण त्यांच्यावर २.७ बिलियन खर्च करण्यात आला होता. असे असले तरी ते पुन्हा एकदा सर्व संकटावर मात करून, कष्ट करण्याची तयारी ठेवत पूर्ण शक्तीपणाला लावून नव्या जोमाने कार्यरत आहेत.

अरस्तू

अरस्तूचा जन्म ३८४ ई.पू.मध्ये स्टॅगीरसच्या ग्रीक कॉलनीत झाला. त्यांचे वडील मकदूनियाच्या राजाच्या दरबारात शाही वैद्य होते. अशा प्रकारे अरस्तूच्या जीवनावर मकदूनिया दरबारचा मोठा खोल प्रभाव होता. ते लहान असतानाच वडील राहिले नाहीत. १७ वर्षाच्या अरस्तूला त्यांच्या पालकाने शिक्षण पूर्ण करण्यासाठी बौद्धीक शिक्षणाचे केंद्र अथेंस येथे पाठवले. ते तिथे वयाच्या वीस वर्षापर्यंत प्लेटोकडून शिक्षण घेत राहिले. शेवटच्या वर्षी ते स्वतः शिक्षण केंद्रात शिकवू लागले.

३४७ई. पू.मध्ये प्लेटोचे निघन झाल्यानंतर अरस्तुच अकादमीचे नेतृत्व करू शकत होतं. परंतु प्लेटोपेक्षा त्यांची विचारधारा वेगळी असल्याने त्यांना ही संधी नाही दिली. एट्रानियसचे मित्र सत्ताधारी हरमियाज यांच्या निमंत्रणावरून अरस्तू त्यांच्या दरबारी गेले. ते तिथे तीन वर्ष राहिले तसेच या दरम्यान राजाची भाची पायथियसबरोबर त्यांचा विवाह देखील झाला. त्यानंतर त्यांनी हरपीलिस नावाच्या तरूणीबरोबर विवाह केला. दुसऱ्या पत्नीपासून झालेल्या मुलाचे नाव 'नीकोमॅक्स' असे ठेवले. मकदुनियाच्या फिलिप राजाच्या निमंत्रणावरून ते त्यांच्या तेरा वर्षीय पुत्राला शिकवू लागले. पिता-पुत्र दोघेही अरस्तूला खूप चांगले समजत होते. लोक तर असेही म्हणत की अरस्तूला शाही दरबारातून चांगलेच मानधन मिळत होते आणि हजारो गुलाम त्यांच्या सेवेत होते. असे असले तरी या सर्व अफवा आणि निराधार गोष्टी आहेत.

अलेक्झांडर राजा बनल्यानंतर अरस्तूचे काम कमी झाले आणि ते अथेन्सला आले. त्यांनी प्लेटोनिक स्कूल आणि प्लेटोवादाची स्थापना केला. अरस्तू व्याख्यान देताना सारखे इकडून तिकडे फिरत असत. म्हणून कालातंराने त्यांच्या अनुयायांना पेरीपेटेटिक्स (चालण्याच्या संदर्भात) म्हणण्यात येऊ लागले.

पुढील तेरा वर्ष त्यांनी शिक्षणातच घालवले तसेच अनेक तत्त्वज्ञानाची पुस्तके लिहिली. ते आपल्या शिष्यांना सकाळी-सकाळी सखोल अशा प्रकारचे तसेच सायंकाळी सामान्य लोकांना सामान्य भाषेत व्याख्यान देत असत.

अलेक्झांडरचा अचानक मृत्यू झाल्याने मकदुनियात विरोधाचा सूर वाढला. त्यांच्यावर देखील नास्तीकतेचा आरोप होऊ लागला. ते शिक्षा होऊ नये म्हणून चालसिस या ठिकाणी गेले. तिथेच त्यांचा मृत्यू झाला.

१४ विश्व प्रसिद्ध व्यक्तिमत्त्व

अरूंधती रॉय

प्रसिद्ध भारतीय कादंबरीकार व समाजसेवीका अरूंधती रॉयला १९९७ मध्ये त्यांच्या पहिल्या 'द गॉड ऑफ स्मॉल थिंग' या का दंबरीसाठी बुकर प्राईजने सन्मानीत करण्यात आले. वर्ष २००४ मध्ये त्यांना 'सिडनी पीस प्राईज' या पुरस्काराने सन्मानीत करण्यात आले.

त्यांचा जन्म २४ नोव्हेंबर १९६१मध्ये आसामात झाला. त्यांचे वडील एक बंगाली हिंदू तसेच आई केरळमधील ख्रिश्चन होती. विवाह शेवटपर्यंत न टिकल्याने त्यांना त्यांचे बालपण आईसोबत केरळमध्ये घालवावे लागले. समाजसेविका असणाऱ्या आईने स्वतंत्र शाळा काढून आपल्या मुलीस अनौपचारीक शिक्षण दिले.

सोळव्या वर्षी अरुंधतीचे नाव 'टिहली स्कूल ऑफ आर्किटेक्चर' मध्ये घालवण्यात आले. तिथेच शिक्षण झालेल्या 'जोरार्ड' बरोबर त्यांचा विवाह झाला. या विवाहाचे आयुष्य केवळ चार वर्ष टिकले. त्या दोघांनी आपली उपजिवीका चालवण्यासाठी गोव्याच्या सागरी किणारी केक विकण्याचे देखील काम केले. परंतु शेवटी अरूंधती दिल्लीला गेल्या.

त्यांनी नॅशनल इंस्टीट्यूट ऑफ अर्बन अफेअर्समध्ये नोकरी धरली. त्या तिथे किरायाने रहात आणि जाण्या-येण्यासाठी सायकलचा उपयोग करीत. एका दिवशी चित्रपट निर्माते किशन यांनी त्यांना पाहिले व 'मॅसीसाहब' या चित्रपटासाठी त्यांना दलित मुलीची भूमीका करण्याचा प्रस्ताव ठेवला. त्यांनी तो स्वीकारला. नंतर त्यांनी प्रदीपजी बरोबर विवाह केला. याच दरम्यान त्यांना इटलीला जाण्यासाठी शिष्यवृत्ती देखील मंजूर करण्यात आली. यासाठी की त्यांना जीर्ण इमारतीच्या पुर्नबांधणीसंदर्भात अभ्यास करायचा होता.

इटलीवरून परतल्यावर त्यांनी पतीसोबत २६ भागाची 'वॅनयन ट्री' नावाची मालीका तयार केली. जी दूरदर्शवर प्रसारीत झाली. त्यांनी 'विच एनी गिव्हस् इट दोज वन' व 'इलेक्ट्रीक मून' नावाच्या चित्रपटासाठी देखील 'स्क्रिप्ट' लिहिल्या. 'बॅडींट क्वीन'चे कथानक लिहिल्याबद्दल मोठाच वाद निर्माण झाला होता. जो पुढे कोर्टात गेला. त्यानंतर त्यांच्या पहिल्या कादंबरीचा जन्म झाला.

बुकर प्राईज मिळाल्यानंतर त्यांनी राजकारणावर लिहायला सुरूवात केली. त्यांनी नर्मदा बचाव आंदोलन, भारतीय परमाणु शस्त्र सारख्या विषयावर देखील लिहिले. त्यांचा जागतिकीकरण विरोधी आंदोलनाला पूर्ण पाठिंबा आहे. तसेच त्या नवसाम्राज्यावादावर कडाडून टीका करतात.

जानेवारी २००६मध्ये त्यांना आपल्या समकालीन लेखांचा 'द एलजेब्रा ऑफ इनफाइनट जस्टिस' साठी साहित्य अकादमीचा पुरस्कार देण्यात आला. परंतु त्यांनी भारताच्या माध्यमातून अमेरिकेच्या ईशाऱ्यावर औद्योगीक कर्मचाऱ्यांवर अन्याय करणारे धोरंण, वाढते सैनीकीकरण व नव्या आर्थीक धोरणाच्या विरोधात तो पुरस्कार काही स्वीकारला नाही.

अलेक्झांडर ग्राहक बेल

एडिनबर्ग येथील एका सुशिक्षित कुटुंबात जन्मलेल्या अलेक्झांडरने दहा वर्षापर्यंत स्वतःच्या आईकडूनच शिक्षण घेतलं. दुर्दवाने त्यांची अचानकच ऐकण्याची शक्ती गेली आणि त्यांना आपल्या मुलाला शिकवता आलं नाही. अलेक्झांडरचे वडील व आजोबा भाषण कलेत निपून होते. त्यांनी बेल यांना बधिरांसाठी काहीतरी करण्याची प्रेरणा दिली.

बेलच्या वडीलांनी काही चित्रांची शृंखला तयार केली होती. ज्यातून विभिन्न स्वर ध्वानीसाठी गळयाचा आकार, जीभ व ओठांची स्थिती दर्शविण्यात आली होती. बधिरांना बोलायला शिकविण्यासाठी हे चांगलेच फायद्याचे माध्यम ठरले. बेल लवकरच या विषयात तरबेज झाले.

त्यानंतर त्यांना एडिनबर्ग विद्यापीठात शिक्षणासाठी पाठविण्यात आले. लंडन विद्यापीठात शिक्षण घेत असताना असे काही प्रयोग करण्यात आले जे पुढे चालून इलेक्ट्रीकल स्पीच मशीन (टेलीफोन) च्या शोधासाठी कामी आले.

याच दरम्यान त्यांना टेलिग्राफिंगची कल्पना सुचली. असे असले तरी त्यांना टेलीफोन तयार करायाचा नव्हता. ते तर असे तंत्रज्ञान विकसित करीत होते, ज्याच्या मदतीने बहिऱ्या लोकांना बोलता येईन.

१८७०मध्ये, अलेक्झांडरच्या बंधूचा मृत्यू झाल्यानंतर संपूर्ण कुटुंब कॅनडात दाखल झाले. बेल यांनी बधिरांना शिकवणाऱ्या शिक्षणासाठी प्रशिक्षण स्कूल सुरू केले. ते अनेक प्रकारे बधिरांना बोलता यावे म्हणून उपयोगी माध्यमांना विकसित करीत होतं आणि एक शिक्षक असण्यापेक्षा ते एक संशोधक म्हणूनच जास्त प्रसिद्ध झाले. १८७३मध्ये त्यांचा विवाह मेबलसोबत झाला. त्यांनी टेलीग्राफवर काम केले. जो पुढे चालून टेलीफोनच्या स्वरूपात पुढे आला.

त्यांनी एक इलेक्ट्रीशियन मित्र थॉमसच्या मदतीने असे यंत्र तयार केले जे एखाद्या ध्वनीला करंटमध्ये रूपांतरीत करीत होतं. दुसरे एक शास्त्रज्ञ अन्टोनियाने देखील अनेक वर्षापूर्वीच टेलीफोनचा शोध लावला होता. परंतु त्याचं पेटंट मिळवण्यात त्यांना यश आलं नव्हतं. कष्टाला फळ मिळालं, आणि ७ मार्च १८७६ ला टेलीफोनसाठी पहिलं पेटंट देण्यात आलं. त्यानंतर या क्षेत्रात उल्लेखनीय प्रगती झाली. आज फोन लाइनच्या माध्यमातून इंटरनेट चालतं, याद्वारे व्हिडीओ देखील पाठविण्यात येतात.

अलेक्झांडर ग्राहम बेल जीवनभर बधिरांसाठी कार्यरत राहिले. टेलीफोन हा एकमेव त्यांचा शोध होता. १९२२मध्ये, ७५ वर्षीय बेल यांचे कॅनडामध्ये निधन झाले.

अलेक्झांडर महान

प्राचीन जगजेता अलेक्झांडर महानचा जन्म ३५६ई.पू मध्ये मकदुनियेत झाला. त्यांचे वडील राजा फिलिप दुसरा तसेच आई ओलंपियास होती. ज्यांनी मुलाला नेहमी हेच शिकवले की तो एकिलस तथा हरक्यूलसचा वंशज होता. कमी वयातच अलेक्झांडर महान यांनी महान शासक होण्याचे शिक्षण घेतले.

१३ वर्षीय अलेक्झांडर ग्रीक तत्ववेत्ते अरस्तू यांचे शिष्य बनले. याच दरम्यान त्यांना तत्त्वज्ञानी, औषधी तसेच विज्ञानात आवड उत्पन्न झाली. असे असले तरी अरस्तूची छोट्या राज्याची कल्पना त्यांना रूचली नाही. कारण त्यांना तर संपूर्ण जगावर वर्चस्व प्रस्थापीत करायचे होते. तरीपण अरस्तूने त्यांच्यात शिकणे-शिकविण्याबद्दल आवड निर्माण केली होती. वयाच्या १६व्या वर्षी त्यांना मकदुनिया येथे बोलावण्यात आले. यासाठी की वडिलांच्या अनुपस्थितीत विद्रोही थारकिचनचा सामना करू शकतील. त्यांनी विद्रोह्यांना चिरडून टाकायला वेळ लावला नाही.

ई. पू ३३६ मध्ये वडिलाच्या हत्येनंतर २० वर्षीय अलक्झांडरने सत्तेची सूत्रे हाती घेतली. अवघ्या दोन वर्षातच त्यांनी जग जिंकण्याच्या मोहीमेला सुरूवात केली. सेना संख्यानं कमी परंतु सक्षम होती. सेनेसोबत इंजिनियर, संशोधक, वास्तुकार, शास्त्रज्ञ तसेच इतिहासकार देखील होते.

पहिले युद्ध पर्शियन लोकांसोबत झाले. त्यांच्या राजाने आपला पराक्रम दाखवला परंतु पराभूत झाला. नंतर अलेक्झांडर दक्षिणेकडे वळला. केवळ केवळ टायर शहरातून विरोध झाला. सात महिन्यापर्यंत युद्ध चालले शेवटी टायर शहर ताब्यात घेण्यात आले.

गाजा शहराला जिंकून ते मिस्र देशात पोहोचले तर तिथे त्यांचे जंगी स्वागत झाले. ई. पू. ३ ३१ मध्ये ते तिसऱ्यांदा फारसियांना भेटले. अलेक्झांडरने त्यांचा महाल जाळून टाकला. लोकांना आपलं वर्चस्व स्वीकारण्यासाठी विवश केले. नंतर ते सिंधू नदी ओलांडून भारतीय राजा पोरस यांना भेटले. भयंकर युद्ध झाले परंतु पोरस विजयी होऊ शकला नाही. त्याने आत्मसमर्पण केले आणि मित्र राष्ट्र बनला.

आठ वर्षाच्या मोहीमेनंतरही अलेक्झांडरला आगेकूच करण्याची इच्छा होती. परंतु सैन्याने शस्त्र टाकले. त्यांना आपल्या कुटुंबांना भेटण्याची इच्छा होती. तसे ते आपल्या सैनिकांची खूप काळजी घेत असतं. जखमी सैनिकाचा इलाज करत. त्यांच्या अंतिम संस्काराची चांगली व्यवस्था असे. सैनिक रिकाम्या वेळात खेळ तसेच स्पर्धा आयोजित करून वेळ घालवत, त्यावेळी अलेक्झांडर पण त्यांच्यात सहभागी होत.

बेबीलॉनवरून परतल्यानंतर विजेत्याने आपली सत्ता हाती घेतली. ते आता दारूच्या आहारी गेले होते. एक दिवशी नशेच्या भरात त्यांनी आपल्या जवळच्या सहकाऱ्याचा जीव घेतला. या कृत्याचा त्यांना आयुष्यभर पश्चाताप होत राहिला. ई. पू. ३ ३ २मध्ये यांना मलेरिया झाला आणि काही दिवसातच ३ २ वर्ष व ८ महिने इतके जगून त्यांनी या जगाचा निरोप घेतला.

अल्बर्ट आइंस्टाईन

अल्बर्ट आइंस्टाईनचा जन्म १८ ३९मध्ये, जर्मनीत झाला. बालपणापासूनच ते विचारी आणि स्वावलंबी होते. त्यांनी सर्वप्रथम एक पेटेंट क्लार्क म्हणून काम केले. १९ ३ ३मध्ये त्यांची प्रिंसटनच्या ॲडव्हान्स स्टडी या संस्थेवर नियुक्ती झाली. आयुष्यभर त्यांनी हे पद सांभाळले. आइनस्टाईनला खास करून त्यांच्या गणितातील $E\text{-}mc_2$ या समीकरणासाठी ओळखण्यात येतं.

ते आपल्या सापेक्षतेच्या सिद्धांताच्या जोरावर विसाव्या शतकातले महान शास्त्रज्ञ म्हणून ओळखण्यात येऊ

लागले. १९०५ मध्ये स्विस पेटेंट ऑफीसात काम करण्याच्या कार्यकाळातच त्यांनी सापेक्षतेचा सिद्धांत मांडला, ज्याने आधुनिक भौतिकशास्त्राचा पाया रचला.

क्वांटम् थेअरी ते न्यूक्लिअर पॉवर तसेच ॲटम बॉम्बपर्यंत त्यांच्या प्रायोगीक सिद्धांताचा सखोल प्रभाव पडला. त्यांचा सातत्याने भर आपल्या विचाराला अधिक बळकट करण्याकडे होता. काइनेटिक उर्जाशी संबंधीत सिद्धांताला त्यांनी प्रयोगाद्वारे सिद्ध केले. १९१५मध्ये सापेक्षतेचा सिद्धांत मांडल्यानंतर १९२०पर्यंत ते अंतरराष्ट्रिय पातळीवर प्रसिद्ध झाले होते.

१९२१मध्ये त्यांना 'फोटोइलेक्ट्रिक प्रभाव' साठी नोबेल पुरस्कारानी सन्मानीत करण्यात आले. त्यांच्या प्रतिभेची तुलना नेहमी सर इसाक न्यूटन यांच्यासोबत केली जाते. २०००च्या टाईम दैनिकाने त्यांना विसाव्या शतकातले सर्वांत महान व्यक्ति असे संबोधले.

१९१९मध्ये इंग्रज खगोलशास्त्रज्ञांनी खग्रास ग्रहणाच्या दरम्यान त्यांच्या सापेक्षतेचा सिद्धांत प्रत्यक्षात वापरून पाहिल्यानंतर खऱ्या अर्थाने ते जगासमोर आले. आईनस्टाईन हळूहळू आपल्या प्रयोगाचा विस्तार करीत राहिले.

१९८३ला त्यांचा विवाह मिलवा मॅरिक यांच्यासोबत झाला. ॲल्बर्ट व एडुआई अशी यांना दोन मुले झाली. या विवाहापूर्वीच त्यांना एक मुलगी पण होती. १९१४ला ते पहिल्या पत्नीपासून विभक्त झाले. त्यांनी एल्सासोबत विवाह केला तसेच १९३६ला एल्साचे निधन झाले.

असे म्हणतात की आईनस्टाईनच्या मृत्यूनंतर त्यांच्या अद्भूत प्रतिभेने प्रभावीत झालेल्या शास्त्रज्ञानी त्यांच्या मेंदूचा अभ्यास केला, यामुळे की त्यांना त्यात विशेष असे काही सापडेल, पण त्यांची निराशा झाली. आइनस्टाईनला अनेक यरोपीयन व अमेरिकी विद्यापीठाने विज्ञान, औषधी तसेच तत्त्वज्ञान यासाठी सन्माननीय उपाध्यांनी सन्मानीत केले. ८ एप्रिल, १९५५मध्ये प्रिंसटन्, न्यूजर्शीमध्ये त्यांचे निघन झाले.

आर्किमिडीज

महान गणितज्ञ आर्किमिडीज यांना त्यांच्या काळात ' व्हाइस वन', 'द मास्टर' व 'द ग्रेट जिओमीटर' या नावाने देखील ओळखल्या जात होते. ते आपलं कार्य तसेच संशोधनामुळे खूप प्रसिद्ध होते. ते महान ग्रीक गणित तज्ज्ञापैकी एक होते.

त्यांचा जन्म २८७ ई. पू. मध्ये साइराक्स येथे झाला. ते खगोलशास्त्रज्ञ फिडीयास यांचे पूत्र होते. त्यांनी अलेक्सानियाच्या यूक्लिड शाळेतून शिक्षण घेतलं. गणितामधील प्रश्नांची उत्तरे

शोधण्यात ते इतके तल्लीन होत असत की खाणे-पिणे देखील विसरून जात. त्या काळात कागद आणि पेन या गोष्टी नसल्याने राखेचा उपयोग करून ते त्यावरच भूमितीच्या आकृत्या काढत.

आर्किमिडीज एक गणिती तर होतेच पण यंत्राच्या संदर्भात देखील त्यांची बुद्धी अद्‌भूत होती. त्यांनी साइराकसला रोमच्या तावडीतून सोडविण्यासाठी अनेक प्रकारचे शोध लावले. एकदा ते वस्तू तथा द्रवाबरोबर त्याच्या वजनाच्या सिद्धांतावर विचार करीत होते. ते त्यात पूर्णपणे तल्लीन झाले होते. पाण्यात अंघोळ करीत असताना अचानक त्यांना कशाचे तरी उत्तर मिळाले. ते तशाच आवस्थेत आनंदी होऊन ओरडत पळाले-युरेका! युरोका! (सापडले-सापडले)

त्यांनी लीवरच्या सिद्धांतावर काम केले, मोठी संख्या स्पष्ट करण्याची पद्धत आस्तित्वात आली होती. निश्चित क्षेत्रफळ तसेच वजनाचा सिद्धांत माहीत केला. पाण्याला बाहेर काढण्याचे मशीन तयार केली. त्यांनी रोम लोकांच्या विरोधात युद्ध करण्यासाठी अनेक प्रकारच्या मशीनचा उपयोग केला.

त्यांनी साइराकर्सचे मित्र राजा हिरोच्या विनंतीवरून शहरातील तणाव कमी करण्यासाठी शस्त्र तयार केले. ज्यांचा चांगला फायदा झाला. आर्किमिडीजच्या अस्त्र-शस्त्रांनी त्यांचा प्रभाव दाखवला. भिंगाचे माध्यम वापरून शत्रू सैन्याच्या जहाजांवर सूर्यकिरणे केंद्रित करून तिथे आग लावण्यात आली. मोठ-मोठे क्रेन जहाजांना उचलून पाण्यात फेकून देत.

युद्ध समाप्ती तर झाली परंतु थाड्या वेळानंतरच रोमच्या एका सैनीकानी त्यांना ठार केले. असे म्हणतात की त्यांना माहीत नव्हतं की शहरावर कब्जा झाला आहे. ते मातीवर बसून आकृत्या काढत होते. रोमन सैनीक म्हणाले की त्यांनी त्यांच्यासोबत यावे पण आपल्याच तंद्रीत असणाऱ्या आर्किमिडीजने सांगितले, "आकृत्या खराब करू नका"

सैनीकानी रागात येउन त्याचक्षणी महान गणितज्ञांचा वध केला.

आग सांन सू की

आंग सान सू. की. ह्या बर्माच्या नॅशनल लीग फौर डेमॉक्रसीच्या नेत्या आहेत. त्यांचा जन्म १९ जून, १९४५ला रंगून, बर्मा येथे झाला. त्यांचे वडील आंग सान बर्माच्या स्वातंत्र्य लढ्यातील अग्रगण्य नेत्यापैकी होते. त्यांच्या वडिलाची हत्या झाली त्यावेळी त्यांचे वय दोन वर्षाचे होते. आईनेच त्यांचा आणि त्यांच्या दोन भावंडाचा सांभाळ केला.

सू. की. आठ वर्षाच्या असताना एक तरणताल अपघातामध्ये त्यांच्या छोट्या भावंडाचा मृत्यू झाला. त्यांचे मोठे बंधू सॅटियागो येथे गेले

तसेच सू. की. च्या आईला भारतात बर्मा देशाचे राजदूत म्हणून नियुक्त केले. सू की भारतात आल्या तसेच दिल्लीच्या लेडी श्रीराम कॉलेजामधून त्यांनी पदवी प्राप्त केली. १९६७मध्ये त्यांनी ऑक्सफोर्ड विद्यापीठाच्या सेंट हेग कॉलेजातून तत्त्वज्ञान, राजकारण व अर्थशास्त्राच्या पदव्या मिळवल्या. १९९०मध्ये त्यांना तेथिल आनरी फॅलो म्हणून नियुक्त करण्यात आलं. १९७१मध्ये त्या पुढील शिक्षणासाठी न्यूयार्क येथे गेल्या. त्या काळात बर्माचे यू.थांट यू.एन.चे सेक्रेटरी जनरल होते. सू.की. यू. एन सेक्रेटरिएटसाठी काम करू लागल्या. आठवड्याच्या शेवटी त्या हॉस्पीटलमध्ये जावून रोग्यांची सेवा करीत असत. १९७२मध्ये त्यांचा विवाह डॉ.माइकेल एटिसबरोबर झाला. विवाहानंतर त्यांना दोन अपत्य झाली.

१९८८ला त्या आजारी आईला भेटायला बर्मा देशात गेल्या. त्याचवर्षी राजकारणात मोठ्या उलाढाली झाली. सू. की बर्मा देशाच्या राजकीय संघर्षात भाग घेण्यासाठी तिथेच थांबल्या. त्या नॅशनल लीग फॉर डेमॉक्रसीच्या संस्थापक सदस्यापैकी एक होत्या.

१९९०च्या निवडणूकीत त्यांच्या पक्षाचा विजय झाला. त्या बर्माच्या पंतप्रधान होऊ शकत होत्या परंतु मिलिट्री जुंटाने ही निवडणूकच बेकायदेशीर असल्याचे घोषीत केले. सू. की यांना त्यांच्याच घरात नजरकैदेत ठेवण्यात आले. नंतर त्यांना रॅफटो, साखारोव. तसेच नोबेल पुरस्कारानी सन्मानीत करण्यात आले. १९९५मध्ये त्यांची पाच वर्षानंतर नजरकैदेतून मुक्ती करण्यात आली. परंतु त्यांना देश सोडून जाता येणार नव्हते. त्यांच्या पतीला बर्मा देशात येण्यास परवानगी दिली नाही, कॅंसरग्रस्त पती पत्नीला न भेटताच मृत्यूच्या दाढेत गेला. २०००मध्ये त्यांना पुन्हा कैद करण्यात आले. तसेच २००२पर्यंत त्यांना कैद करण्यात आले. तसेच २००३मध्ये त्यांच्या मोर्चावर हल्ला पण करण्यात आला. आंग ने पळून जाण्याचा प्रयत्न केला पण त्यांना वारंवार कैदेत ठेवण्यात आले. अनेक देशाच्या व संघटनाच्या विनंतीला मान न देता बर्मा सरकारने त्यांना कैदयुक्त केले नाही, सू. की. ह्या लोकशाहीसाठी अहिंसात्मक मार्गाने लढणाऱ्या नेत्या ठरल्या आहेत.

ऑर्थर कॅनन डॉयल

या महान लेखकाला होम्स मुळे प्रसिद्धी मिळाली असली तरी त्यांचं जीवन विविधतेनं परिपूर्ण होतं. ते एक डॉक्टर होते, मिस्त्रमध्ये युद्ध रिपोर्टर बनले तसेच संसद सदस्य म्हणूनही उभे राहिले. कॅनन हे तसे त्यांचे मधले नाव होते. परंतु पुढे ते याच नावाने लेखन करू लागले.

मेडीकल अभ्यासातून मिळणारे उत्पन्न पुरेसे नव्हते. म्हणून ते लेखनही करू लागले. लेखन इतके यशस्वी ठरले की त्यांनी लिहण्यालाच पूर्ण वेळ दिला. त्यांनी 'मीका क्लार्क', 'द व्हाईट कंपनी', 'ब्रिगेडिअर

गेअर्ड', 'सर निगल' व 'रोडणी एटोन' सारख्या अनेक ऐतिहासीक रोमंटीक कादंबऱ्या लिहिल्या. 'द लॉस्ट वर्ड' तसेच 'द पॉयलन वेल्ट' ह्या विज्ञानावर आधारीत कथा होत्या. याशिवाय 'लंडन टाईम्स' सारख्या दैनिकातून अनेक लेख देखील प्रसिद्ध होत राहिले.

त्यांना आपल्या मेडीकल व्यावसायाच्या निमित्ताने देश-विदेशात भटकंती करण्याची अनेकदा संधी मिळाली. त्यांनी तेथील विविध परंपरा आणि संस्कृतींचा अभ्यास केला व त्यांना आपल्या कादंबऱ्यातून गुंफले.

१८८७मध्ये 'वीटन' च्या क्रिसमस अंकात 'अ स्टडी ऑफ स्कारलेट' पासून 'शरलॉक होम्स' समोर आले. त्यांना या कथेसाठी २५ पौड देण्यात आले. लेखकाने या यशाने भारावून जावून संपूर्ण कादंबरी लिहिण्याची योजना आखली आणि दोन वर्षानंतर 'मीका क्लार्क' जन्माला आले. १८९१मध्ये त्यांनी 'द स्ट्रँड पत्रिका' साठी कथेची एक मालिकाच चालवली. इतकी प्रसिद्धी मिळवल्यानंतरही ते इंग्रजी साहित्यात आणखी भर घालू इच्छित होते.

१८९३मध्ये त्यांनी आपले प्रिय मित्र होम्सला मृत दाखवून आपल्या लिखानापासून दूर जाण्याचा प्रयत्न केला परंतु वाचकांच्या आग्रहास्तव कथेला नवीन वळण द्यावे लागले आणि होम्सला परत आणावे लागले. असे असले तरी त्यांनी अनेक विषयावर कादंबऱ्या लिहिल्या. ज्यामध्ये 'द ट्रॅजडी ऑफ कोरोस्को', 'रोडनी स्टोन', 'ए ड्यूट विथ द ओकेजनल कोर्स' तथा 'द लॉस्ट वर्ल्ड' आदी प्रमुख कलाकृतींचा समावेश आहे.

त्यांनी या व्यतिरिक्त अनेक ग्रंथांची निर्मिती देखील केली आहे. १९३० मध्ये ह्रदयविकाराच्या झटक्याने त्यांचा मृत्यू झाला. ते 'शरलॉक होम्स' चे प्रणेते समजले जातात. काही लोकांचे आजही असे म्हणणे आहे की ते 'मृत्यूनंतरच्या जीवनाच्या विषयाचे विशेषज्ञ तथा शोधकर्ता देखील होते.

आर्नोल्ड श्वाजनेगर

आर्नोल्ड श्वाजनेगरचा जन्म ३० जूलै १९४७ला ऑस्ट्रेलियाच्या थाल येथे झाला. त्यांचे वडील 'ग्रस्ताव' एक पोलीस अधिकारी होते. ते लहानपणापासूनच शरीर सौष्ठवमध्ये भाग घेऊ लागले होते व १९६५ मध्ये त्यांनी मि. जूनिअर युरोप स्पर्धा जिंकली होती.

चौदा वर्षाच्या आयुष्यात त्यांनी माजी मि.ऑस्ट्रियाबरोबर मिळून एक गहन प्रशिक्षण कार्यक्रम सुरू केला. पंधरा वर्षाच्या आयुष्यात त्यांनी डॉक्टर कार्ल गर्लस्अलकडून मानसशास्त्राचे

धडे घेतले. यामुळे की शरीरावर मनाच्या शक्तीच्या विषयात अधिक माहिती मिळवता येईल. सतरा वर्षाच्यापासूनच त्यांनी औपचारीक पद्धतीने करिअरची सुरूवात केली. आठरा वर्षाच्या आयुष्यात त्यांना जेलमध्ये टाकण्यात आले. ते आपल्या सैन्य शिबिरातून पळून बॉडी बिल्डिंग स्पर्धेत भाग घ्यायला गेले होते. १९७० व १९८० च्या दरम्यान त्यांनी सात 'मि.ओलंपिया' पुरस्कार मिळवले.

आपल्या या व्यावसायातून निवृत्त होईपर्यंत ते विसकॉनसिन विद्यापीठातून एम.बी.ए.ची डिग्री घेतली होती. त्यानंतर त्यांनी चित्रपटात काम करायला सुरूवात केली.

१९७७मध्ये ते वृत्तचित्र 'पपिंग आयरन'मध्ये झळकले व त्यांनी 'द एज्युकेशन ऑफ अ बॉडी बिल्डर' देखील लिहिली.

'स्टे हंगरी' मधील आपल्या भूमिकेसाठी त्यांना 'गोल्डन ग्लोब' देखील मिळाला. १९८०च्या सुरूवातीच्या दशकात 'टर्मिनेर' व 'कोनान दे बाटेरियन' सारखे त्यांचे चित्रपट आले आणि ॲक्शन चित्रपटात त्यांनी जम बसवला. याव्यतिरिक्त ते कॉमेडी चित्रपटात देखील भूमिका करू लागले.

याच दरम्यान त्यांना अमेरिकेचे नागरीकत्त्व मिळाले होते आणि त्यांनी जॉन एफ, केनेडीच्या भाचीसोबत विवाह केला होता.

ऑक्टोबर २००३मध्ये त्यांना कॅलिफोर्नियाचे गव्हर्नर म्हणून नियुक्त करण्यात आले. जानेवारी २००७मध्ये त्यांनी दुसऱ्यांदा शपथ घेतली.

आर्यभट्ट

प्राचीन भारतीचे प्रसिद्ध खगोलशास्त्रज्ञ व गणिती आर्यभट्ट, यांचा जन्म केरळमध्ये झाला. त्यांनी नालंदा विद्यापीठातून शिक्षण घेतले होते. 'आर्यभट्टीय' या नावाचा ग्रंथ लिहिला. या ग्रंथांत गणित, खगोलशास्त्र, ज्योतिषशास्त्र, अंकगणित, व त्रिकोणमिती आदी अनेक विषयावर लेखन केले आहे. त्यांनी गणित व खगोल विज्ञानाशी संबंधीत शोधांना छंदाच्या स्वरूपात सादर केलं. १३व्या शतकात लॅटीन भाषेत त्यांचे भाषांतर करण्यात आले.

लॅटीन भाषेत भाषांतर झाल्यानंतर युरोपियन गणितज्ञांनी अनेक महत्त्वाच्या गोष्टी आत्मसात केल्या. जसे की त्रिकोणाचे क्षेत्रफळ काढणे, वर्ग किंवा क्यूब रूट काढणे आदी.

त्यांनी सांगितले की पृथ्वी स्वतःच्या आसाभोवती फिरते आहे. ज्यामुळे दिवस आणि रात्र होते. त्यांनी हे पण सांगितले की चंद्राला स्वतःचा चंद्रप्रकाश नाही, सूर्यकिरणे प्रतिबिबीत झाल्याने तो चमकतो. त्यांनी सूर्य आणि चंद्र गहणाची तार्किक व्याख्या पण दिली आहे.

त्यांनी सांगितले की पृथ्वी ब्रम्हाडांच्या मध्यभागी स्थिर आहे. तसेच गुरूत्वाकर्षण कल्पनेचा पाया घातला. 'आर्यभट्ट सिद्धांतात' देण्यात आलेल्या खगोलीय गणनेनुसार पंचांगाची रचना करण्यात आली आहे. कॉपरनिकस व गॅलिलिओने जे काही सांगितले, तेच आर्यभट्टनी जवळ-जवळ १५०० वर्षापूर्वी सांगून ठेवले होते.

गणिताच्या क्षेत्रात त्यांचे अभूतपूर्व योगदान राहिले आहे. त्यांनी त्रिभूज तसेच क्षेत्रफळ काढण्याचे सूत्र दिले. जे की अगदीच अचूक होते. गुप्त शासक बुद्धगुप्तने त्यांना त्यांच्या उल्लेखनीय कार्यासाठी विद्यापीठाचे प्रमुख बनवले. ज्यांनी पायाला निश्चित असा अर्थ दिला-६२८३२/२००००-३.१४१६१. ते पहिले गणितज्ञ होते ज्यांनी 'साइनची यादी' सादर केली. त्यातला प्रत्येक छंदबंद्ध स्वरूपात होता. त्यांनी वर्णमालेशी संबंधीत संकेताचा प्रयोग केला. आपण जर त्यांनी दिलेल्या यादीच्या मदतीने साइनचे (३०) मूल्य ठरवायला गेलो तर १७१९/३४३८-०.५; जे की अगदीच बरोबर आहे. त्यांचे हे वर्णमाला संकेत 'आर्यभट्ट सिफट' या नावाने ओळखले जातात.

ओपरा विनफ्रे

ओपरा विनफ्रे अमेरिकेतील प्रभावशाली महिलापैकी एक आहेत. त्यांनी मीडीया व प्रकाशन क्षेत्रातून प्रचंड संपत्ती कमावली आहे. तसेच त्या संपत्तीचा त्यांनी लोकांच्या जीवनात सकारात्मक बदल घडवून आणण्यासाठी उपयोग पण केला.

त्यांचा जन्म २९ जानेवारी १९४५ला मिस्सीसिपी.यू.एस.ए.मध्ये झाला. आई-वडिलांचा काडीमोड झाल्यानंतर सहा वर्षीय ओपराला निर्धन अवस्थेत आपल्या आजोबा-आजीकडे रहावे लागले. नंतर ती आईकडे गेली. तरूण वयात जवळच्या व्यक्तिकडून लैंगिक शोषण झाल्याने ती आपल्या पित्याकडे गेली.

वडिलाच्या प्रेमाणे व शिस्तप्रियतेने देखील ओपराची समस्या सुटली नाही. ओपराला मादक द्रव्य, विद्रोही स्वभाव तसेच मृतक बालकाचा जन्म अशा पीडा सहन कराव्या लागल्या. वडिलांच्या शिस्तप्रियतेने व नियमांनी स्वतःला सावरायला मदत केली आणि विद्यापीठातून शिष्यवृत्ती मिळू लागल्यावर ती सावरल्या गेली.

वडिलाच्या महत्वकांक्षेने त्यांना केवळ पदवीपर्यंतच्या शिक्षणाने समाधानी ठेवले नाही. ओपराने मीडीया तसेच पत्रकारितेत रस घ्यायला सुरूवात केली. पदवी त्यांना एक ऑनर्स स्टुडंट म्हणून पदवीच्या स्वरूपात मिळाली.

एक समाचार समालोचक व रिपोर्टर म्हणून त्यांच्या करिअरची सुरूवात झाली. वयाच्या १९व्या वर्षी टि. व्ही वर काम करणारी पहिली कृष्णवर्णीय अफ्रिकी-अमेरिकन तरूणी ठरली. 'पीपल ॲड टॉकींग' नावाच्या शोमध्ये काम करताना ओपराला विशेष आनंद मिळू लागला. तिथे ती विचार समजून घेऊ शकत होती. त्यांनी शिकागोत 'एम शिकागो' नावाच्या कार्यक्रमाचे सादरीकरण केले. एक वर्षानंतर या शोला 'द ओपरा विनफ्रे शो' असे नाव देण्यात आले.

तिने टी. व्ही इतिहासाच्या यशस्वी तसेच उच्चस्तरीय टॉक शो च्या स्वरूपात नाव कमावले. तो अंतरराष्ट्रीय पातळीवर शंभरपेक्षा जास्त देशात प्रसारीत होतो. विनफ्रेची प्रोडक्शन कंपनीच तिचे प्रसारण करते. या शोमध्ये ओपरा तिला आवडणाऱ्या विषयावर चर्चा करते. १९९६ मध्ये 'ओपरा बुक क्लब' ने चांगलीच प्रसिद्धी मिळवली. या क्लबने दखल घेतलेली पुस्तके अचानक एक नंबरचा दर्जा प्राप्त करायचे.

ओपरा अनेक क्षेत्रात महत्त्वाचे योगदान देत आहे. एक अभिनेत्री असण्याव्यतिरिक्तही ती 'ओ, 'द ओपरा मॅगजीन' ची संस्थापक तसेच 'ऑक्सीजन मीडीया' ची सह संस्थापीका आहे. या व्यक्तिरिक्त ती मोकळ्या मनाने आर्थीक मदत पण करत असते. समाजात बदल आणण्यासाठी व त्याला नवी दिशा देण्याची इच्छा बाळगणाऱ्या ओपराला अनेक पुरस्कार व सन्मान देण्यात आले आहेत. दरवर्षी फोर्ब्सच्या श्रीमंत व्यक्तिच्या यादीत तिचे नाव असतेच. ती संपूर्ण जगासाठी एक उदाहरण म्हणून आहे, यासाठी की अनेक अडचणी आल्या तरी व्यक्ति आध्यात्मीक, सामाजिक तसेच आर्थिक स्वरूपात उल्लेखनीय कार्य करू शकतो.

ओशो रजनीश

आपल्या कार्यकाळात सर्वाधिक प्रसिद्ध व विवादीत आध्यात्मिक नेता ओशो रजनीशला ७०व ८०च्या दशकात 'भगवान श्री रजनीश' या नावाने ओळखले जात होते. त्यानंतर त्यांनी त्यांचे नाव ओशो ठेवले. ते एक वादग्रस्त धार्मीक व तत्वज्ञानी आंदोलन 'ओशो आंदोलनांचे' प्रणेते होते.

त्यांना 'जेन मास्टर' देखील म्हणण्यात येत होते. ओशोचा जन्म ११ डिसेंबर १९३१ ला मध्येप्रदेशातील नरसिंहपुर जिल्ह्यात रजनीश चंद्र मोहन जैन या नावाने झाला. आई-वडील जैन धर्माचे अनुयायी होते परंतु ते कोणत्या अशा एका धर्माला बांधील राहिले नाही. ओशो एक परम बौद्धीक व

विद्रोही विद्यार्थी म्हणून पुढे आले. त्यांचे बालपण जास्त करून आजी-आजोबा यांच्याजवळ गेले. त्यांनी ओशोला नैसर्गीक वातावरणात वाढण्याची पूर्ण संधी दिली.

१९५३ मध्ये वयाच्या २१व्या वर्षी ओशोला ज्ञानप्रप्ती झाली. त्यांनी सागर विद्यापीठातून तत्त्वज्ञानाची पदवी आणि पदवीनंतरची पदवी मिळवली. नंतर ते रामपुरच्या संस्कृत कॉलेज व जबलपुर विद्यापीठात तत्त्वज्ञान शिकवू लागले. याच काळात त्यांनी संपूर्ण देशाचा दौरा केला. गांधी व समाजवादावर भाषणे दिले. १९६४ मध्ये त्यांचं पहिलं ध्यान शिबीर आयोजीत करण्यात आलं. दोन वर्षानी त्यांनी नोकरी सोडून दिली व धार्मीक मार्गावर वाटचाल सुरू केली.

१९६९ मध्ये त्यांच्या अनुयायांनी त्यांच्या नावाने एक फाउंडेशन स्थापन केले. त्याचे कार्यालय मुंबई येथे होते. परंतु नंतर ते पुण्यातील कोरेगाव पार्क येथे आणले. ते ठिकाण 'ओशो इंटरनॅशनल मेडीटेशन रिजॉर्ट' या नावाने ओळखले जाते.

त्यांनी १५ वर्ष सतत व्याख्याने दिली. १९८१पासून जवळ-जवळ साडेतीन वर्ष त्यांची सार्वजनीक जीवनात मौन बाळगले. त्यांचे अनुयायी त्यांची ऑडिओवरून भाषणे ऐकायचे. १९८५मध्ये ते जागतिक दौऱ्यावर निघाले पण अनेक देशांनी त्यांना त्यांच्या देशात येण्याची परवानगी नाकारली. १९८६ मध्ये ते परत आले. १९८७ पासून ते पुन्हा प्रवचन देऊ लागले. १९८९ मध्ये त्यांनी त्यांचे नाव 'ओशो' असे ठेवले.

ते म्हणायचे की जीवनात प्रेम आहे, ध्यान व हास्य प्रमुख स्वरूपात आहे. ज्ञानप्रप्ती एक सामान्य अवस्था आहे. ज्यामध्ये सर्व मनुष्य जगतात. मनुष्य भावनीक बंधनामुळेच स्वतःला ओळखू शकत नाही. त्याने स्वतःमधून ध्यान उत्पन्न करण्याची कला शिकली पाहिले.

वयाच्या ५८व्या वर्षीच त्यांनी या जगाचा निरोप घेतला. आज देखील देश-विदेशातून शेकडो अनुयायी त्यांच्या आश्रमात ध्यानासाठी व परिवर्तनासाठी येतात.

ओसामा बिन लादेन

ओसामा बिन लादेनचा जन्म १० मार्च १९५७ला सौदी मध्ये एका व्यावसायीक आणि श्रीमंत कुटुंबात झाला. तो सोव्हिएट युनियनचे आक्रमण व अफगणिस्तानच्या घेतलेल्या ताब्या विरोधात लढाईत सामील झाला. जे की १९७९पासून १९८८ पर्यंत चालले. त्यावेळी यू. एस.सौदी अरेबिया व पाकिस्तानच्या मुस्लिम लढावू अतंकवाद्यांकडून सोव्हिएटचा पराभव झाला.

१९९१मध्ये बिन लादेन सुदानला निघून गेला आणि १९९६ पर्यंत तिथेच सक्रिय राहिला. या दरम्यान अल-कायदाने अनेक

अतंकवादी संघटनासोबत संपर्क ठेवला होता. सुदानमध्ये अल-कायदा अनेक अतंकवादी हल्ल्यात सहभागी झाली. मे १९९६मध्ये यू.एस. सरकारने सुदान सरकारवर दबाव आणला तर बिन लादेन अफगणिस्तानात निघून गेला आणि तिथे त्याने तालिबानी संघटनेसोबत हातमिळवणी केली.

यू. एस. सरकारने ओसामा बिन लादेनला जगातील सर्वांत खतरनाक आतंकवादी म्हणून घोषीत केले. बिन लादेन १९७९च्या अफगाणिविरोधात सहभागी होता. तसेच सोव्हीएट यूनियनच्या विरोधात गनिमा युद्धासाठी कमांडर म्हणून निवडल्या गेल्या. नंतर त्याने अयमान-अल-जवाहिरीसोबत मिळून एक अंतरराष्ट्रीय संघटन बांधले. ज्याचा उद्देश होता यू.एस.ला मध्येपूर्वमधून हाकलून देणे तसेच सौदी अरेबियाचे सरकार पाडणे.

१९९३च्या वर्ल्ड ट्रेंड सेंटरवरील हल्ला. १९९५मध्ये सौदी नॅशनल गार्ड ट्रेनिंग सेंटरवर ट्रक बॉम्बहल्ला, केनिया व तंजानियात यू.एस. अम्बेसीवर हल्ले आदी घटनेत ओसामाचाच हात होता. यू.एस.सरकारने बिन लादेनचा खूप शोध घेतला परंतु त्याला ती शोधू शकली नाही.

बिन लादेनचे समर्थक अबु ७ जून २००६ला मारला गेला. परंतु ओसामाच्या संदर्भात कसलीतरी खबर लागली नाही.

इसाक न्यूटन

इसाक न्यूटनचा जन्म २५ डिसेंबर १६४२ला इंग्लडच्या लिंकनशायर येथे झाला. ते त्याच वर्षी जन्मले ज्या वर्षी गॅलिलिओचा मृत्यू झाला होता. ते आजपर्यंतच्या सर्वाधिक प्रभावशाली शास्त्रज्ञांमध्ये गणले जातात. गणित, ऑप्टिक्स भौतीकशास्त्रात अनेक शोध लावल्याने आधुनिक विज्ञानात नवीन क्रांतीकारी बदल केला.

१६६१ ते १६९६ पर्यंत ते केब्रीजमध्ये राहिले आणि ट्रिनिटी कॉलेजात शिक्षण घेतले. या दरम्यान त्यांनी गणिताच्या क्षेत्रात उल्लेखनीय कार्य केले. १६९६मध्ये त्यांना मास्टर ऑफ मिंट नियुक्त करण्यात आलं. ते लंडनला आले नंतर ते कायमचे तिथेच राहिले.

एक गणितज्ञ म्हणून त्यांनी 'कॅलकुलस' वर चांगला भर दिला. त्यांनी अनेक नवे फॉर्म्युले देखील शोधले. त्यांनी खगोलशास्त्रात देखील उल्लेखनीय कार्य केले. त्यांनी सूर्य, चंद्र व ताऱ्यांशी संबंधीत अनेक नव्या गोष्टी सांगितल्या. त्यांनी प्रथमच सूक्ष्मदर्शक दूरबीनचा शोध लावला.

त्यांनी जाणले की विज्ञान अनेक नियमावर आधारीत आहे परंतु गोंधळ आणि भ्रम इतके होते की स्पष्ट सांगणे कठीण होते. त्यांनी अनेक वैज्ञानीक नियमांना क्रमबद्ध केले, यामुळे की कोणत्याही गोष्टीचे अचूक प्रमाण देता आले पाहिजे, त्यांनी 'ऑप्टिक्स' व 'प्रिंसीपिया' नावाचे दोन पुस्तक लिहिले.

२० मार्च १७२७ला लंडनमध्ये न्यूटनचा मृत्यू झाला. त्यांचा अंतविधी वेस्टमिनिस्टर येथे करण्यात आला. असा सन्मान प्राप्त करणारे ते पहिले शास्त्रज्ञ होते.

इंदिरा के. नूई

इंदिरा के. नूई यांचा जन्म भारतात झाला. अमेरिकेत त्या महिला व्यवसायीक आहेत, ज्या पेप्सिकोची अध्यक्ष तसेच चीफ एक्झक्यूटिव्ह अधिकारी आहेत. त्यांना यावेळी जगातली चवथी शक्तीशाली महिला समजली जाते.

त्यांचा जन्म २८ ऑक्टोबर १९५५ला तामिळनाडूच्या चेन्नईमध्ये झाला. त्यांनी आपल्या देशाची मर्यादा व गौरव कायम ठेवत अंरराष्ट्रीय स्तरावर एक ओळख निर्माण केली.

इंदिराची आई रोज रात्री मुलांना सांगायची की त्यांनी भाषण करून सांगावे की त्यांना काय बनायचे आहे. अशा पद्धतीने बालपणीच काहीतरी बनण्याची आणि काहीतरी करून दाखविण्याची इच्छा उत्पन्न झाली. भाषणाच्या शेवटी विजेत्याला चॉकलेटचा तुकडा इनाम म्हणून दिल्या जायचा. कॉलेजमध्ये मुलींच्या बँडमध्ये गिटार देखील वाजवली. शिक्षण पूर्ण झाल्यावर त्यांनी 'जॉन्सन अँड जॉन्सन' व मेटूर वीरपर्डसैल' सोबत काम केले. नंतर थोडी संपत्ती एकत्र करून त्या उच्च शिक्षण घेण्यासाठी यू.एस.ला गेल्या. त्यांनी तिथे कठीण परिश्रम घेतले तसेच आपल्या पैशातून इंटरव्यूला जाण्यासाठी पोषाख शिवला, बोस्टन कँसल्टिंग ग्रूपमधून करिअरची सुरूवात केल्यानंतर त्या स्ट्रॅटेजिक मार्किटिंगच्या वरिष्ठ उपाध्यक्षाच्या पदापर्यंत पोहचल्या आणि त्यानंतर 'मोटारोला' मध्ये देखील काम केले.

नूई संकटाला कधी घाबरल्या नाहीत. त्यांनी १९९७ मध्ये फास्ट फूड चेन तसेच १९९८मध्ये ट्रॉपिकानसच्या खरेदीत महत्त्वपूर्ण भूमिका वठवली. प्रत्येक क्षेत्रात यशस्वी इंदिरा, भारताला आपल्या यशस्वीतेचं श्रेय देतात.

त्या म्हणतात की यशाचा कुटुंब, मित्र तसेच विश्वास यांच्याशी घनिष्ठ संबंध असतो. त्या यशासाठी आपल्या कर्मचाऱ्यांचे देखील आभार व्यक्त करतात. त्या म्हणतात की त्यांची कंपणी एक कुटुंब आहे तसेच कर्मचाऱ्यांच्या चढाओढीच्या कामाचा मोठाच लाभ होतो.

दिवसभर व्यस्त असतानाही इंदिरा एक आई व पत्नीची भूमिका यशस्वीपणे पार पाडते. आजही त्यांच्या घरात हिंदुच्या पारंपारिक गोष्टी पाळल्या जातात. त्यांचे असे मत आहे की कार्पोरेट क्षेत्रात खऱ्या आणि निष्कपट लोकांची कदर होते ते आपल्या हाई-प्रोफाईल करिअरसह हिंदू वारसा आणि कुटुंब या दोन गोष्टी यशस्वीपणे सांभाळतात. या काळात त्या आपले दोन मुले आणि पतीसोबत विदेशात राहातात.

इंदिरा गांधी

इंदिरा गांधी भारताचे पहिले पंतप्रधान पंडित जवाहरलाल नेहरू यांची एकमेव कन्या आणि महान स्वतंत्र्यसेनानी मोतीलाल नेहरूजी यांची नात होत्या.

त्यांचा जन्म १९ नोव्हेंबर १९१७ला झाला. इंदिरा लहान असतानाच त्यांची आई कमला त्यांना सोडून गेल्या. पुढे त्यांचे शिक्षण ऑक्सफोर्ड समरविल कॉलिजमध्ये झाले परंतु तिथे त्या पदवी प्राप्त करू शकल्या नाहीत. त्यांनी इकोल नोऊवेले, इकोल इंटरनॅशनल, व्यूपिल्स ओन स्कूल, बॅडमिंटन स्कूल व शांती निकेतनच्या विश्वभारतीमधून आपलं शिक्षण पूर्ण केलं.

१९३०मध्ये त्यांनी 'बाल चरखा संघ' तसेच 'वानरसेना' ची स्थापना केली. याचे सदस्य असहकार चळवळी दरम्यान काँग्रेस दलाला मदत करायचे. सप्टेबर १९४२मध्ये इंदिराला जेलमध्ये देखील जावे लागले पण त्या स्वतंत्र आंदोलनात नेहमी भाग घेत असत.

२६ मार्च १९४२ला त्यांचा विवाह फिरोज गांधीसोबत झाला. ते देखील एक कुशल राजकीय नेता होते. १९६०मध्ये त्यांचे निधन झाले. त्यांना दोन मुले झाली. एकाचे नाव राजीव तर दुसऱ्याचे संजय गांधी.

भारत स्वतंत्र झाल्यानंतर इंदिरा आपल्या वडिलाबरोबर अनेक देशाच्या दोऱ्यावर गेली. त्यांचा राजकारणात सक्रिय सहभाग वाढत होता. १९६४मध्ये शास्त्रीजीच्या मंत्रीमंडाळात त्यांना माहीती तसेच प्रसरण मंत्री हे पद देण्यात आले.

शास्त्रीजीचा ताश्कंदमध्ये मृत्यू झाल्यानंतर १९६६मध्ये त्या भारताच्या पहिल्या महिला पंत्रप्रधान झाल्या. इंदिराने आपला कर्मठपणा व एकाग्रतेने हे दाखवून दिले की भारतीय स्त्री कोणत्याही बाबतीत कमी नाही.

पंतप्रधानपदाचा त्यांचा पहिला कार्यकाळ १९६६-७७ असा राहिला. १९७१च्या सार्वत्रिक निवडणूकीत 'गरिबी हटाओ'चा नारा दिला आणि त्या विजयी झाल्या.

१९७१मध्ये भारत-पाकिस्तान युद्धात भारताचा विजय झाल्यावर त्यांची लोकप्रियता आकाशापर्यंत पोहोचली. याच दरम्यान बांगलादेशाचा जन्म झाला.

जून १९७५मध्ये त्यांच्या विरोधात आवाज निघू लागला. त्यांनी आणिबाणीची घोषणा केली तसेच विरोधकांना जेलमध्ये टाकले.

असे असले तरी त्यांचे राजकीय बळकटीकरण झाले पण आगामी निवडणूकीत जनता पक्षाचा विजय झाला.

आपसातील मतभेदामुळे जनता पार्टीला सरकार चालवता आले नाही, १९८०मध्ये इंदिराजी पुन्हा सत्तेवर आल्या. त्याच काळात संजय गांधी ह्या त्यांच्या धाकट्या मुलाचा विमान अपघातामध्ये मृत्यू झाला.

१९८० ते ८४च्या दरम्यान पंजाबमधील अतंकवादाने डोके काढले. इंदिराजीने स्वर्णमंदीरात ऑपरेशन ब्लूस्टारची घोषणा केली. त्यामुळे पंजाबमधील हिंसा थांबली परंतु यामुळे शिखांच्या धार्मीक भावनेला धक्का बसला आणि त्यांनी इंदिरा गांधीच्याबद्दल मनात डुख धरला.

३१ ऑक्टोबर, १९८४ला इंदिरा गांधी आपल्या घरातून बाहेर चालल्या होत्या. त्यांच्या शिख अंगरक्षकाने त्यांच्यावर गोळीबार करून त्यांची हत्या केली.

इमरान खान

इमरान खान नियाजी यांचा जन्म एका श्रीमंत पठाण जमीनदार कुटुंबात झाला. त्यांना 'लाहोरचे वाघ' असे देखील म्हणण्यात येते. पाकिस्तानी श्रेष्ठ खेळाडूपैकी ते एक आहेत. ऑस्ट्रेलिया वर्ल्ड कप मिळवणाऱ्या कप्तानला नॅशनल हिरो व्हायला उशीर लागला नाही. ऑलराउंडर ईमरानच्या आजोळातच क्रिकेटर माजीद खान जन्मले, ज्यांनी पाकिस्तानचे कप्तानपद सांभाळले. याशिवाय जावेद बुरकी देखील त्यांच्या नात्यातले होते. इमरानचे पालन-पोषण लाहोरत तसेच शिक्षण ॲटकिसन कॉलेजामध्ये झाले. आई-वडिलांनी त्यांच्या

जडण-घडणीत काही कमी ठेवली नाही. त्यांनी रॉयल ग्रामर स्कूल व ऑक्सफोर्ड कॉलेजमध्येच आपलं शिक्षण पूर्ण केलं.

ते ऑक्सफोर्ड विद्यापीठाच्या क्रिकेट टीमच्या कप्तानपदी राहिले. १९८२पासून १९८८ पर्यंत त्यांनी पाकिस्तानी क्रिकेट टीमचे कप्तानपद सांभाळले. या क्षेत्रात उल्लेखनीय कामगिरी करत असतानाच त्यांनी क्रिकेट क्षेत्रातून बाहेर पडण्याचा निर्णय घेतला. परंतु तत्कालीन पाकिस्तानी प्रेसिडेंट जनरल जिया-उल-हाकने त्यांना अवाहन केले की त्यांनी पाकिस्तानी क्रिकेटचे कप्तानपद सांभाळावे. इमरानने १९९२ मध्ये पाकिस्तानला वर्ल्ड कप मिळवून दिल्यानंतरच क्रिकेटमधून सन्यास घेतला.

ते फारच रोमंहर्षक खेळाडू आणि व्यक्ति होते. त्यांच्या आकर्षक व्यक्तिमत्वावर अनेक महिला जीव ओवाळून टाकत होत्या. त्यांना नेहमीच लग्नासाठी विचारण व्हायची. ते फारच धार्मीक स्वभावाचे व्यक्ति असल्याने लोकांना वाटायचे की ते एखाद्या मुस्लिम मुलीबरोबर विवाह करतील परंतु त्यांनी १९९५ मध्ये सर्व दुनियेला आश्चर्याचा धक्का दिला. लग्नाच्या नावाने दूर -दूर पळणाऱ्या इमरानने श्रीमंत जेम्स यांची कन्या 'जेमिना' हिच्याशी विवाह केला. जेमिनाने इस्लाम स्वीकारला. व 'हाइका खान' हे नाव धारण केले. १९९६मध्ये त्यांना एक पुत्र झाला त्याचं नाव सुलेमान ठेवण्यात आलं. इमरानच्या एका माजी प्रेमिकेने दावा केला की तिच्या मुलीचे वडील इमरान आहे. या प्रकरणावर कोर्ट-कचेरी पण झाली.

१९९९मध्ये त्यांना दुसरा मुलगा झाला. त्याचं नाव कासिम. क्रिकेटमधून कॅंसर क्लिनिकसाठी फंड जमा करण्यासाठी पूर्ण ताकद वापरली. त्यांनी ते आपल्या स्वर्गीय आईसाठी बांधत होते. जिने कॅंसरमुळेच या जगाचा निरोप घेतला. इमरानच्या कार्याला यश आलं आणि एक सुविधासपन्न कॅंसर क्लिनीक उभा राहिलं. अलिकडच्या काळात ते 'तहरीक-ए-इंसाफ' नावाची पार्टी स्थापन करून राजकारण करीत आहेत. अनेक लोकांचे म्हणणे आहे की ते मागच्या निवडणूकीत सत्तेवर येऊ शकत होते. परंतु अद्यापही अनेक लोकांना वाटते की त्यांनी एका यहुदी मुलीसोबत विवाह करून देशातील लोकांच्या भावनेला दु:खावले आहे. असे असले तरी त्यांची लोकप्रियता दिवसेंदिवस वाढत आहे. कारण ते देशाच्या हिताला सर्वेच्च प्राधान्य देतात.

ईदी अमीन

सगळकडील माहिती हेच दर्शवते की अमीन दादाचा जन्म १९२० मध्ये झाला.

सैन्यातील विविध पदे मिळवत ते कमांडर पदापर्यंत आले आणि १९७१मध्ये त्यांनी यूगांडेंटला बाजूला करून सत्ता आपल्या हाती घेतली. तंजानीया सैन्याद्वारा जबरदस्तीने त्यांना सत्तेवरून पायउतार व्हावे लागल्यानंतर १९७९मध्ये ते यूगांडामधून

पळून लिबिया आणि नंतर सौंदी अरेबियात गेले. तिथेच त्यांनी १८ जुलै २००३मध्ये त्यांचा मृत्यू झाला.

इंदी अमीनने अफ्रिकेच्या इतिहासात जुलमी हुकूमशाहा म्हणून राज्य केलं. जवळ-जवळ ४,००,००० लोकांना त्यांनी ठार केले असावे.

त्यांनी स्वतःला स्कॉटलॅंडचा राजा म्हणून घोषीत केले तसेच शाही सौदी अरेबिया पद्धतीचा चोगा परिधान केला,

ते स्वतःला 'conqueror of the british empire' म्हणत व आपल्या नावामागे cbe लिहित. त्यांनी स्वतःला विक्टोरीया व मिलिट्री क्रॉसचा सन्मान देखील बाहाल केला. त्यांनी एकदा राजकुमारी ऍनीसमोर विवाहाचा प्रस्ताव देखील ठेवला होता. सुरूवातीला ब्रिटनने देखील त्यांच्या शासनाचे स्वागत केले व त्यांना राजकीय सन्मान प्रदान केला.

४ जुलै १९७६ला 'दे रेड ऑल अँटी बी' नावाचे ऑरपेशन झाले. इस्रायली कमांडोने त्या १०० कैद्यांना वाचवले, ज्यांना एका विमान अपहरण करून फिलिपिंस दहशतवद्यांनी पकडले होते. अमीनच्या मदतीने कैद्यांना युगांडाच्या अँटी बी एअरपोर्टवर आले.

अमीनच्या जीवनावर एक चित्रपट पण तयार करण्यात आला आहे. 'द लास्ट किंग ऑफ स्कॉटलॅंड', याला कॅबिन मॅकडोनाल्ड व स्टार जेम्स यांनी दिग्दर्शीत केले आहे. अभिनेता फॉरेटला या चित्रपटात अमीनची भूमिका केल्याबद्दल श्रेष्ठ अभिनेत्याचा पुरस्कार देखील देण्यात आला.

एंजलीना जोली

प्रसिद्ध अमेरिकन अभिनेत्री व माजी मॉडल एंजलीना जोलीचा जन्म ४ जून १९७५मध्ये लॉस एंजेल्स येथे झाला.

वयाच्या आकराव्या वर्षी त्यांनी स्ट्रासवर्ग थिएटरमध्ये प्रवेश घेतला. अभिनेत्री बनण्याच्या आधी त्या मॉडेल म्हणून काम करीत होत्या. 'हॅकर्स' या चित्रपटाद्वारे त्या प्रथमच पडद्यावर झळकल्या. ७०-८०च्या दशकाची सुपरमॉडल 'गिआ कारनेगी' च्या जीवनावर आधारीत असणाऱ्या चित्रपटाने एंजलीला चांगले यश दिले. त्यांनी गोल्डन ग्लोब स्क्रीन ॲक्टर्स गिल्ड व गोल्ड सेटमिफी पुरस्कार जिंकले व एमीसाठी देखील नावाचा विचार करण्यात आला.

१९९९ पर्यंत त्यांनी अनेक फ्लॉप चित्रपट दिले. नंतर 'गर्ल इंटरप्टेड'साठी ऑस्कर मिळाला. सर्वश्रेष्ठ सहअभिनेत्रीसाठी पुरस्कार मिळवल्याशिवाय तीन गोल्डन ग्लोब अवार्ड देखील मिळाले.

'लारा क्रॉफ्ट टोंब रेडर' पासून ब्लॉकबस्टर यश मिळाले. त्यानंतर अनेक चित्रप्ट पडले परंतु त्याच्या अभियानाचे कौतूक करण्यात आले. त्यांनी 'शार्कटेल' च्या कार्टून चित्रपटात 'लोला' या भूमिकेला आपला आवाज दिला.

मि.अँड मिसेज स्मिथ' (२००५) साठी कष्टाचे फळ मिळाले.

अभिनयाव्यतिरिक्त त्यांना लंडन, न्यूयॉर्क व लॉस एंजेल्समध्ये व्यावसायीक मॉडेलच्या स्वरूपात देखील काम मिळाले व अनेक म्यूझिक व्हिडीओमध्ये भाग घेतला.

वैयक्तिक जीवनात दोन पतींना काडीमोड दिल्यानंतर ते अभिनेता ब्राड पिटसोबत शानदार आयुष्य घालवत होती. त्यांच्या संबंधाकडे संबंध दुनियेतील मीडीयाचे लक्ष वेधल्या गेले. त्यांनी तीन मुलांना दत्तक घेतले आहे. मॅडोक्स, पैक्स आणि जाहारा अशी त्यांची नावे आहेत. त्यांना स्वतःचे एक अपत्य 'सिलोह' देखील आहे.

जोली आणि पिट नोव्हेंबर २००६ मध्ये आपल्या मुलांसोबत मुंबईला आले होते जिथे त्यांनी जवळ-जवळ एक महिन्यापर्यंत शूटींग केली. त्यांची एक झलक पहाण्यासाठी लोकांची गर्दी होत असे.

त्यांनी गेट वे ऑफ इंडिया हेअर सलून आणि रेस्टॉरंटमध्ये चित्रपटाचे दृष्य चित्रीत केले. त्यांनी आपल्या बालबच्चाना पर्यटन स्थळे दाखवायला पण नेले. अनेक दैनिकांच्या पानांवर मॅडोक्स आणि पॅक्स, पिटच्या खांद्यावर बसले आहेत आणि जोलीने जाहाराला कडेवर उचलून घेतल्याचे चित्र होते.

एंड्रयू कार्नेगी

एंड्रयू कार्नेगीचा जन्म २५ नोव्हेंबर१८३५ला डनफर्मेलाइन, स्कॉटलँड येथे झाला. त्यांचे वडील विणकर होते. त्यांचं कुटुंब १८४८मध्ये यू. एसला जावून पेंसिलवेनियामध्ये वसले होते. १३ वर्षीय कार्नेगी एका कॉटन मिलमध्ये नोकरी करू लागले. त्यानंतर त्यांनी वेस्टर्न युनियन व पेंसिलवेनिया रेलरोडमध्ये देखील काम केले. १८६५मध्ये त्यांनी आपल्या व्यावसायाला सुरूवात केली. तसेच 'कार्नेगी स्टील कंपनी' सुरू केली. यामुळे पिट्सबर्गमध्ये स्टील उद्योगाला सुरूवात झाली. ६५वर्षाच्या वयात त्यांनी श्री.जे.पी. मोर्गनला४८०मिलियनमध्ये आपली कंपनी विकली तसेच उर्वरीत जीवनात परोपकार व लेखन कार्य सुरू केले.

अनेक श्रीमंत व्यक्ती दान व कल्याणकारी कार्य करतात परंतु ते पहिले व्यक्तिी होते, ज्यांनी सार्वजनीक स्वरूपात सांगितले की श्रीमंत व्यक्तिने इतरांची मदत केली पाहिजे. हे त्यांचे नैतीक कर्तव्य ठरते. १८८९मध्ये त्यांनी 'द गॉसपेल ऑफ वेल्थ लिहिले, ज्यात त्यांनी जोर दिला की कुटुंबाच्या गरजा पूर्ण झाल्यानंतर व्यक्तिने ट्रस्ट स्थापन करून शिल्लक संपत्तीमधून समाजसेवा करायला हवी.

त्यांना अनेक ट्रस्टला दान दिले. ते वयाच्या तीस वर्षापासूनच धन-संपत्तीचे दान करू लागले होते. त्यांनी सर्वात आधी आपल्या जन्मभूमीला मोठी देणगी दिली होती. त्यानंतर त्यांनी सात परोपकारी व शैक्षणीक संघटनांची स्थापना केली, ज्यातून 'कार्नेगी कार्पोरेशन ऑफ न्यूयॉर्क' आणि यूरोपमध्ये अनेकजण सहभागी झाले.

त्यांनी निःशुल्क वाचनालयाची स्थापना केली, यामुळे की लोकांना वाचनाची आवड उत्पन्न व्हावी. १८८१मध्ये ज्यावेळी त्यांनी हे कार्य हाती घेतले, त्यावेळी जगात फारच कमी सार्वजनीक वाचनालय होते. त्यांनी इंग्रजीभाषा जगात जवळ-जवळ २५०९वाचनालय सुरू केले.

१९१७मध्ये हे काम बंद करून कार्पोरेशन किमान चाळीस वर्ष वाचनालयात सुधारणा करण्याच्या कामी लागले. या व्यतिरिक्त कार्पोरेशनने प्रौढ शिक्षण कार्यक्रमावर जोर दिला.

कार्नेगीने आपल्या जीवनकाळात ३५०मिलियनपेक्षा अधिक संपत्ती दान केली. ११ ऑगस्ट १९१९ला, मॅसाच्युसेट्सच्या लेनॉक्स मध्ये त्यांचे निधन झाले.

एडमंड हिलेरी

सर एडमंड हिलेरीचा जन्म १९१९मध्ये झाला. पालन-पोषण ऑकलँड, न्यूझिलँडमध्ये झाले. तिथेच त्यांना गिर्यारोहणामध्ये आवड उत्पन्न झाली. न्यूझिलँडच्या पर्वताच्या उंचीवर चढल्यानंतर त्यांनी हिमालयाच्या विभिन्न पर्वतावर चढण्याची तयारी सुरू केली.

१९५१ व १९५२ मध्ये एडमंड हिलेरीने एव्हरेस्टशी संबंधीत सर्व अभियानामध्ये भाग घेतला आणि तिथे त्यांची भेट, अभियानाचे नेते सर जॉन हंट यांच्याबरोबर झाली. हे अभियान ज्वाइंट हिमालयन कमिटी ऑफ द एल्पाइन क्लब ऑफ ग्रेट ब्रिटन व रॉयल जिओग्राफिक सोसायटीद्वारा प्रायोजित होतं.

हे अभियान दल मध्यदक्षिण पर्वतापर्यंत पोहेचले परंतु दोन गिर्यारोहकाची तबियत बिघडल्याने परत आले. शेवटी हिलेरी आणि तेनजिंग नोर्गे त्या पर्वतउंचीवर पोहोचायला यशस्वी ठरले. २९ मे,

३४ विश्व प्रसिद्ध व्यक्तिमत्त्व

१९५३ ला सकाळी ११.३० वाजता एडमंड हिलेरी व तेनजिंग नोर्गे शिखरापर्यंत पोहोचले, ज्याची उंची संमुद्र सपाटीपासून २९,०२८ फीट पेंक्षा जास्त होती. ते जगातले सर्वात उंच ठिकाण होते.

योगायोगाने एव्हरेस्ट विजयाची ही घटना ब्रिटनमध्ये त्यावेळी प्रसिद्ध झाली, ज्यावेळी क्वीन एलिजाबेथ द्वितीय यांच्या राज्यभिषकाचा अगोदरचा दिवस होता. ब्रिटिशाच्या या विजयाने त्यात दुधात साखर अशी गोड भर टाकली. एडमंड दुसऱ्या गिर्यारोहकासोबत परतल्यावर राणीने त्यांना नाइटची पदवी बहाल केली.

जगप्रसिद्ध सर एडमंड हीलरीने अंटार्कटीक शोधावर भर दिला. त्यांनी १९५५ पासून १९५८ पर्यंत ट्रोन्स अंटार्कटीक अभियानाचे नेतृत्व केले. १९५८मध्ये त्यांनी दक्षिण ध्रवच्या पहिल्या यांत्रीक अभियानामध्ये भाग घेतला. त्यानंतर अनेक गिर्यारोहण अभियान झाले परंतु ते हळूहळू नेपाळी लोकांच्या कल्याणासाठी जास्त लक्ष देत राहिले. साठच्या दशकात नेपाळात आले, तिथे त्यांनी क्लिनीक, हॉस्पीटल व विद्यालय आदी निर्माण करून समाजकार्यात योगदान दिले.

एव्हरेस्ट पर्वतावर यशस्वी चढाई केल्यानंतर लगेच हिलेरी व सर जॉन हंटरने आपल्या अभियानाच्या प्रित्यर्थ 'द असेंट ऑफ एव्हरेस्ट' प्रकाशीत केले. १९७५मध्ये त्यांची आत्मकथा 'नथिंग वेंचर, नथिंग विन' प्रकाशीत झाले, १९७७मध्ये त्यांनी गंगोत्री ते हिमालयापर्यंत मोहीम केली व या विषयावर 'फ्रान्स द ओयान टू स्काई' प्रकाशीत केले.

आयुष्यभर त्यांनी नेपाळी समाजासाठी कार्य केलं. त्यांनी त्यांच्यासाठी अनेक मानवतावादी कार्य केले व पर्यावरणाच्या मुद्यावर आवाज उठवला. ११ जानेवारी २००८ला न्यूझिलॅंडमध्ये त्यांचा मृत्यू झाला. त्यावेळी त्यांचे वय ८८ वर्षाचे होते.

एडवर्ड जीनर

एडवर्ड जीनरचा जन्म ब्रेकले, इंग्लडमध्ये झाला. ते स्टीफन जीनरचे सर्वात धाकटे चिरंजीव होते. पाच वर्षाचे असताना ते अनाथ झाले. मोठ्या बंधूने त्यांचे पालन-पोषण केले. तेरा वर्षीय जीनरला एका सर्जनकडे शिकण्यासाठी पाठवले. १७७०मध्ये ते इंग्लडचे सर्जन जॉन इंटर जवळ काम करू लागले. त्यांनीच एडवर्डला मेडिसीन क्षेत्रात प्रयोग करण्याचा सल्ला दिला. १७७३मध्ये जीनर, ब्रेकलेमध्ये मेडिकलचा अभ्यास करू लागले. इम्यूनोलॉजीशिवाय लसीकरण क्षेत्रात देखील त्यांनी महान योगदान दिले.

जीनरच्या जीवनकाळापूर्वी देवीच्या रोगाला महाभयंकर समजण्यात येत होते. सतराव्या शतकापर्यंत तुर्क व ग्रीक यांनी या रोगापासून बचाव करण्याचे उपाय शोधले होते. हा उपाय पोहचण्यासाठी इंग्लडला १८ वे शतक गाठावे लागले. या रोगामुळे पूर्ण चेहऱ्यावर डाग पडतात. या आजाराला समाज फार घाबरून असतो.

इच्छा असूनही एडवर्ड काही करू शकले नाहीत. पण त्यांनी आपला हट्ट सोडला नाही. नंतर त्यांनी असे पाऊल चलले जे त्यांना नायक किंवा खलनायक ठरवू शकत होते. १४ मे १९७६मध्ये त्यांच्या दुधावाल्याला देवीचा आजार झाला. त्यांनी लसीचा प्रयोग एका आठ वर्षाच्या मुलावर केला. त्याला पण देवीचा आजार झाला. काही दिवसानंतर त्यांनी त्या मुलाला देवीच्या रोगाची लस टोचली. त्याला काही झाले नाही. जीनरने आपला प्रयोग सिद्ध केला. त्यांनी त्याला वॅक्सीनेशन (लसीकरण)असे नाव दिले तसेच व्हायरस शब्दाची माहीती पण दिली. ९

पूर्ण इंग्लडमध्ये हजारो लोकांचे लसीकरक करण्यात आले आणि देवीच्या आजाराची लागण झालेल्या लोकांची संख्या आर्श्चकारण रितीने कामी झालेली आढळली. लसीकरणाची मागणी वाढू लागल्यावर त्यांनी वॅक्सीनला परिवहणासाठी देखील तयार केलं.

त्यांचा पूर्ण युरोप तसेच यू.एस.मध्ये सन्मान करण्यात आला. त्यांच्या विनंतीवरून नेपोलियनने अनेक इंग्रज कैद्यांना मुक्त केले. अटलांटीक ओशनच्या पलिकडे, थॉमस जेफर्सनने जीनरकडून वॅक्सीन घेऊन कुटुंब तसेच शेजाऱ्यांना लसीकरण केले.

असे असले तरी जीनरला लंडनच्या फिजिशियन कॉलेजात प्रवेश नाही मिळाला. त्यांची इच्छा होती की एडवर्ड हिप्पोक्रेटस व गेलनच्या सिद्धांताची चाचणी घ्यावी पण एडवर्डचे मत होते की वॅक्सीन तयार करून आपली योग्यता असल्याचे सिद्ध केले. अशारितीने त्यांना कॉलेजात जाता आलं नाही.

जीनरच्या लसीकरण कार्यक्रमाला दोन शतकानंतर जागतिक आरोग्य संघटनेने देवी निर्न्मूलनाची घोषणा केली.

अडॉल्फ हिटलर

जर्मन हुकूमशहा अडॉल्फ हिटलरचा जन्म ऑस्ट्रेलियात झाला. त्यांचे वडील कस्टम अधिकारी होते. ते इतिहासातील क्रूर नेत्यापैकी एक आहेत. त्यांनी एक पराभूत राष्ट्र 'जर्मनी'ला सैन्यशक्तीने बळकट केले. दुसऱ्या महायुद्धाची सुरूवात केली. जातियवाद तसेच अँटीसेमीटीझम हे त्यांचे प्रमुख धोरण होते. त्यांनी पाच वर्षात जास्तीत जास्त युरोपला जिंकून, आपलं वर्चस्व प्रस्थापित केले तसेच करोडो यहुदिंना व ज्यू लोकांना छळ करून ठार केले. लिंज व स्टीरमध्ये शिक्षण घेतल्यानंतर हिटलरने म्युनिकच्या आर्ट स्कूलमध्ये प्रवेश घेतला. परंतु व्हिएना अकादमीत पास होवू

शकले नाहीत. व्हिएना प्रवासात त्यांनी अनेक छोटे-मोठे काम केले. १९१३मध्ये ते म्युनिक येथे आले तसेच एका ड्राफ्टमनची नोकरी केली.

१९१४मध्ये बॅव्हेरियन रेजीमेंटमध्ये त्यांची नियुक्ती झाली. युद्धाच्या शेवटी ते जखमी झाले तसेच शौर्यासाठी दोन चार आयरन क्रॉस देखील मिळवले. १९१९मध्ये ते एका राजकीय पक्षात सहभागी झाले तसेच १९२०मध्ये तिला नाझी पार्टी (नॅशनल सोशलिस्ट जर्मन वर्कर्स) असे नाव दिले.

१९२३मध्ये त्यांनी बेव्हिरियन सरकारला उलथून टाकण्याचा प्रयत्न केला. नऊ महिण्याच्या कैदेच्या दरम्यान त्यांनी रूडॉल्फ हॅस सोबत आपले राजकीय इच्छापत्र स्वरूपाचे पुस्तक माईन काम्फ लिहिले.

१९२०मध्ये पार्टी तर वाढली परंतु ते १९३२च्या अध्यक्षीय निवडणूकीत अयशस्वी ठरले. १९३३मध्ये ते हिडेनबर्गचे चान्सलर म्हणून नियुक्त झाले. नंतर त्यांनी राज्यघटना बाजूला सारली, विरोधी पक्षाला शांत केले. 'रीकस्टेग भवन' ला जाळण्यात आलं, नाझी पक्षाला सत्तेवर आणून त्यांनी आपल्याच पक्षातील छुप्या विरोधकांना आपल्या सुरक्षा गार्डच्या हाताने मारले.

व्हर्साय तहाच्या उल्लघंना दरम्यान राष्ट्राला पुन्हा सैन्यसज्ज केले. मुसोलीनीसोबत रोम बर्लिन मैत्री वाढवली. ग्रेटर जर्मनी बनवले, नंतर पोलंड डेंजिंग परत मागितला तसेच पार्शियापर्यंत जाण्यासाठी रस्ता मागितला. नकार मिळाल्यावर दुसरे महायुद्ध घडवले.

सॉक्रेट स्टेट पोलिसांनी खाजगीकरणावर भर दिला. राजकीस विरोधकाने व युद्धासाठी छळ छावण्या उभ्या केल्या. दुसऱ्या महायुद्धा दरम्यान ६ करोड व्यक्तिंना ठार करण्यात आले. १९४१मध्ये त्यांनी तह मोडून सोव्हिएट युनियनवर आक्रमण केले. विजयाची इतकी नशा होती की त्यांनी युद्धतंज्ञाचा सल्ला देखील ऐकला नाही. एल एलामेन, स्टालिनगार्ड व कस्कमध्ये त्यांचा पराभव झाला. जर्मनीवर हमला झाला तर ते बर्लीनच्या चान्सलर बिल्डिगमध्ये तयार केलेल्या बेकरमध्ये जावून लपले. त्यानंतर सापडलेल्या सर्व पुराव्यावरून असे आढळले की त्यांनी तिथेच आत्महत्या केली आणि शत्रूच्या हाती लागण्याआधीच त्यांचे प्रेत जाळण्यात आले.

ए.पी.जे अब्दूल कलाम

भारतचे माजी राष्ट्रपती व महान शास्त्रज्ञ ए.पी.जे अब्दूल कलामला 'मिसाईल मॅन' या नावाने ओळखण्यात येते. त्यांचा जन्म १५ ऑक्टोबर १९३१ला तामिळनाडू मध्ये झाला. एका मध्यवर्गीय कुटुंबात जन्म घेऊनही त्यांनी उच्च शिक्षण घेतले. यामुळे की भारताच्या तांत्रीक विकासात हातभार लावता येईल.

त्यांच्या नेतृत्वाखाली त्रिशूळ, पृथ्वी, धनुष्य व आकाश आदी मिसाईलचे प्रक्षेपण यशस्वी करण्यात आले. राष्ट्रपती बनण्याच्या पूर्वी ते तत्कालीन पंतप्रधान व वैज्ञानीक सल्लागार देखील होते.

भारताचे राष्ट्रपती बनल्यानंतर त्यांनी जनतेला हा विश्वास देण्याचा प्रयत्न केला की भारतीय व्यक्तिंची क्षमता कोणापेक्षाही कमी नाही. आपण जर ठरवले तर देशाला विकसित देशाच्या यादीत उभा करू शकतो. एक राष्ट्रपती म्हणून त्यांचे योगदान खरोखरच महत्त्वाचे ठरते.

ते एक असे व्यक्ति आहेत, जे उद्या येणाऱ्या सोनेरी क्षणासाठी सज्ज आहेत. समाजात त्यांची इतकी इज्जत आहे की त्यांच्या कार्यकाळात त्यांना 'पीपल्स प्रसिडेंट' म्हणून ओळखण्यात येत होते.

स्वदेशी रॉकेट प्रणाली विकसीत करणारे कलम २०२०पर्यंत भारताला विकसीत राष्ट्र करण्याच्या मिशनवर रात्रंदिसव कार्यरत आहेत. ज्यावेळी त्यांनी राष्ट्रपती पदाची शपथ घेतली त्यावेळी शालेय विद्यांर्थ्यांना बोलावण्यात आले होते. त्यांनी नव्या पिढीला संदेश दिला की त्यांनी आपली स्वप्ने मोठी ठेवावीत. स्वप्नं पहाणारी तरूण पिढी येणाऱ्या क्षणाला सोनेरी करू शकते. कारण की त्यांच्यात अद्भूत एकाग्रता आणि कर्मठपणा असतो.

अनेक विद्यापीठ व शिक्षण संस्थांनी त्यांना सन्माननीय पदव्या बहाल करून आपल्या शिक्षण संस्थेचा मान वाढवला आहे. 'पदम्‌भूषण' तसेच 'पदम्‌विभूषण' क्षेत्रात दिलेल्या योगदानाबद्दल राष्ट्रीय नेहरू पुरस्काराने देखील सन्मानीत करण्यात आले आहे.

१९९१मध्ये त्यांना भारताचा सर्वोच्च नागरी पुरस्कार 'भारत रत्ना' ने सन्मानीत करण्यात आले. ते भारतरत्न आहेत यात काही शंकाच नाही.

एल्टन जॉन

एल्टन जॉनचा जन्म १५ मार्च १९४७ ला पिनर, इंग्लड येथे झाला.वयाच्या चार वर्षापासूनच त्यांनी पियानो शिकायला सुरूवात केली. ११ व्या वर्षी रॉयल अकादमी ऑफ म्युझिकची शिष्यवृत्ती देखील मिळवली. परंतु त्यांनी चार वर्षानंतर तो अभ्यासक्रम सोडून दिला. असे असले तरी २००३मध्ये त्यांना डॉक्टरची मानद उपाधी प्रदान करण्यात आली.

त्यांच्या पहिल्या बॅंडचे नाव होते 'एल्यूसोलॉजी'. साठच्या दशकाच्या मध्यंतरी एल्टन जॉनची भेट लिंकनशायरचा एक अज्ञात लेखक बर्नी टॉपीकसोबत झाली. तरीपण त्यांची पहिली निर्मिती असणाऱ्या 'स्केयरक्रो' ची कोणी पाहिजे तेव्हढी दखल घेतली नाही परंतु ती एका चांगल्या भागीदारीची सुरूवात होती.

त्यांनी १९७०मध्ये 'यूअर सॉंग' पासून सुरूवात करीत २३ हिट सिंगल्स दिले. रॉकेट मन, डेनियन, डोंट गो ब्रेकिंग माई हार्ट, गुडबाय येलो ब्रिक रोड व कॅंडल इन द विंड, हे सगळे गीत सत्तरच्या दशकात फारच लोकप्रिय ठरले. त्यांचे शवटचे गीत १९९७मध्ये प्रिसेंस डायनाच्या अंतिम संस्काराच्यावेळी गायल्या गेले.

१९७३मध्ये एल्टन जॉनने रॉकेट रिकॉर्ड सुरू केले व ते मास्कोत सादरीकरण करणारे पहिले पाश्चात्य रॉक स्टार ठरले. ऐंशीच्या सुरूवातीच्या दशकात टॉपीक व त्यांचा मार्ग वेगळा झाला. १९८३मध्ये त्यांनी 'आई एन स्टिल स्टॅंडीग' या गाण्याद्वारे शानदार पदापर्ण केले.

माजी जर्मन रिकॉर्डिग इंजिनिअर रीनेटबरोबर त्यांचा विवाह झाला परंतु १९८८मध्ये ते विभक्त झाले. त्यानंतर एल्टनने आपण समलैंगिक असल्याचे जाहीर केले तसेच कॅनडाच्या डेव्हिड फर्निशबरोबर दीर्घकाळ संगीत क्षेत्रात काम केले.

फर्निशने एल्टनवर टी.व्हि. कार्यक्रम तयार केला. ज्यात एल्टनचा शॉपींग इंटरेस्ट दाखवण्यात आला. २१ डिसेंबर २००५मध्ये त्या दोघांनी लग्न केले. इंग्लडमधला हा पहिला समलैंगिक विवाह होता.

त्यांच्याजवळ विंडसर, लंडन, एटलांटा व व्हेनिसमध्ये अलिशान घरे आहेत. प्राइव्हेट जेट, २२ कुत्रे व खूप सारी संपत्ती आहे.

असे असले तरी काही वर्षापासून ते काही खास देवू शकले नाहीत. १९९८मध्ये त्यांना नाइटची पदवी देण्यात आली. २००५च्या फोर्ब्सच्या प्रसिद्ध व प्रभावशाली व्यक्तींच्या यादीत एल्टन जॉन नवव्या स्थायी होते.

अल्फ्रेड नोबेल

अल्फ्रेड नोबेलचा जन्म १८३३मध्ये स्टॉकहोमच्या एका स्वीडिश कामगाराच्या घरी झाला. त्यांचे वडील इमेनुएल पुल निर्माण कार्यात होते म्हणूनच ते नको असणाऱ्या मोठ्या शिळा कशा फोडायचा या विचारात असत. अल्फ्रेडच्या जन्मानंतर स्वीडनमध्ये काम नसल्यामुळे ते कुटुंबाला घेऊन रशियाच्या सेट पीटसबर्ग येथे आले. तिथे एक कारखाना सुरू झाला होता. जिथे खाणीमधून गनपाऊडर काढली जात होती. रशियन सैनिकांना तिचा उपयोग व्हावा म्हणून तसे करण्यात येत होते. या उत्पादनाची चांगलीच

मागणी होती. व्यावसाय चालला. एल्फ्रेड व दुसऱ्या भावंडाना रशियात चांगले शिक्षण घेण्याची संधी पण मिळाली. सतरा वर्षाचे होता-होता त्यांनी पाच भाषा अवगत केल्या होत्या.

केमिकल इंजिनिअरींगचे शिक्षण झाल्यानंतर एल्फ्रेड नाइट्रो ग्लिसरीनच्या सुरक्षात्मक प्रयोगाच्या पद्धती शोधायला लागले. ज्याचा नुकताच शोध लागला होता. कुटुंबाला इच्छा नसताना स्टॉकहोमला परत यावे लागले होते. शोध अपूर्ण सोडून.

स्वीडनमध्ये नायट्रो-ग्लिसरीनमुळेच एल्फ्रेडच्या एका भावंडाचा मृत्यू झाला होता आणि एल्फ्रेडने त्याच्यावर कसलातरी उपाय शोधायचे ठरवले होते. त्यांनी नायट्रो-ग्लिसरीनला सिलिकामध्ये मिसळून असे एक नवीन रसायन तयार केले, ज्याला सिलेंडरमध्ये भरता येत होते. त्याच्यावर तापमान व दबावाचा कसलाच परिणाम होत नसे. १८६७मध्ये त्यांनी त्याचे पेटेंट मिळवले. 'डायनामाईट' असे त्याला नाव दिले. ते सामान्य गनपाऊडरपेक्षा पाचपट शक्तीशाली होते. खाणी व निर्माण कार्यासाठी त्याची इतकी मागणी वाढली की जगातील मोठ-मोठ्या बांधकामासाठी त्याचा उपयोग होऊ लागला.

काही वर्षातच आपल्या कारखान्याद्वारे जगातील कानाकोपऱ्यात त्याचा पुरवठा करू लागले. त्याचे व्यवसायीक कौशल्य व निपूणतेने उत्पान विक्रिला चौपट केले.

त्यांनी आपल्या इच्छापत्रात लिहिले की ते जवळ-जवळ नऊ मिलियन डौलर इतक्या रक्कमेतून एक फंड तयार करतील, जो भौतीक, रसायन, साहित्य, फिजिऑलजी व मेडिसीन तसेच शांती आदी क्षेत्रात महत्वाचे योगदान देईल. मानवजातीसाठी सेवा करणाऱ्यांसाठी पुरस्काराची व्यवस्था केली.

त्यांच्या मृत्यूनंतर पाच वर्षाने १९०१मध्ये प्रथमच नोबेल पुरस्कार देण्यात आले. नोबेल फाऊंडेशनने पुरस्कार वितरणाचे कार्य सांभाळले. तेव्हापासून नोबेल पुरस्कार हा सन्मानाचा पुरस्कार समजण्यात येतो.

एल्विस प्रेसली

एल्विस प्रेसली एक अमेरिकन गायक, संगीतज्ञ व अभिनेता होते. त्यांचा जन्म जानेवारी १९२५मध्ये झाला. 'द किंग' किंवा 'द किंग ऑफ रॉक अँड रॉल' या नावाने ओळखले जात होते.

त्यांनी 'रॉकबिली' च्या प्रदर्शनाबरोबरच करिअरची सुरूवात केली. त्यांनी गाण्यामध्ये ब्लॅक अँड व्हाईट ध्वनीवर नवीन प्रयोग केले, जे की टी व्हि व रंगमंचावर सादर केल्यावर

लोकप्रिय तर ठरलेच, शिवाय वादग्रस्त देखील ठरले. नंतर त्यांनी आपल्या स्टाईलने 'हाउंड डॉग व जेलहाऊस रॉक' सारखे अल्बम देखील रेकॉर्ड केले. त्यांना एका वेगळया आवाजाची देणगी मिळाली होती. सोबतच गोस्पेल, एल्यूस व पॉप आदी गायन प्रकारातही ते निपूण होते.

आपल्या जीवनकाळात प्रसिद्ध एल्विसने मृत्यूच्यानंतर जास्तच प्रसिद्धी मिळवली. ५०च्या दशकात ते रॉक अँड रोल स्टार म्हणून बातम्यांमध्ये होते. ३ सप्टेबर १९५६च्या शो ने त्यांना एक चमकता तारा बनवलं. ते अनेक चित्रपटांमधून गिटार वाजवताना आणि अभिनय करताना देखील दिसले. जसे की 'किंग क्रिओल' (१९५८) 'ब्लू हवाई' (१९६१) १९६०च्या दशकात देखील 'किंग' आपल्या कराटे स्टाइल जंपशूर व मेगा कंसर्टसाठी ओळखले जातात.

१९६०पर्यंत त्यांनी ५७ चित्रपटात काम केले होते. ज्यांनी त्यांना प्रचंड पैसा मिळवून दिला. १९६८मध्ये त्यांनी यू.एस.च्या लॉस वेगासमध्ये सादरीकरण केले. त्यांनी पूर्ण करीअरच्या दरम्यान आपली उपस्थिती, विक्री व रेटिंगच्या हिशोबाने अनेक रेकॉर्ड केले. लोकप्रिय संगीताच्या इतिहासात त्यांना सर्वाधीक चालणारे प्रभावशाली कलाकार म्हणून ओळखण्यात येत आहे. दूरच्या प्रवासामुळे त्यांच्या तबियतवर वाईट परिणाम होई, शेवटी वयाच्या ४२व्या वर्षी त्यांनी या जगाचा निरोप घेतला.

एस रामानुजन

श्रीनिवास आयंगर रामानुजचा जन्म २२ डिसेंबर १८८७ला इरोड, तामिळनाडूमध्ये झाला. त्यांचे वडील कुंभकोणममध्ये कपड्याच्या दुकानात मुनीम होते. प्रार्थमिक शिक्षण गावीच घेतल्यानंतर वयाच्या १०व्या वर्षी रामानुजन कुंभकोणमच्या टाऊन हाइस्कूलमध्ये दाखल झाले.

गणित हा रामानुजनचा अतिशय आवडता विषय होता. या विषयावर कोणतेही पुस्तक मिळाले तरी ते वाचून काढत. शाळेत असताना गणितासाठी त्यांना अनेक पुरस्कार देखील मिळाले.

१६व्या वर्षी त्यांच्या हाती 'ए सिनॉप्सिस ऑफ एलीमेंट्री रिझल्ट इन प्युअर अँड एप्लाईड मॅथॅमॅटिक्स' या नावाचे पुस्तक पडले. या पुस्तकाने त्यांच्या आयुष्याला नवे वळण दिले. त्यांनी पूर्ण पुस्तक सोडवलं. त्यात फक्त उत्तरे दिली होती. त्यांना कुभकोणमच्या सरकारी कॉलेजात शिक्षण घेण्यासाठी शिष्यावृत्ती देखील मिळाली परंतु दुसऱ्या विषयाचा अभ्यास न झाल्याने ते नापास झाले आणि त्यांना कॉलेजातून काढून टाकण्यात आले.

मित्रांनी त्यांना खूप मदत केली. त्यांनी सातत्याने गणितावर भर दिला आणि एखाद्या पाठीराख्याचा शोध घेत राहिले. जो त्यांच्या कामाला आर्थीक मदत करील. १९०६मध्ये त्यांनी मद्रासच्या कॉलेजमध्ये प्रवेश केला. आता त्यांना पुढे शिकता येणार होते. गणितामध्ये संशोधन तर चालूच होते परंतु ते चांगलेच आजारी पडले आणि त्यातून बरे व्हायला त्यांना खूप वेळ लागला.

१९११मध्ये भारतीय गणित सोसायटीचे संस्थापक रामचंद्रनयांच्या मदतीने त्यांना मद्रास पोर्ट ट्रस्टमध्ये क्लार्कची नोकरी मिळाली. सिव्हिल इंजिनिअरींगचे प्रोफेसर सी.एल.टी. ग्रिफथने रामानुजनच्या गणिताच्या प्रतिभेबद्दल आपल्या विदेशी मित्राला कळवले. त्या मित्राचे नाव एम.जे.एम.हिल असे होते. 'वरनोली संख्या' वरील सूत्र पण पाठवले. काम तर त्या मित्राला पसंत आले पण ते पूर्णपणे निश्चिंत नव्हते. १९१३मध्ये रामानुजनने प्रोफेसर हार्डीला आपले काम दाखवले. ते चांगलेच प्रभावीत झाले.

मद्रास विद्यापीठाच्या मदतीने परदेशी जायला शिष्यवृत्ती मिळाली आणि रामानुजन केंब्रिजच्या ट्रिनिटी कॉलेजात दाखल झाले. त्या काळातील युद्धामुळे विशेष शाकाहारी पदार्थाचा तुटवडा होता. कट्टर ब्राह्मण रामानुजन अंत्यत त्रस्त होऊन आजारी पडले.

१९१६मध्ये त्यांनी शोधाद्वारे विज्ञानात पदवी संपादन केली. योग्य शैक्षणिक पात्रता नसतानाही त्यांना पुढे शिकण्यासाठी परवानगी मिळाली. परंतु आजाराने पाठ नाही सोडली. १९१७मध्ये तर आजार इतका वाढला की डॉक्टरांना देखील त्यांची आशा राहिली नाही. त्याच काळात केंब्रिज फिलॉसॉफिकल सोसायटी व रॉयल सोसायटीचे फेलो म्हणून निवडण्यात आले. आजार थोडा बरा झाल्यावर ते भारतात आले. परंतु ६ एप्रिल १९२० त्यांना मृत्यूने गाठलेच.

कपिल देव

महान भारतीय क्रिकेट खेळाडू कपिल देव यांना 'ऑलराउंडर' समजण्यात येते. त्यांचा जन्म ६ जानेवारी १९५९ला रामलाल पिरबेज व राजकुमारी यांच्या घरी झाला. ते सात भावंडात आठवे होते. कपिलचे आई-वडील विभक्त झाल्यानंतर ते रावळपिंडीच्या जवळ कोण्या गावातून भारतात आले होते. त्यांचे कुटुंब चंदीगढला स्थायीक झाले. त्यांचा घरे बांधण्याचा व इमारतीसाठी लाकडे पुरवठा करण्याच्या व्यवसायाने जम बसवला होता.

कपिल डी.ए.व्ही शाळेत दाखल झाले. १९७०मध्ये ते देशप्रेमी आजादाचे शिष्य बनले. १९७९मध्ये त्यांना रोमी भाटिया यांना भेटण्यांची संधी मिळाली आणि एका वर्षातच ते विवाह बंधनात अडकले. १९९६मध्ये त्यांना एक कन्यरत्न झाले. जिचं नाव अमिय देव ठेवण्यात आलं.

क्रिकेटच्या इतिहासातील महान ऑल राऊंडरपैकी एक असणाऱ्या कपिलदेवने भारताला अनेकदा विजय मिळवून दिला. १९७८पासून १९९४पर्यंत इतक्या दीर्घकाळात कधी त्यांच्या बॅटने तर कधी बॉलने कमाल दाखवली. ते भारतीय टीमचे कॅप्टन देखील होते. १९८३च्या वर्ल्ड कपला क्रिकेटप्रेमी आज देखील विसरले नाहीत.

एकदा त्यांनी झिंब्बाबेच्या विरूद्ध १७५रनची नाबाद खेळ खेळला. अनेकदा चौका-छक्के मारून टीमला विजय मिळवून दिला व अनेक रेकॉर्ड प्रस्थापित केले. ते एकमेव असे खेळाडू आहेत, ज्यांनी टेस्ट मॅचमध्ये ४००विकेट घेतल्या तसेच ५०००रन देखील केले. त्यांनी अखंडपणे खेळून सर्वात जास्त टस्ट मॅच खेळणाऱ्या भारतीय खेळाडूचे रेकॉर्ड देखील बनवले.

पहिला टेस्टमॅच भारतविरूद्ध पाकिस्तान फैसलाबाद (१९७८-७९) शेवटचा मॅच भारतविरूद्ध न्यूझिलँड होमल्टन (१९९३-९४) पहिला वन डे भारत विरूद्ध पाकिस्तान क्वेटा (१९७८-७९) शेवटचा वन-डे भारत विरूद्ध वेस्टइंडीज फरीदाबाद (१९९४-९५) विस्टन क्रिकेटर ऑफ द ईयर १९८३

कल्पना चावला

कल्पना चावलाचा जन्म भारताच्या हरियाणा राज्यात आणि करनाल जिल्ह्यात झाला. अंतराळात जाणारी प्रथम भारतीय-अमेरिकन कल्पना चावला आता आपल्यात नाहीत. फेब्रुवारी २००३मध्ये कोलंबिया स्पेस शटल अपघातामध्ये त्या आपल्याला सोडून गेल्या.

त्यांनी १९७६मध्ये कनालच्या टागोर स्कूलमधून पदवी घेतल्यावर १९८२मध्ये पंजाब इजिनिअरींग कॉलेज चंदीगढमधून एरोनॉटिकल इंजिनिअरींगमध्ये बॅचलर ऑफ साइंसची डिग्री मिळवली तसेच १९८४मध्ये टेक्सास विद्यापीठामधून एअरोस्पेस इंजिनिअरींगमध्ये मास्टर ऑफ साइंसची डिग्री मिळवली.

१९८८मध्ये त्या नासाच्या एमेस रिसर्च सेंटरमध्ये दाखल झाल्या. १९९५मध्ये त्यांना नासाने अंतराळ यात्री म्हणून निवडले. मोठ्या परिश्रमानंतर त्यांनी १९ नोव्हेंबर १९९७ला आकाशात

पहिली झेप घेतली, जी यशस्वी ठरली. या मोहीमेला अंतराळात ३७६तास व ३४ तिनिटे लागले तसेच स्पेस शटलने पृथ्वीला २५२ वेळा प्रशिक्षणा घातल्या.

१६ जानेवारी २००३ला कल्पनाने स्पेश शटल कोलंबियातून दुसरी अंतराळात झेप घेतली. १६ दिवसाची अंतराळ मोहीम अगदीच यशस्वी ठरली. जवळ-जवळ ८० परीक्षणे व प्रयोग करण्यात आले. त्यांचे आई-वडील मुलीची आकाशातील झेप पहायला गेले पण त्यांना त्यांची मुलगी परत आलेली पहायला मिळाली नाही.

त्यांनी २८ जानेवारी २००३ला व्हिडीओ कॉन्फरन्सद्वारा कल्पनाबरोबर चर्चा केली. डॉ.कल्पना चावलाच्या मोहीमेची संकल्पना होती- स्पेस रिसर्च अँड यू' या यानाने रात्रंदिवस प्रयोगशाळेसमान काम केले.

ज्यावेळी अंतरिक्ष यान पृथ्वीच्या दिशेने निघाले, पृथ्वीवरून अगदीच चाळीस मैलवर, विमानाच्या डाव्या विंगवर लावलेल्या तापरोधी प्रणालीची टाइलन कोसळल्याने ते यान अपघातग्रस्त झाले. पृथ्वीवर अवघ्या १० मिनिटात उतरले असते, कोलंबियाचे छोटे-छोटे तुकडे १९० कि.मी.च्या क्षेत्रफळावर विखुरल्या गेले.

कल्पना चावला अंतराळातच विलीन झाल्या. संपूर्ण जगाने या अंतराळ यात्रींना ओल्या नेत्राने श्रद्धांजली अर्पण केली.

किरण बेदी

भारतीय पोलिस सेवेत दाखल झालेल्या प्रथम भारतीय महिला किरण बेदीचा जन्म जून, १९४९ला अमृतसर येथे झाला. त्या महान पोलिस अधिकाऱ्यापैकी एक आहेत, ज्यांनी मनापासून समाजाला आपली सेवा प्रदान केली.

किरणने अमृतसरच्या सॅक्रिड हार्ट कॉन्व्हेट स्कूलमधून प्राथमिक शिक्षण घेतल्यानंतर अमृतसरच्या महिला कॉलेजातून इंग्रजी साहित्यात पदवी प्राप्त केली. पंजाब विद्यापीठातून राज्यशास्त्रात पदवी नंतरचे शिक्षण घेतल्यानंतर १९५१मध्ये दिल्ली विद्यापीठात एच.एस.बी. पूर्ण केली.

१९७०मध्ये त्यांच्या करिअरला सुरूवात झाली. कॉलेजमध्ये दोन वर्ष लेक्चरर म्हणून काम केल्यानंतर त्या पोलिस सेवेत आल्या. त्यांनी आपल्या करिअरच्या दरम्यान अनेक आव्हानांचा सामना केला. दिल्लीमध्ये तर त्यांनी 'क्रेन बेदी' असे देखील म्हणण्यात येऊ लागले. कारण त्यांनी

ट्रॅफिक नियमांचे उल्लघन केले म्हणून पंतप्रधानाची कार क्रेन लावून उचलली होती. ट्रॅफिक क्षेत्रात आपले व्यवस्थापन सिद्ध केल्यानंतर त्या मिझोरच्या डिप्टी इन्स्पेक्टर जनरल ऑफ पोलिस राहिल्या. त्या चंदीगडच्या लेफ्टनंट गव्हर्नर तसेच नारकोटिक सेंट्रल ब्युरो ऑफ डायरेक्टर जनरल देखील राहिल्या.

किरण टेनिसच्या चांगल्या खेळाडू आहेत. त्यांनी ऑल इंडिया व ऑल एशियन टेनिस स्पर्धा देखील जिंकल्या आहेत. वयाच्या २२च्या वर्षी त्यांनी आशियायी वूमेन पूरस्कार मिळवला.

दिल्लीच्या मिहार जेलमध्ये त्यांनी कैद्याच्या सुधारणेसाठी खूप प्रयत्न केले. त्यांनी योगा, ध्यान, व कैद्यांचे म्हणणे ऐकून घेण्याला प्राधान्य दिले.

त्यांनी गरीब वर्ग तसेच मादक द्रव्यांच्या व्यसनाला बळी पडलेल्या लोकांच्या सुधारणेसाठी, नवज्योती (१९९८) व व्हिजन फाऊंडेशन (१९९४) नावाच्या दोन सेवाभावी सस्था स्थापन केल्या. किरणला त्यांच्या सेवेसाठी अनेक पुरस्कार च सन्मान प्राप्त झाले. ज्यामध्ये खालील उल्लेखनीय पुरस्काराचा समावेश आहे.

प्रेसिडेंट गॅलेंट्री अवार्ड (१९७९)
वूमेन ऑफ द ईयर अवार्ड (१९८०)
ड्रग प्रिव्हेंशन व कंट्रोलसाठी एशिया रिजन अवार्ड (१९९१)
सरकारी सेवेसाठी मॅगसेसे पुरस्कार (१९९४)
महिला शिरोमणी अवार्ड (१९९५)
लॉयन ऑफ द ईयर (१९९५)
फादर मॅकिज्मो ह्युमेनिटेरियन अवार्ड (१९९५)
जोसेफ वॉयस अवार्ड (१९५१)
प्राइड ऑफ इंडिया (१९९९)
मदर टेरेसा मेमोरियल नॅशनल अवार्ड (२००५)

पोलिस दलातून सेवानिवृत्त होण्यापूर्वी त्यांनी 'इंडियाज ब्युरो ऑफ पोलिस रिसर्च अँड डेव्हलपमेंट' चे डाइरेक्टर जनरल करण्यात आले. यापूर्वी त्या संयुक्त राष्ट्राच्या पीसकीपिंग मिशनसाठी देखील काम करीत होत्या. त्यांना उत्तम कार्यासाठी यू.एस.मेडल देखील मिळाले आहे. २००५मध्ये त्यांना डॉक्टर ऑफ लॉ ही सन्मानाची पदवी बहाल करण्यात आली.

२००७मध्ये त्यांनी एका वेबसाईटची सुरूवात केली. उद्देश होता अशा लोकांना मार्गदर्शन करणे ज्या लोकांच्या तक्रारीचे निवारण स्थानीक पोलिस करू शकले नाही. त्यांच्या जीवनावर एक वृत्तचित्र 'यस मॅडम, सर' तयार करण्यात आले. जिला टोरंटोच्या अंतराष्ट्रिय चित्रपट महोत्सवात दाखवण्यात आले.

त्या झी. टिव्ही वर दाखविण्यात येणारी मालीका 'अगले जन्म मोहे बिटिया कीजो' च्या लेखिका दिग्दर्शक देखील आहेत. त्यांनी स्टारप्लसवर 'आपकी कचहरी किरण के साथ' मध्ये प्रमुख अतिथी म्हणून भूमिका केली आहे.

क्लिंट ईस्टवुड

क्लिंट ईस्टवुड ज्यूनियरचा जन्म ३० मे १९३० ला सनफ्रान्सिसको, कॅलिफोर्नियामध्ये झाला. आई-वडील उपजिवीकेसाठी भटकत भटकत शेवटी ऑकलँड येथे स्थिरावले. भावी प्रसिद्ध काऊ बॉयने अनेक प्रकारची कामे करून पाहिली. १९५३मध्ये त्यांनी लॉस एंजिल्स सिटी कॉलेजात प्रवेश घेतला.

'द वेस्ट प्वाइंट स्टोरी मालिकेच्या माध्यमातून ते अमेरिकन प्रेक्षकासमोर आले. १९७१मध्ये त्यांनी 'डर्टी हॅरी' मध्ये हॅरीची भूमिका केली, त्याच वर्षी त्यांनी वार्नर ब्रदर्स सोबत देखील एका करारावर सही केली.

'आउटलॉ जोसे वेल्स' देखील चांगलीच प्रसिद्ध मालिका ठरली. १९७६मध्ये 'द एनफोर्सर' मध्ये हॅरीची भूमिका पुन्हा वठवल्यानंतर त्यांनी 'एव्हरी विच वे बट लूज' नावाच्या कॉमिडीत आपली कमाल दाखवली, ब्रोंको बिली साऊंडट्रॅकमध्ये त्यांची गायन प्रतिभा समोर झाली.

अभिनया व्यतिरिक्त राजकारणात देखील त्यांना रस होता. ते १९३६मध्ये कार्मलचे मेअर म्हणून निवडल्या गेले. दोन वर्ष या पदावर राहिल्यानंतर त्यांनी पूर्ण गंभिरतेने दिग्दर्शनात रस घेतला. १९२२मध्ये त्यांनी सुपरस्टार ही जागी पुन्हा मिळवली. 'अनफोरगिव्हन' ला उत्तम चित्रपट व दिग्दर्शनासाठी ऑस्कर दिला गेला. अंतराळवीरांची रोमांचक फिल्म 'स्पेस काउबॉईज' ने देखील चांगली प्रसिद्धी मिळवून दिली. त्यांनी तो चित्रपट सादर केला व टॉमी ली जोन्स, डोनाल्ड सदरलँड व जेम्स गारनरसोबत काम देखील केले.

'प्ले मिस्टी फॉर मी' (१९३१) पासून ते चित्रपटाची निर्मिती व दिग्दर्शन स्वतः करू लागले. तीन दशकात ते एक यशस्वी तसेच प्रभावी निर्माता, दिग्दर्शक व अभिनेत्याच्या रूपाने समोर आले. तसेच हॉलीवूड इतिहासात स्टार कलाकार म्हणून ओळखल्या जाऊ लागले. 'अनफोरगिव्हन' शिवाय त्यांनी मिस्टीक रिव्हर (२००३), मिलियन डॉलर बेबी (२००४), चे देखील दिग्दर्शन केले. 'अनफोरगिव्हन' तसेच 'मिलियन डॉलर बेबी' ला त्या वर्षीचा सर्वश्रेष्ठ चित्रपट तसेच अकादमीचा पुरस्कार देखील मिळाला.

क्लिओपात्रा

अनेक वर्षापासून हॉलीवूडमध्ये क्लिओपात्राला अद्वितिय सौंदर्याचे उदाहरण म्हणून सादर केल्या जात आहे. तिचे ज्युलिअस सिझर व मार्क अन्टोनीसोबतच्या प्रेम प्रकरणाची चांगली चर्चा होत आली आहे.

परंतु वास्तव वेगळेच आहे. ती कोणी सुंदर तरूणी नव्हती तर ती एक बुद्धीमान स्त्री होती, जिने पुरूषाला आकर्षित करून मिस्त्र देशाला रोमनापासून वाचविण्याचा प्रयत्न केला.

राणि क्लिओपात्रा मिस्त्रची शेवटची राणि होती. ती मिस्त्र देशाची नव्हती. ती मकदुनियाची होती. ती ३०० वर्षीय प्टोमॅक वंशाची एकमेव शासक होती. जिला मिस्त्रची भाषा येत होती. तिला नऊ भाषा येत होत्या. परंतु आश्चर्याची गोष्ट ही आहे की लॅटीन पुरूषांच्या संपर्कात आल्यानंतरही तिला लॅटीन भाषा येत नव्हती.

त्या वंशात क्लिओपात्रा नावाच्या सात स्त्रींया होऊन गेल्या. इतक्या की तिच्या एका बहिणीचे नाव देखील क्लिओपात्रा होते. त्यावेळी ती औपचारीक रितीने क्लिओपात्रा या नावाने ओळखल्या जात होती. तिच्या सौंदर्याची चर्चा संशयास्पद वाटते कारण तत्कालीन शिक्क्यावर अशा एका राणिचे चित्र दिसते आहे की जिचे नाक बसके आहे आणि सगळा आवतार पुरूषी वाटतो.

असे असले तरी तिचं व्यक्तिमत्व फारच जबरदस्त आणि आकर्षक असले पाहिजे. तिची बुद्धीमत्ता जगाच्या महान चिंतकापैकी एक ज्युलिअस सिझरच्या बरोबरीची होती. तिच्या जवळ वेळेनुसार काय बोलायचे याचे वाक् चातुर्य देखील होते.

ज्युलिअस सिझर व मार्क ॲटोंनीबरोबर तिची ऐतिहासीक भेट झाली. तिच्याबद्दल आजही चर्चा केली जाते. त्याने तिला आकर्षित करण्यासाठी अनेक प्रकारचे प्रयोग करून पाहिले.

तिची आकर्षण शक्ती इतकी होती की दोघेही पुरूष तिच्या प्रेमासाठी वेडे झाले होते. दोघांनाही आपले पद आणि प्राण गमवावे लागले. असे असले तरी ती मिस्त्र देशाला वाचविण्यासाठी अपयशी ठरली परंतु जगाच्या इतिहासात आजही तिची आठवण केल्या जाते.

तिने ॲंटोनीच्या आत्महत्येनंतर स्वतःला ठार करण्याचा प्रयत्न केला नव्हता. वास्तवात तिची अजिबात अशी इच्छा नव्हती की तिला एका कैद्यांप्रमाणे मिस्त्र व रोमन शहरातून घेवून जावे. ३९ वर्षाच्या वयात तिने प्राणत्याग केला. तिने मिस्त्र देशातील कोबरा सापाचे विष प्राशन करून प्राण जीव दिला, यामुळी की मिस्त्र देशाच्या धारणेनुसार सर्प दंशाने मृत्यू झाल्याने मनुष्य अमर होतो. तिच्या बाबतीत कदाचित हे खरे ठरले असावे.

क्रिस्टोफर कोलंबस

क्रिस्टोफर कोलंबस, डोमनिको कोलंबो व सुसाना यांचे सर्वांत मोठे चिरंजीव होते. त्यांचा जन्म ऑक्टोबर १४५१मध्ये इटलीत झाला. त्यांचे औपचारीक शिक्षण फार काळ झाले नाही, जीवनाकडूनच त्यांचे शिक्षण झाले. मोठे झाल्यावर लॅटीन भाषा शिकणे तसेच कॅस्टीलियन लिहिणे शिकले.

१४७५मध्ये त्यांनी प्रथमच सागरी प्रवास केला. एक वर्षानंतर त्यांना एका जहाज अपघाताचा सामना करावा लागला. त्यांनी किणाऱ्यापर्यंत पोहून आपला जीव वाचवला. १४७७मध्ये कोलंबस पुर्तगाली मार्गाने इंग्लड व आर्यलडला आले. त्यांनी जिनोइस फर्मसाठी मॅदरामध्ये साखर देखील घेतली.

१४७९मध्ये त्यांनी फेलिपाबरोबर विवाह केला. तसेच पुढच्या वर्षी त्यांच्याघरी 'डिएगो' चा जन्म झाला. फेलिपाच्या अकाली मृत्यूनंतर कोरडावोच्या बीट्रीजबरोबर राहू लागले. त्यानंतर 'फर्डीनांड' या दुसऱ्या पुत्राचा जन्म झाला. त्यांनी कधी विवाह नाही केला परंतु कोलंबस नेहमी त्यांना आधार देत असत.

१४८०च्या मध्यात त्यांनी शोध मोहीमेवर लक्ष केंद्रित केले. आशियाकडून येणारे मार्ग शोधणे, त्यांचं एक मोठं स्वप्नं होतं. १४८४मध्ये त्यांनी पुर्तगालच्या राजाकडे परवानगी मागितली पण त्यांना ती मिळाली नाही. पुढच्या वर्षी आपले पुत्र डिएगोसोबत ते स्पेनला गेले. तसेच क्वीनकडे मदत मागितली, प्रथम तर त्यांनी नकार दिला पण नंतर मदत करायला तयार झाली.

३ ऑगस्टला दक्षिणी स्पेनच्या टिटों नदीतून तीन जहाज-लीना, पिन्ट तसेच सेंट मारिया निघाल्या. १२ ऑक्टोबरला पिंटा जहाजाला जमीन दिसली. कॅरिबियन भूमिची ही झलक अगदीच वेटलिंग बेटासारखी दिसत होती.

कोलंबसला वाटले की ते 'ईस्ट इंडियात' आले आहेत. म्हणून त्यांनी तेथिल रहिवाशांना 'इंडियन' नाव दिले. नंतर ते क्यूबाला गेले. ज्याला कोलंबसने 'कॅथे' (चीन) असे संबोधन दिले. जे की चुकीचे होते. ६ डिसेंबरला त्याचे शोध पथक 'हिसपॅनीओला' पोहोचले. त्यांनी त्या लोकांना जपानचे समजले. त्या भूमित सोने तसेच नैसर्गीक संसाधने भरपूर होती. त्यांनी कोलंबसला मोठ्या प्रमाणात धन-संपदा देवून निरोप दिला.

युरोपचा त्रासदायक प्रवास केल्यानंतर कोलंबस पुर्तगाल राजाजवळ गेले तर राजाला शंका आली की त्यांचे स्पेनच्या राजाबरोबर संबंध असावेत. त्यांनी आपला खजिना दाखवून राजा-राणिकडून पुढील प्रवासासाठी धन-संपत्ती घेतली. यावेळी १७ जहाज व १३०० व्यक्तिंचा ताफा होता. त्यांनी

डोमनिकाजवळ वेस्ट इंडिजमध्ये प्रवेश केला. या दरम्यान क्युबाचा किणारा व सोने आदी शोधून कोलंबसने 'हिसपॅनीओला' सोने व इतर संसाधनांचा नैसर्गीक स्त्रोत म्हणून घोषीत केले.

फेब्रुवारी १४९२मध्ये १२ जहाज त्यांचे सहकारी अंटोनियोच्या नेतृत्वाखाली स्पेनला परतले.

कोलंबसने भारतापर्यंत पोहोचण्यासाठी पैशाची व्यवस्था करू इच्छिली परंतु ते अयशस्वी ठरले. ते संधीवात तसेच मलेरियाचे शिकार झाले. आपली यात्रा करून जी धनसंपदा त्यांच्याकडे शिल्लक होती त्यातून त्यांनी त्याचे उर्वरित आयुष्य मजेत घालवले. २० मे, १५०६ला वॅलोडिडमध्ये त्यांचे निधन झाले.

गॅरी कास्पारोव्ह

गॅरी कास्पारोव्हचा जन्म १३ एप्रिल १९६३ला गॅरी विलस्टीनच्या इथे वाकू, यू.एस.एस.आर.मध्ये झाला. कमी वयातच त्यांचा झुकाव बुद्धीबळ या खेळाकडे होता. वडिलाकडून या खेळाचे प्राथमिक धडे घेतल्यानंतर त्यांनी बॉटविनीक चेस स्कूलमध्ये प्रवेश घेतला. लवकरच त्यांनी या विषयात चांगलीच प्रगती केली. वडिलाच्या मृत्यूनंतर त्यांनी आपल्या आईचे रशियन नाव स्वतःसाठी धारण केले.

वयाच्या बारा वर्षापासूनच त्यांनी या खेळात जम बसवायला सुरूवात केली. यू.एम.एम.आर ज्यूनिअर चॅपियनशिपचे सर्वात कमी वयाचे खेळाडू बनल्यानंतर त्यांनी सोळा वर्षाच्या वयातच वर्ल्ड ज्यूनिअर चॅपियनशिप जिंकली.

सतराव्या वर्षी त्यांनी गॅंडमास्टर ही पदवी मिळवली. परंतु २२व्या वर्षी मिळवलेली वर्ल्ड चॅपियन ही उपाधी त्यांची कामगिरी ठरली. हा सामना अनातोली कारपोव्ह यांच्या विरूद्ध खेळण्यात आला, की जो पूर्ण सहा महिने चालला. एकमेकांना या खेळाची माहिती देण्यात आली. नोव्हेंबर १९८५मध्ये झालेल्या या सामन्यात कास्पोरोव्हचा विजय झाला.

त्यांनी इंटरनॅशनल चेस फेडरेशनपासून वेगळी अशी प्रोफेशनल चेस असोशिएशनची स्थापना केली. तसेच १९९३मध्ये पुन्हा वर्ल्ड चॅपियनशिप ठेवण्यात आला. असे असले तरी फिडे यांनी देखील आपला वर्ल्ड चॅपियनशिप सामना राखला परंतु कास्पारोव्ह वर्ल्ड चॅपियनच्या दाव्यावर कायम राहिले.

ते जगातील सर्वात मजबूत कॉम्प्युटरसोबत देखील सामना खेळले. १९७६मध्ये त्यांनी 'डिप ब्ल्यू'च्या विरूद्ध सहा सामन्यांचा डाव ठेवण्यात आला. तसेच मशीनला ४-२ने हरवले. पुढच्या वर्षी ते कॉप्युटर ३.५-२.५च्या संशोधीत आवृत्तीने पराभूत झाले.

बुद्धीबळाच्या इतिहासात ते स्थानीक खेळाडूच्या स्वरूपात आठवले जातात. स्पर्धात्मक बुद्धीबळातून सेवानिवृत्त झाल्यानंतर ते एका बुद्धीबळ पत्रिका 'न्यू' मध्ये स्तंभलेखक बनले. ते रशियाच्या राजकारणात देखील सक्रिय राहिले. त्यांनी शतरंज या विषयावर पुस्तके पण लिहिली आहेत, ज्यामध्ये 'बाई ग्रेट प्रेडीसीजर्स' तसेच 'हाऊ लाइफ इमिटेटस चेस' ही पुस्तकेक उल्लखनीय आहेत.

गोर्डन ब्राउन

जेम्स गार्डन ब्राउनचा जन्म २० फेब्रुवारी १९५६ला 'ग्लासगो'मध्ये झाला. १९६१मध्ये लेबर पार्टीत सहभागी झाले तसेच १९८३मध्ये डनफर्मलाइन मधून एम.पी.निवडल्या गेले. नंतर ते जोमाने पार्टीच्या कार्याला लागले. १९८९पासून १९९२ पर्यंत 'राजकोष'साठी विरोधी प्रवक्ता राहिले. लेबर पार्टीचे सरकार स्थापन झाले तर २ मे १९९७ला त्यांना चान्सलर ऑफ एक्सचेकर नियुक्त करण्यात आले.

चान्सलर बनताच त्यांनी प्रथम बँक ऑफ इंग्लडला व्याज दर ठरविण्याचे स्वातंत्र्य दिले. या नामाद्वारे त्यांनी केवळ एक नवीन पायंडाच पाडला नाही तर हे पण सिद्ध केले की त्यांचा पक्ष दुसऱ्या पक्षाप्रमाणे कारभारात हस्तक्षेप करणार नाही.

२००२मध्ये त्यांची पत्नी सराह हिने जेनीफर या मुलीला जन्म दिल्यानंतर अवघ्या दहा दिवसानंतर या जगाचा निरोप घेतला.

मार्च २००७मध्ये त्यांनी ११व्या बजटची घोषणा केली व संकेत दिले की केवळ ग्लॅडस्टोननेच १२बजेट दिले आहेत व असा चॅन्सलर ऑफ एक्सचेकर तसेच पंतप्रधानाच्या सहकार्यानेच हे कार्य शक्य झालं.

१० मे २००७ला त्यांनी घोषणा केली की ते २७ जूनला राजीनामा देतील. त्यांचे समर्थक उभे राहिले व त्यांचे एकमेव विरोधी जॉन मॅक्डोनल यांना काही समर्थन नाही मिळाले.

२७ जून २००७ला त्यांनी माजी पंतप्रधान टोनी ब्लेअरच्या हस्ते शपथ घेतली व प्रतप्रधानपदी आल्यावर पहिली घोषणा केली "परिवर्तन घडविण्याच्या कार्याचा आरंभ करण्यात यावा"

चंगेज खान

चंगेज खान एक मंगोल यौंद्धये होते. त्यांचं खरं नाव होतं तेमुजिन' त्यांना 'चंगेज खान' ही उपाधी देण्यात आली. ते १ ३व्या शतकातले असे शासक होते, ज्यांनी अशा साम्राज्याची स्थापना केली. ज्यामध्ये चीन, मध्ये आशीया, मध्य पूर्व तसेच युरोप सहभागी होतं. 'चंगेज खान' या उपाधीचा अर्थ होता 'समुद्राचा महान शासक'

ते युद्धकलेत निपुण होते. ते मध्य मंगोलियाच्या खिचन समुदायाचे शासक तोफरिलचे अनुयायी बनले. तोफरील तसेच एक तरूण मंगोल नेता यमुकाने त्यांच्या पत्नीला वाचविण्यासाठी प्रयत्न केले. जिचे कोणीतरी अपहरण केले होते. चंगेल खान आणि तोफरीलने तातारोच्या विरूद्ध युद्धात उत्तरेकडील चीनला मदत केली.

ज्यावेळी तोफरील व चंगेजचे संबंध बिघडले, तर त्यांना युद्ध करावे लागले. पहिल्या युद्धात चंगेजचा पराभव झाला आणि त्यांना उत्तरपूर्व मंगोलियाच्या दूरच्या प्रदेशात जावे लागले. १ २ ८ ३मध्ये त्यांनी तोफरील वर विजय प्राप्त केला. तोफरीलच्या प्रजेवर देखील मंगोलचे शासन सुरू झाले. त्या नंतर चंगेजखानने पश्चिमी मंगोलियाच्या नईमनोवर देखील कब्जा मिळवला आणि मंगोला राजकुमारांनी त्यांना आपले सर्वेसर्वा मानले.

चंगेजने आपल्या साम्राज्यासाठी भाषेला लिखीत स्वरूप दिले. संवादासाठी डाक पद्धती विकसीत केली. एक सैन्य नेत्याच्या रूपात त्यांनी चीनवर हल्ला केला. उत्तर चीनमध्ये आपले जनरल नियुक्त करून, त्यांनी आपलं लक्ष मध्य आशियावर केंद्रित केले.

एप्रिल १ २ २ ०पर्यंत त्यांनी बुखारा आणि समरकंद वर देखील कब्जा केला होता. परतीच्या प्रवासात मंगोलांनी रशिया व तुर्क सेनेला देखील पराजित केलं. या दरम्यान चंगेजने 'तरमीज' वर कब्जा केला, ज्याला आता 'कजाकिस्तान' या नावाने ओळखले जाते.

१ २ २ १मध्ये चंगेज खानने बल्ख शहराला देखील नष्ट केले. त्यांनी सुलतान मुहम्मदचे पुत्र जलाल-अलदीन बरोबर युद्ध छेडले. ज्याने नदीतून पोहून आपला जीव वाचवला. त्याच्या पराभवाने पश्चिमेचे अभियान पूर्ण झाले. १ २ २ ६मध्ये चंगेजने 'तिबेटी लोक' 'तंगुल' बरोबर युद्ध केले. या युद्धादरम्यान २ ५ ऑगस्ट १ २ २ ७ला त्यांचा मृत्यू झाला.

चंद्रशेखर वेंकटरमन

सर सी. व्ही. रमन भारताच्या अशा महान शास्त्रज्ञांपैकी आहेत ज्यांना त्यांच्या 'रमन प्रभाव' चा शोधासाठी ओळखण्यात येते. भारतरत्न सी. व्ही. रमनला १९३०मध्ये भौतिकशास्त्रासाठी नोबेल पुरस्कार प्रदान करण्यात आला.

त्यांचा जन्म ७ नोव्हेंबर १८१८ ला तामिळनाडूच्या तिरूचिरापल्लीमध्ये झाला. ते चंद्रशेखर अय्यर तसेच पार्वती अमाल यांचे द्वितीय चिरंजीव होते. रमनचे वडील गणिताचे प्रोफेसर होते. त्यांचे वडील विशाखापट्टनममध्ये ए. व्ही. एन कॉलेजात नियुक्त झाल्यावर संपूर्ण कुटुंब तिकडेच राहायला गेले.

कमी वयातच रमनची शैक्षणिक प्रतिभा दिसू लागली. आकरा वर्षीय रमनने ए.व्ही. एन. कॉलेजमध्ये प्रवेश घेतला. त्यानंतर दोन वर्षाने मद्रासच्या प्रतिष्ठित प्रेसिडेंन्सी कॉलेजात शिकायला गेले. पंधरा वर्षाच्या वयात त्यांनी भौतीकशास्त्र तसेच इंग्रजीमध्ये ऑनर्ससहीत बी.ए.ची डिग्री मिळवली. त्यावेळी शैक्षणिक अभ्यासक्रमात हुशार विद्यार्थी उच्च शिक्षणासाठी परदेशात जात असत. परंतु ते तबियत खराब असल्याच्या कारणाने जावू शकले नाही आणि त्याच कॉलेजात शिकत राहिले. १७ वर्षाच्या रमनने एम.ए.ऑनर्सची डिग्री घेतली. त्याच वर्षी लोकसुंदरी नावाच्या तरूणीसोबत त्यांचा विवाह झाला.

रमनला इंडियन सिव्हील सर्व्हिसनुसार असिसटंट अकाउंट जनरलचे पद मिळाले. आपल्या कामातून वेळ मिळताच ते विज्ञानाचे प्रयोग करायला लागत. त्यांनी तारयंत्राचा अभ्यास केला.

१९१७पर्यंत लोक त्यांच्या वैज्ञानीक प्रतिभेला ओळखू लागले होते. त्यांना कलकत्ता विद्यापीठात सर तारकनाथ पालित फिजिक्स प्रोफेसरशीपचे पद देण्यात आले. त्यांनी तिथे पंधरा वर्ष काम केले आणि आपल्या वैज्ञानीक प्रयोगासाठी संपूर्ण जगात ओळखल्या जावू लागले. १९२९मध्ये त्यांना ब्रिटनकडून 'नाइट' ही उपाधी देण्यात आली. तसेच १९३०मध्ये त्यांना भौतीकशास्त्रात या विषयात उल्लेखनीय कामगिरी केल्याबद्दल नोबेल पुरस्कारने सन्मानीत करण्यात आले, जो पूर्ण देशासाठी गर्वाचा विषय होता.

१९३४मध्ये त्यांना बंगलोरच्या इंडियन इंस्टिट्यूट ऑफ साइन्सचे डायरेक्टर म्हणून नियुक्त करण्यात आले. नंतर ते भौतीकशास्त्राचे प्राध्यापक म्हणून तिथेच कार्यरत राहिले. १९४८मध्ये ते इंडियन इंस्टिट्यूटमधून सेवानिवृत्त झाले आणि बंगलोरमध्ये 'रमन रिसर्च इंस्टिट्यूट' ची स्थापना केली. वयाच्या ८२ वर्षापर्यंत ते या संस्थेसाठी योगदान देत राहिले. २१ नोव्हेंबर १९२०ला ते आपल्यामधून निघून गेले.

५२ विश्व प्रसिद्ध व्यक्तिमत्त्व

चाणक्य

भारतीय इतिहासात बुद्धिमत्ता आणि ज्ञानाचे प्रतिक म्हणून 'चाणक्य' यांना ओळखले जाते. त्यांना भारतातील 'प्रथम अर्थतज्ज्ञ' देखील समजण्यात येते. ते सम्राट चंद्रगुप्तचे पंतप्रधान तसेच सल्लागार होते. ते तक्षशीला विद्यालयाचे आचार्य होते, जे फाळणीनंतर पाकिस्तानात आहे. ते वाणिज्य, अर्थशास्त्र तसेच युद्धकला आदीमध्ये निपूण होते. 'चाणक्यनीती', 'अर्थशास्त्र' व 'नीतीशास्त्र' आदी त्यांचे प्रसिद्ध ग्रंथ आहेत.

त्यांना विष्णुगुप्त या नावाने देखील ओळखण्यात येते. 'अर्थशास्त्र' राज्यसंबंधी नियम व राजकारणावर लिहिलेला सुंदर ग्रंथ आहे. त्यात सागण्यात आले आहे की राज्य कशाप्रकारे चालविण्यात यावे. त्यांच्या सोबत घडलेल्या प्रत्येक प्रसंगामधून त्यांच्या व्यक्तिमत्त्वाचे महानत्व स्पष्ट होते. त्यांना त्यांच्या कूटनितीसाठी 'कौटिल्य' देखील म्हणण्यात येते. ते राजकीय तज्ज्ञ, कुशल कूटनीतिज्ञ व प्रशासक होते. ते कोणत्याही परिस्थितीचा सामना करायला तयार असत.

निर्भय चाणक्य गरिबांबद्दल प्रेम आणि सहानुभूती बाळगतात. त्यांनी मगध साम्राज्याच्या राज्यकारभाराची सूत्रे सांभाळली आणि त्यांच्या राजाला नेहमी प्रिय शिष्यच समजले.

ते ऐश्वर्य तसेच भोग-विलासापासून दूर, एका ब्राह्मणाप्रमाणे साधे जीवन जगले. ते साम, दाम, दंड आणि भेद नीतीचे समर्थक होते. त्यांनी कधीही अनैतीक मार्गाचा अवलंब करून स्वतःचे हित पाहिले नाही. त्यांचे असे मत होते की युद्ध कवेळ करायचे म्हणून नाही तर जनकल्याणाच्या हितासाठी करायची गोष्ट आहे. प्रत्येक वीराने केवळ युद्धातील जय-पराजयाचा विचार न करता राज्याच्या हिताचा देखील विचार केला पाहिजे.

अर्थशास्त्रात राजनीती व अर्थव्यवस्था यांच्याशी संबंधीत नियम आहेत तर नीतिशास्त्रात नैतीक मुल्ये व सिद्धांत आदींची चर्चा करण्यात आलेली आहे. त्यांचा सल्ला नेहमी राज्याच्या हिताचा असायचा. जीवनात असे अनेक प्रसंग आले, त्यावेळी केवळ त्यांनी सांगितलेल्या नियमांचे पालन केल्याने राजाला विजय मिळाला.

चाणक्यांचे ग्रंथ इतके वर्ष उलटून गेल्यानंतरही फायदेशीर व प्रमाणिक आहेत, जितके त्या काळात होते.

चार्ली चॅपलीन

चार्ली चॅपलीनचा जन्म १६ एप्रिल १८८९ला वालवर्थ, लंडन, इंग्लड येथे झाला. त्यांचे आई-वडील चार्ल्स सिनिअर व हॅना हिल 'म्युजिक हॉल'मध्ये काम करीत होते. आई-वडील विभक्त झाल्यावर चार्लीला काही दिवसानेच गरीब व अनाथ मुलांच्यामध्ये जगावे लागले. १२ वर्षीय चार्लीचे वडील वारले आणि आईचे मानसिक संतुलन बिघडल्याने १९२८मध्ये तिचा मृत्यू झाला.

वयाच्या पाचव्या वर्षी चार्ली प्रथमच आईच्या जागी स्टेजवर गेला. असे म्हणतात की बालपणीच्या आजारामुळे चार्लीला अनेक आठवडे बिछाण्यावर पडून राहावे लागले.

त्यावेळी आई खिडकीत बसून आपल्या अभिनयाद्वारे सांगत असे की बाहेर काय चालले आहे.

१९००मध्ये चार्लीला बंधूच्या मदतीने एक 'कॉमिक कॅट' ची भूमिका मिळाली. 'शरलॉक होम्स' मध्ये विली बॉयची भूमिका देखील केली. १९१२मध्य ते कार्नोदलाबरोबर यू.एस.ए.मध्ये आले. चित्रपट दिग्दर्शक मॅक सिनेटने त्यांच्या कामाचे कौतूक केले आणि की स्टोन फिल्म कंपनीत प्रवेश दिला.

चार्लीला सुरूवातीला अभिनय आत्मसात करायला कठीण गेले. १९४०मध्ये त्यांचा पहिला चित्रपट 'द ग्रेट डिक्टेंटर' निघाला, जो अडॉल्फ हिटलर व त्याच्या हुकूमशाहीवर आधारीत होता. चार्लीने त्यात एक फॅसिस्ट हुकूमशाहाची तसेच यहूदी नाव्ह्याची भमिका केली.

चॅपलीन राजकीयदृष्ट्या डाव्या विचाराचे होते. ते नेहमी आपल्या चित्रपटामधून गरीब व शोषितांच्याबद्दल बोलत. यू.एस.मध्ये चांगले यश मिळविल्यानंतरही त्यांनी ब्रिटिश नागरीकत्व कायम ठेवले. त्यांना अमेरिका विसंगतमध्ये ते इंग्लडच्या दौऱ्यावर गेले आणि स्विटझरलॅड मध्ये कायमचे वास्तव्य करण्याचे ठरविले. एप्रिल १९७२मध्ये ते केवळ ऑनररी ऑस्कर सन्मानासाठी यू.एस.ला गेले.

त्यांना दोन वेळा ऑस्कर पुरस्कार मिळण्याचे सौभाग्य प्राप्त झाले. ते चित्रपट अभिनय तसेच मौलीक स्क्रीन प्लेसाठी अनेकदा प्रोत्साहीत करण्यात आले. १९७३मध्ये त्यांना 'लाइमलाइट' चित्रपटासाठी सवश्रेष्ठ संगीताचा पुरस्कार मिळाला. 'ए किंग इन द न्यूयार्क' (१९५७) व 'ए काउंटेस फ्रॉम हॉंगकॉंग' (१९६७) सारखे चित्रपट निघाले.

वयाच्या ८८व्या वर्षी त्यांचे निधन झाले काही महिन्यानंतर त्यांचे मृत्शरीर कोणीतरी चोरून त्या मोबदल्यात पैशाची मागणी करण्यात आली परंतु हा डाव फसला. त्या बदमाषांना पकडण्यात आले. तसेच जवळ-जवळ ११ आठवड्यानंतर जिनेव्हा तळ्याजवळ त्यांचे मृत शरीर देखील मिळाले.

चार्ल्स डार्विन

चार्ल्स डार्विनचा जन्म १२ फेब्रुवारी १८०९, इंग्लडमध्ये झाला. ते रॉबर्ट तसेच सुजानाची पाचवे अपत्य तसेच दुसरे पुत्र होते. ते एक ब्रिटिश नैसर्गिक शास्त्रज्ञ होत, जे की निसर्ग निवडीचा सिद्धात यासाठी प्रसिद्ध झाले. ते देखील आपल्या आधीच्या शास्त्रज्ञाप्रमाणे असे समजत होते की पृथ्वीवर जीवनाची उत्पत्ती, करोडो वर्षात काही सामान्य पूर्वजांमुळे हळूहळू झाली

१८३१-३६च्या दरम्यान त्यांनी विज्ञान क्षेत्रात जागतिक अभियानात एक निसर्ग शास्त्रज्ञ म्हणून कार्य केले. दक्षिण अमेरिकेत डार्विनला दुर्मीळ प्राण्यांचे सांगाडे सापडले, जे की आधुनिक जातीपैकी होते.

गालापागोस बेटावर त्यांनी त्या सामान्य रोपट्यात तसेच प्राण्यात देखील फरक जाणवला जो की त्यांनी दक्षिण अमेरिकेत पाहिला होता. डार्विनने प्रत्येक ठिकाणच्या रोपट्यांचा व जंतुचा अभ्यास केला. तसेच पुढील अभ्यासासाठी नमुने देखील गोळा केले.

लंडनवरून परतल्यावर डार्विनने आपल्या नमुन्यांचा सूक्ष्मपणे अभ्यास केला. त्यातुन अनेक निष्कर्ष काढले. उत्पत्ती झाली होती, उत्पत्तीबरोबरच इतर हळूहळू बदल झाले ज्याला हजारो-करोडो वर्ष लागले. उत्पत्तीच्या प्राथमिक अवस्थेचे नाव 'निसर्ग निवडीचा सिद्धांत' असे होते. करोडो जिवंत जाती, 'स्पेशलाइजेशन' प्रक्रियेतून उत्पन्न एका महत्वाच्या जीवापासून उत्पन्न झाले.

डार्विनने सांगितले की प्रत्येक अवयवाचे अस्तित्वात राहाणे किवा नष्ट होणे त्याला मिळणऱ्या नैसर्गीक वातावरणावर अवलंबून असते. 'ऑन द ओरिजीन ऑफ स्पेसीज बाइ मिन्स ऑफ नॅचरल सेलेक्शन' या पुस्तकात सर्व सिद्धांत देण्यात आले आहेत. या शिवाय डार्विन जीवशास्त्र, प्राणिशास्त्र, आदी विषयावर देखील लिहित राहिले.

धार्मीक विचारावर त्यांच्या कार्याचा गंभीर परिणाम झाला. लोकांनी उत्पत्तीचा सिद्धांत नाकारला कारण की हा सिद्धांत त्यांच्या धार्मीक भावनाच्या विसंगत होता. डार्विनने आपल्या कामाची थिओलॉजिकल तसेच सामाजिक अंगाने त्याची चर्चा केली नाही परंतु अनेक लेखकांनी त्यांच्या

विचारांचे समर्थन करणारे लेखन केले. कामात मग्न व संयमी स्वभावाचे डार्विन त्या विद्वानापैकी होते, जे आपल्या व आपल्या कौटुंबिक भावना व्यतिरिक्त दुसऱ्यांच्या भावनांची देखील कदर करीत असत.

आज डार्विनच्या सिद्धांताला जवळ-जवळ सर्वच शास्त्रज्ञांनी मान्यता दिली आहे. तसेच उत्पतीच्या सिद्धांताचा अभ्यास त्यानंतर सुरू झाला. असे असले तरी धार्मीक लोकांनी हा विचार आजही स्वीकारलेला नाही. त्यांनी या विषयावर अनेक पुस्तके व पत्र देखील प्रकाशीत केले ज्यात 'डिसेंट ऑफ मॅन' (१८७१) हे उल्लेखनीय पुस्तक आहे.

चार्ल्स बॅबेज

चार्ल्स बॅबेज १९व्या शतकातील गणितज्ञ तसेच संशोधक होते. मॅकॅनिकल कम्प्युटिंगच्या इतिहासात त्यांच्या यंत्रांनी खूप नाव कमावले.

त्यांचा जन्म २६ डिसेंबर १७९१मध्ये लंडन येथे झाला. ते एका बँक कर्मचाऱ्यांचे पूत्र होते. लहानपणी तबियत ठीक रहात नसल्यामुळे शिक्षण घेण्याचे कार्य घरीच केले. १८१९मध्ये ज्यावेळी ते क्रेबिज विद्यापीठात गेले. तिथे त्यांना गणिताबद्दल विशेष आवड उत्पन्न झाली.

त्यांचे सुरूवातीचे करिअर विज्ञानाचे प्रयोग करण्यातच गेले. १८२०च्या दशकात त्यांनी एक मशीन 'डिफरेंस इंजिन' वर काम केले. जे गणितातली मोजणी करण्याचे काम करीत होतं. सहा पायाचे हे मशीन लोकांना दाखविण्यात देखील आले. नंतर त्यांनी पहिल्यापेक्षा चांगली व मोठी डिफेन्स इंजिन-२ याच्यावर काम केले. त्यांनी आणखी एक शोध लावला. जटील विश्लेषक इंजिन बनवले, असे एक क्रांतीकारी यंत्र ज्यांच्यामुळे ते कॉप्युटर क्षेत्रात अग्रणी समजण्यात आले. हे यंत्र, आणि एक मेमोरी यूनिटप्रमाणे आकडे देखील सुरक्षित ठेवत होतं.

ब्रिटिश गणितज्ञ एडा लव्हलैकने या मशीनसाठी कार्यक्रम तयार केला परंतु बॅबेजच्या जीवनकाळात तो पूर्ण होऊ शकला नाही. त्यांनी सरकारी अनुदान घेऊन डिफेरेन्स इंजिनवर काम केले, नंतर त्याला वगळून 'एनेलेटिक्स मशीन' ची निवड केली. सरकारने १८४२मध्ये अनुदान देणे बंद केले आणि अपूर्ण मशीनला संग्रहालयात ठेवले.

बॅबेजने स्वतःच्या पैशातून 'एनलेटिकल मशीन' काम केले. पंरतु त्याला ते पूर्ण करू शकले नाही. लाई व्हायरनची मुलगी तसेच लव्हलॅकच्या काउंटेसने त्यांना खूप मदत केली पण काही उपयोग

झाला नाही, आलेल्या अपयशानंतरही चार्ल्स बॅबेज आणि लेडी लव्हलॅकला कंम्प्युटर युगातील इतिहास नायकापैकी एक समजले जाते. चार्ल्सला तर अधुनिक कंम्प्युटिंगचा 'पितामहा' असे देखील म्हणतात.

त्यांनी या व्यतिरिक्त पहिल्या विश्वसनीय एक्यूटेरियल टेबल्स बनवले. 'स्केल्टन की' चा शोध लावला. १८४७मध्ये त्यांनी रेटिनाच्या अभ्यासासाठी ओपथेलमोस्कोप बनवले परंतु त्यासंदर्भात काही भाष्य केले नाही म्हणून त्यांना त्या शोधाचे कसलेही श्रेय मिळाले नाही.

त्यांनी तत्वज्ञान व ब्रिटिश विज्ञानात सुधारणा करण्याच्या क्षेत्रात देखील काम केले. १८ ऑक्टोबर १८७१मध्ये लंडनमध्ये त्यांचा मृत्यू झाला.

चे गव्हेरा

अर्नोस्टे चे गव्हेरा यांचा जन्म १४ जून १९२८ला अर्जेंटीना येथे उच्च-मध्यम वर्गीय कुटुंबात झाला. वयाच्या दुसऱ्या वर्षी त्यांना दमा झाला. आयुष्यभर या आजाराने त्यांना त्रास दिला. त्यांचे आई-वडील कोरडोबा येथे गेले, यामुळे की तेथिल-वातावरणामुळे त्यांची तबियत ठीक राहील. असे असले तरी गव्हेरांची तबियत नेहमी खराबच राहिली, ते इतर मुलांसोबत खेळायचे सोडून शांतपणे पुस्तक वाचत असायचे. कमी वयातच त्यांनी मार्क्स् व एंगल्स यांचे राहित्य वाचले होते. त्यांचे कुटुंब जुआन पेरोन यांच्या हुकूमशाही विरोधात होते. त्यांची आई पेरोमच्या विरोधी आंदोलनात सक्रिय होती.

१९४०च्या दशकाच्या शेवटपर्यंत गव्हेरांना क्रांतीकारी विद्यार्थी आंदोलनात अजबिात रस नव्हता. ते खास करून कुष्ठरोग्याची चिकित्सा कशी करतात हे शिकत होते. ते पेरूच्या कुष्ठरोगी कॉलनीन रोगाचा अभ्यास करायला गेले. अर्जीटीनात येण्यापूर्वी त्यांनी कोलंबिया, व्हेनेज्यूएला तसेच मिआमीचा देखील दौरा केला.

ते आपल्या प्रवासा दरम्यान मार्क्सवादी बनले होते. १९५४च्या सप्टेंबर महिन्यात मेक्सिको शहराच्या जनरल हॉस्पीटलमध्ये काम करू लागले. त्यानंतर त्यांची भेट फिडेल कॅस्ट्रो यांच्यासोबत झाली. ज्यांना क्यूबाने राजकीय आश्रय दिला होता.

चे त्यांचे शिष्य बनले तसेच क्युबाचे हुकूमशहा फुलगेनसियो बतिस्ताच्या विरोधात आवाज बुलंद करण्यात त्यांनी मदतीचे आश्वासन दिले. स्पेनच्या एका कॅप्टनने त्यांना व त्यांच्या सहकार्यांना गनिमी युद्ध तंत्राचे प्रशिक्षण दिले, तिथेच त्यांना 'चे' असे नाव देण्यात आले. इटाली भाषेत त्याचा अर्थ 'दोस्त' असा होतो. चे व कॅस्ट्रोला कैदेत टाकले परंतु लवकरच सोडून देण्यात

आले. कॅस्ट्रोला माहीत होतं की ते मेक्सिकोत जास्त वेळ राहू शकत नाहीत आणि त्यानंतर क्युबन क्रांतीला सुरूवात झाली.

चे यांनी क्रांतीकार्यात कमांडर आणि डॉक्टर अशी दूहेरी भूमिका बजावली. ते आपल्या सहकार्यांकडून सक्तीने काम करून घेत असत. त्यांनी सांगितले की सैनिकांनी युद्धासोबतच मार्क्सवादी विचार देखील आत्मसात करायला हवेत. कैद्यांना ते चांगली वागणूक देत नसत. त्यांना ते मृत्यूदंड देण्यासाठी कमी करत नसत. सरकार कोसळल्यानंतर कॅस्ट्रोने त्यांना उद्योगमंत्री केले होते. त्यानंतर चे यांनी विवाह केला आणि दीर्घकाळासाठी मधूचंद्राचा आनंद घ्यायला गेले.

ते परत आल्यावर कॅस्ट्रो आणि यांच्या काम करण्याच्या पद्धतीत विसंगती जाणवू लागली. चे यांचे सल्ले नुकसानकारक सिद्ध झाले आणि फिडेल यांनी त्यांना आपल्यापासून दूर केले. आपल्यासोबत १२० सहकार्यांना घेऊन चे अफ्रिकेतील कांगो देशात साम्यवादी क्रांती करायला गेले परंतु यशस्वी झाले नाहीत.

नंतर ते दक्षिण अमेरिकेकडे गेले परंतु इथे देखील त्यांचे विश्लेषण लागू झाले नाही. ८ ऑक्टोबर, १९६७ला बोलिव्हिया सैन्याने त्यांना गोळ्या घातल्या. असे म्हणतात की मरता-मरता चे यांना म्हणाले होते, "चला गोळ्या घाला, तुम्ही केवळ एका व्यक्तिला मारत आहात"

जवाहरलाल नेहरू

भारताचे पहिले पंतप्रधान जवाहरलाल नेहरू म्हणजे स्वतंत्र्याच्या आंदोलनातील एक महत्त्वाचे नेते. त्यांच्याच नेतृत्वाखाली स्वतंत्र भारताने औद्योगीक विकासाच्या क्षेत्रात पाय ठेवला. त्यांचा जन्म एक संपन्न काश्मिरी कुटुंबात १४ नोव्हेंबर १८८९ला इलाहाबाद येथे झाला. इंग्लडच्या हॅरो स्कूलमधून शिक्षण घेतल्यानंतर त्यांनी केंब्रीज विद्यापीठाच्या ट्रिनिटी कॉलेजात प्रवेश घेतला आणि तेथूनच नॅचरल साइन्समध्ये पदवी संपादन केली. नंतर लंडनच्या इनर टेंपलमध्ये त्यांनी वकिली पास केली.

१९१२मध्ये ते भारतात परतले तसेच इलाहाबाद हाइकोर्टात प्रॅक्टिस करू लागले. १९१६मध्ये त्यांचा विवाह कमला कौल यांच्याशी झाला. त्याची एकमेव कन्या इंदिरा प्रियदर्शिनी, पुढे चालून भारताची प्रथम महिला पंतप्रधान बनली.

१३ एप्रिल १९१९मध्ये जालियनवाला बागमधील रक्तरंजित प्रसंगाने नेहरूना द्रवित केले. ते १९२०मध्ये महात्मा गांधीच्या नेतृत्वाखाली सुरू असलेल्या असहकार आंदोलनात सहभागी झाले. या आंदोलनात अहिंसा तसेच स्वराज्याचा प्रचार केला.

१९२०मध्ये गांधीजीने कॉंग्रसला विद्यानाच्या तावडीतून सोडून प्रभावी राजकीय नेत्यांच्या स्वाधीन केले. ज्यांचा उद्देश होता देशाला स्वातंत्र्य मिळवून देणे. नेहरूजीने त्यांच्या बदलाचे स्वागत केले. १९२१मध्ये ते प्रथमच जेलमध्ये गेले.

पुढील २४ वर्षात ते नऊ वेळा जेलमध्ये गेले तसेच एकून तीन वर्ष जेलमध्ये घालवली, तिथे त्यांना खूप मोकळा वेळ मिळाला. 'ग्लिम्पसेस ऑफ वर्ल्ड हिस्ट्री', 'ऑटोबाइओग्राफी' व 'डिस्कव्हरी ऑफ इंडिया' हे त्यांनी लिहिलेले उल्लेखनीय ग्रंथ आहेत. १९२३-२५पर्यंत ते कॉंग्रसचे जनरल सेक्रेटरी राहिले. १९२७मध्ये दोन वर्षासाठी पुन्हा त्यांनी ते पद सांभाळले. युरोप व आधीचे सोव्हीएट युनियनमध्ये प्रवास केल्यानंतर त्यांना मार्क्सवादी विचाराबद्दल आवड उत्पन्न झाली. लाहोर येथे भरलेल्या अधिवेशनात त्यांना कॉंग्रसचे अध्यक्षपद देण्यात आले.

गांधीजीने राजकाणापासून औपचारीक सेवानिवृत्ती घेतल्यानंतर नेहरू १९३४मध्ये कॉग्रेस पक्षाचे नेते बनले. १९४२च्या 'भारत छोडो' आंदोलनात नेहरू, गांधीजी व कॉंग्रेसची संपूर्ण वर्किंग कमिटी जेलमध्ये होती. १९४२मध्ये गांधीजींने त्यांना आपले औपचारीक राजकीय वारसदार म्हणून जाहीर केले, १५ ऑगस्ट १९४७ला भारत स्वतंत्र झाला. पाकिस्तानचा जन्म झाला आणि ते स्वतंत्र भारताचे पहिले पंतप्रधान बनले. त्यांनी देशाची कोलमडलेली अर्थव्यस्था सावरण्यासाठी समाजवादी योजना व खुल्या धोरणांचा स्वीकार केला.

परराष्ट्रमंत्री हे खाते देखील त्यांनी पंतप्रधानपदासोबतच सांभाळले. पंचवार्षीक योजनेद्वारा त्यांनी देशाचे नवनिर्माण तसेच औद्योगीक विकासावर लक्ष दिले तसेच लवकरच देश औद्योगीक देशांच्या यादीत गणल्या जावू लागला.

त्यांनी अलिप्तवादाचे धोरण स्वीकारून अनेक देशातील तणाव कमी करण्यासाठी मध्यस्थायीची भूमिका केली. असे असले तरी भारत-चीन युद्ध प्रयत्न करूनही नेहरूजी टाळू शकले नाहीत.

१९६३मध्ये त्यांना ऱ्हदविकाराचा झटका आला. तबियत बिघडत गेली. २७ मे १९६४ला तिसऱ्या ऱ्हदय झटक्यात त्यांचा प्राण गेला.

जॉन एफ केनेडी

जॉन एफ. केनेडींचा जन्म २९ मे १९१७ला मॅसाच्युसेटस्च्या ब्रुकलिन शहरात झाला. त्यांनी १९४०मध्ये हार्वर्डमधून पदवीपर्यंतचे शिक्षण घेतले. त्यानंतर ते नेव्हीमध्ये जहाजाला जपान्यांनी नष्ट केले त्यावेळी स्वतः जखमी असताना देखील अनेकांना पाण्यातून बाहेर काढले.

युद्धावरून आल्यानंतर ते बोस्टन क्षेत्रातून डेमोक्रेटिक कॉंग्रेसी बनले. नंतर त्यांनी १९५३मध्ये सिनेटचे सदस्य झाले.

१२ सप्टेबर १९५३मध्ये त्यांचा विवाह जॅकलीन बोविरसोबत झाला. १९५५मध्ये त्यांनी 'प्रोफाइल्स इन करेज नावाचे पुस्तक लिहिले, ज्याला इतिहासात पुलित्झर पुरस्काराने सम्मानीत करण्यात आले.

१९५६मध्ये त्यांना उपराष्ट्रपतीपद मिळाले म्हणून त्यांच्या नावाचा प्रस्ताव मांडण्यात आला. पुढे चार वर्षांनी ते राष्ट्रपती बनले. सगळ्या लोकांनी त्यांना त्यांचा प्रतिस्पर्धी रिपब्लिकन रिचर्ड एम. निक्सन यांच्याबरोबरचा वाद-विवाद ऐकला. रोमन कॅथलिक असणारे केनेडी हे पहिले राष्ट्रपती होते.

ते आपल्या स्वागत भाषणात म्हणाले-असे विचारू नका की देश तुमच्यासाठी काय करू शकतो, असे विचारा की तुम्ही देशासाठी काय करू शकता?

राष्ट्रपती या नात्याने देशासाठी जितके करता येईल तितके त्यांनी केले. त्यांनी दारिद्र्य निर्मुलनासाठी अनेक कार्यक्रम आखले.

ते अमेरिकेला राष्ट्रीय संस्कृतीचे प्रतिक म्हणून जगासमोर आणू इच्छित होते. त्यांची इच्छा होती की अमेरिकेची जुनीच ओळख कायम राहावी. अमेरिका हा पहिला देश होता ज्याने मानवाधिकाराला प्राधान्य क्रम दिला होता. अमेरिकेने विकसनशील देशाला आर्थीक मदत करण्याचे देखील ठरविले होते परंतु कम्यूनिस्ट क्रांत्यांना ते थांबवू शकले नाहीत.

२२ नोव्हेबर १९६३मध्ये जॉन.एफ.केनेडी यांची गोळी मारून हत्या करण्यात आली. त्यांच्या राष्ट्रपतीपदाचा कार्यकाळही अद्याप पूर्ण झाला नव्हता. केनेडी हे असे एकमेव राष्ट्रपती होते जे कमी वयात राष्ट्रपती बनले आणि कमी वयातच त्यांची हत्या करण्यात आली.

जॉर्ज डब्ल्यू. बुश

जॉर्ज डब्ल्यू बुश यू.एस.चे ४३वे राष्ट्रपती होते. त्यांनी २० जानेवारी २००१ला प्रथम तसेच फेब्रुवारी २००५ला दुसऱ्यांदा राष्ट्रपतीपदाची शपथ घेतली. यापूर्वी ते ६ वर्षांपर्यंत टेक्सास राज्याचे राज्यपाल म्हणून कार्यरत होते. तिथे ते मर्यादीत सरकार, वैयक्तिक जबाबदारी, सशक्त कुटुंब व स्थानीक नियंत्रणाच्या आधारावर चांगलेच लोकप्रिय ठरले.

२००१मध्ये यू.एस.चे राष्ट्रपती बनल्यानंतर त्यांनी कॉंग्रेसबरोबर काम केले. यामुळे की अमेरिकन लोकांची सुरक्षा, समृद्धी व संधीद्वारे भविष्य उज्ज्वल व्हावे. त्यांनी शिक्षण क्षेत्रात सुधारणा केल्या, कायदेशीर करात देखील सवलती दिल्या. त्यांनी आरोग्य तसेच चिकित्सेच्या क्षेत्रावर देखील लक्ष दिले, जेष्ठ नागरीकांना मोफत औषधी दिल्या. पर्यावरण संरक्षण, सैन्याच्या वेतनात वाढ तसेच सोयीसुविधांवर

लक्ष दिले. त्यांचे मत होते की नागरीकांच्या मनातच अमेरिकेची शक्ती लपलेली आहे. त्यांनी असे काही कार्यक्रम तयार केले. ज्याच्या आधारे लोकांना आपल्या शेजाऱ्यांना मदत करता येईल.

११ सप्टेंबर २००१च्या दहशतवादी हल्ल्यानंतर त्यांनी राष्ट्रीय सुरक्षेला सर्वोच्च प्राधान्य दिले. त्यांचे मत होते की मुक्त व समृद्ध समाजच राष्ट्राला सुरक्षित व शांतीपूर्ण पद्धतीने प्रगती करण्यासांठी उपयोगी पडतो.

त्यांनी एका माजी शिक्षिका तसेच ग्रंथपाल असणाऱ्या, लारा वेल्च बुश, यांच्यासोबत विवाह केला. त्यांना दोन जुळया मुली आहेत बारबरा व जीना.

जॉन मॅकेन

जॉन सिडनी मॅकेन तृतीयचा जन्म २९ ऑगस्ट १९३६ला पनामा कॅनल झोनमध्ये झाला. त्यांचे वडील व आजोबा यू.एस.नेव्हीमध्ये ॲडमिरल होते. त्यांनी १९५८मध्ये यू.एस.नेव्हल अकादमीमधून पदवी घेतली. त्यानंतर त्यांना फ्लोरिडा व टेक्सास या ठिकाणी प्रशिक्षण देण्यात आले. मॅकेन २००८मध्ये यू. एस. प्रेसिडेंट या पदासाठी रिपब्लिकन पक्षाकडून अमेद्वारी अर्ज भरला. ते १९८७पासून अरी झोनमधून यू.एस. सिनेटर आहेत.

नेव्हीमध्ये त्यांनी एक पायलट व अधिकारी म्हणून २२ वर्ष सेवा दिली. त्यांना १९६७ ते ७३पर्यंत अशी पाच वर्ष व्हिएतनामी कैदेत घालवावे लागले.

१९८१मध्ये त्यांनी नेव्ही सोडली तसेच १९८२मध्ये कॉंग्रेससाठी निवडल्या गेले. १९८६मध्ये अरिझोनामधून यू.एस. सिनेटर म्हणून निवडण्यात आले. सन२०००मध्ये ते रिपब्लिकन पक्षाकडून प्रेसिडेंटच्या निवडणुकीत उमेद्वार होते परंतु जॉर्ज डब्ल्यू बुश यांनी त्यांचा पराभव केला.

सन २००४मध्ये बुश पुन्हा निवडून आले. त्यानंतर २००८मध्ये जॉनने पुन्हा एकदा प्रयत्न केला. यावेळी समर्थक देखील त्यांच्या मागे होते. त्यांनी एक पुस्तक लिहिले आहे, ज्यात त्यांच्या कुटुंबाच्या सैन्य इतिहासाची संपूर्ण माहीती मिळते.

त्यांचे वडील व आजोबा दोघेही यू.एस. नेव्हीमध्ये चार स्टार असणारे ॲडमिरल होते. मॅकेनचा पहिला विवाह केरोलसोबत झाला होता. त्यांची सोडचिठ्ठी झाल्यावर सहाच महिन्याने अरिझोना येथील एका दारू विक्रेत्याची मुलगी सिंडी हेंसले हिच्यासोबत विवाह झाला. त्यांना पुढे सात आपत्ये झाली.

जॉर्ज वाशिंग्टन

जॉर्ज वाशिंग्टनचा जन्म १७३२मध्ये झाला. खाजगी शाळा तसेच घरीच प्राथमिक शिक्षण घेतल्यानंतर त्यांनी सर्व्हे करण्याचे काम केले. जॉर्ज ११ वर्षाचे असतानाच त्यांचे वडील त्यांना सोडून गेले. लॉरेन्स या त्यांच्या सावत्र भावानेच त्यांचा सांभाळ केला. ते लॉरेन्स रॉयल नेव्हीत कार्यरत होते. जॉर्जला देखील नेव्हीमध्येच करिअर करावे असे वाटत होते परंतु त्यांच्या आईने त्यांना निराश केलं.

१७४८मध्ये, १६ वर्षीय जॉर्जने सर्व्हे करण्याचे काम सुरू केले. नंतर त्यांच्या सैन्य करिअरची सुरूवात झाली. त्यांना एका जहाजाचा मेजर नियुक्त करण्यात आलं. १७५४मध्ये ते लेफ्टनंट कर्नल आणि नंतर कर्नल पदापर्यंत गेले. १९५५मध्ये त्यांनी पुन्हा कर्नल म्हणून नियुक्त करण्यात आलं. परंतु एका युद्धाचे नेतृत्व करीत असताना थोडक्यात बचावले. शौर्याच्या पुरस्कारात त्यांना व्हर्जिनिया मिलिट्री दलाचे नेतृत्व देण्यात आले. परंतु १९५९च्या आरंभी सरकारकडून कसलाच प्रतिसाद मिळत नसल्याने त्यांनी राजीनामा दिला. नंतर ते माउंट व्हर्नान येथे गेले.

१७७५मध्ये कॉंग्रेसने त्यांना कॉन्टीनेटेल आर्मीत कमांडर इन चीफ म्हणून नियुक्त केले. त्यांनी एक सुप्रशिक्षण व स्वयंशासीत सैन्य दल तयार केले. १७८१मध्ये, यार्कटाउनच्या युद्धात त्यांनी विजय मिळवला. १७८३मध्ये पॅरिसच्या तहावर हस्ताक्षर झाले, त्यावेळी त्यांनी कमीशनमधून बाहेर पडण्याचे ठरविले व पुन्हा ते माऊंट व्हर्नान येथे गेले.

पुढच्या वर्षा ते न्यूयार्कला आले तसेच फेडरल हॉलमध्ये ऑफीर्सची शपथ घेतली. त्यांनी दोन वेळा देशाचे सरकार चालवले. लोकांची इच्छा होती की त्यांनी तिसऱ्यांदा देखील हे पद सांभाळावे परंतु त्यांनी स्वतःच नकार दिला, त्योंनी सरकारी अधिकाऱ्यांना सशक्त करण्यासाठी अनेक उपाय-योजना केल्या. देशाच्या एकतेसाठी निरनिराळया ठिकाणाला भेटी दिल्या. त्यांच्या शासनकाळात, १७९०मध्ये सरकार न्यूयार्क वरून फिलेडेल्फिया येथे आणले.

रिटायरमेंटचा आनंद त्यांना केवळ सहा वर्षच घेता आला. देशासाठी काहीतरी करण्याची इच्छा शेवटपर्यंत कायम होती, १७९८मध्ये ज्यावेळी देश युद्ध करण्याच्या तयारीत होता, ते देशासाठी लढायला सज्ज होते, वास्तवात त्याची गरज पडली नाही. १७९९मध्ये ६७व्या वर्षी त्यांचे निधन झाले.

जिम्मी कार्टर

जिम्मी कार्टर यांनी आपले विरोधी गेराल्ड फोर्ड यांचा १९७६मध्ये पराभव करून ते यू.एस.चे राष्ट्रपती बनले. जार्जियाचे एका फार्ममध्ये त्यांचे पालन पोषण झाले व त्यांनी १९४६मध्ये यू.एस नेव्हल अकादमीमध्ये पदवी प्राप्त केली. त्यांनी 'न्यूक्लिअर सब मॅरीन कार्यक्रमसाठी काम केले. १९५३मध्ये वडिलांच्या मृत्यूनंतर ते राजीनामा देवून कौटुंबिक फार्ममध्ये राहायला गेले. १९६२मध्ये त्यांनी स्थानीक राजकारणात भाग घेतला. १९७१मध्ये जार्जियाचे गव्हर्नर म्हणून नियुक्त झाले. १९७६च्या राष्ट्रपतीच्या निवडणूकीत ते गेराल्ड यांना पराभूत करून राष्ट्रपतीपदावर पोहोचले.

कार्टरने मानवाधिकार व जबाबदार सरकारचे समर्थन केले परंतु त्यांचा कार्यकाळ मंदीचा कहर, बेरोजगारी व उर्जा संकट यांनी ग्रस्त राहिला. त्यांच्या कार्यकाळाच्या शेवटच्या चौदाव्या महिन्यात यू.एस. एम्बेसीला कैद करण्याचे प्रकरण चर्चेत राहिले.

दुसऱ्यांदा निवडणूकीत कार्टर तसेच उपराष्ट्रपती वाल्टर मोन्डेल, रिपब्लिकन रोनाल्ड रोगन व जॉर्ज बुशकडून पराभूत झाले. त्यानंतर कार्टर अंतराष्ट्रीय स्वरूपात अनेक गैर लाभधारी संस्थांच्या माध्यमातून भूक व निर्धनता आदी मुद्यावर सक्रिय राहिले.

जिम्मी कार्टर वैयक्तिक धोरणाच्या जोरावर उत्तर कोरीया ते हैतीपर्यंत अंतरराष्ट्रीय संकटातून बाहेर पडण्यासाठी यशस्वी ठरले. या प्रयत्नांसाठी त्यांना नोबेल पुरस्काराने सन्मानीत करण्यात आले. त्यांच्यासोबत थिओडर रूझवेल्ट तसेच वुड्रो विल्सनला देखील हा सन्मान मिळाला. हा सन्मान मिळणारे ते अमेरिकेचे तिसरे राष्ट्रपती होते.

माजी राष्ट्रपतींने पुस्तकांच्या एक-दोन आवृत्या आढळ्या असतील परंतु कार्टरचे लेखक म्हणून असलेलं करिअर यशस्वी ठरलं. त्यांनी २० पुस्तके लिहिली. ऑफीस सोडल्यानंतर 'कीपिंग फेथ' प्रकाशीत केलं. नंतर त्यांनी आपल्या बालपणीच्या आठवणी, धर्म व अध्यात्म, वृद्धावस्था, कुटुंब तसेच ऐतिहासीक कादंबऱ्या आदी पुस्तके दिले. त्यांच्या नुकत्याच प्रकाशीत झालेल्या पुस्तकामध्ये 'आवर अनडेंजर्ड व्हॅल्यूज, अमेरिकाज मोरल क्राइसिस' (२००५) ही उल्लेखनीय आहेत. राजकीय नेत्याने नैतीक असावे असे ते म्हणत. सार्वजनीक जीवनात सहभागी झाल्यानंतर हाच मुद्दा त्यांच्यासाठी महत्वाचा ठरला. नैतीक नेतृत्वाच्या वैशिष्ट्यामुळेच ते यू.एस.च्या सर्व राष्ट्रपतीपैकी अधिक अभूतपूर्व भूमिका करू शकले.

जूलियस सीजर

रोमचे पहिले सम्राट जूलियस सीजरचा जन्म १३ जुलै ई.स.पू.१०० मध्ये झाला. ते रोमन इतिहासाच्या अस्थिर वातावरणात जन्मले. त्यावेळी साम्राज्याचा विशाल स्वरूपात विस्तार होत होता. त्यांच्या जीवनाचे पहिले वीस वर्ष शत्रू तसेच असब्लीमध्ये गेले. निवडपद्धती देखील भ्रष्ट होती.

अर्थमंत्री परराष्ट्रात विसंगत कामे करून आल्यावर तर त्यांनी शत्रूपासून सुटका करून घेण्यासाठी मोहीम चालवली. अनेक राजदरबाऱ्यांना व अधिकाऱ्यांना मृत्यूदंड ठोठावण्यात आला. नंतर अर्थमंत्री सुलाने स्वतःला राजा म्हणून घोषीत केले. जूलियसने त्यांच्या शत्रूच्या मुलीसोबत विवाह केला होता. सुलाने हुकूम दिला की सिजरने त्यांच्या पत्नीला सोडून द्यावे. सिजरने तसे करण्यास नकार दिला.

सुलाच्या मृत्यूची बातमी ऐकून सिजर रोमला परतले. अनेक वर्ष ते काय करावं याचा विचार करीत होते. नंतर ते शिक्षणासाठी रोड्सला निघाले असताना सागरी डाकुने त्यांना पकडले. त्यांनी शपथ घेतली की ते मुक्त होताच ते शत्रुला फासावर चढवतील आणि त्यांनी तसेच केले.

रोमला आल्यावर ते क्वास्टरसाठी निवडल्या गेले, क्रासचे मदतनीस म्हणून देखील ते जनतेमध्ये खूप लोकप्रिय झाले.

ई.स.पू ६२मध्ये ते राजदरबारी बनले. ही त्यांची पहिली स्वतंत्र सैनिक कमांड होती. गॉल प्रातांचे गर्व्हनर बनल्यावर त्यांना माहीत झाले की कोणी स्विरा नावाची जात हल्ला करायला येत आहे. ते त्यांच्यावर विजय मिळवायला निघाले. या विजयानंतर त्यांनी ऱ्हाइन नदीच्या किणारी जर्मनीवर विजय मिळवला. त्यानंतर त्यांनी विद्रोही बेल्गे जनजातीला देखील धडा शिकवला.

ज्यावेळी ते इटलीत परतले, त्यावेळी त्यांच्या स्वागतासाठी पंधरा दिवसाच्या स्वागत समारंभाचे आयोजन करण्यात आले होते. ते अनेक वर्षापर्यंत विद्रोह्यांचे डोके उडवत रोमन साम्राज्याचा विस्तार करीत राहिले. ई.स.पू. ५४मध्ये ते ८०० जहाजासोबत ब्रिटनला गेले. तिथेही त्यांनी शत्रूंना नामोहरम केले.

रोममध्ये राजकीय हिंसाचार चालू होता. जनरल पोम्पीने अत्याचार माजवला होता. सिजरने जनतेच्या मदतीने पोम्पीवर हल्ला चढवला. मग तो जीव वाचवून पळाला.

सिजर रोमन साम्राज्याचे सर्वेच्च शासक बनले परंतु त्यांच्या विरोधात त्यांच्याच सैन्याने विद्रोह केला. सिजरने विद्रोह्यांचा बंदोबस्त करून ते विजयी नायक म्हणून रोमला परतले.

कृतज्ञ राष्ट्र त्यांना भगवान स्वरूप समजत होता. त्यांना 'फादर ऑफ द कंट्री' ही उपाधी देण्यात आली परंतु कटकारस्थान काही कमी झाले नव्हते. ई.स.पू. ४४ ला सिजर दरबारात आपल्या शाही सिंहासनावर बसले होते. एका कारस्थानी व्यक्तिने त्यांच्या गळयातले वस्त्र ओढले, दुसऱ्याने संधी पाहून गळा दाबला. सम्राटने वाचण्याचा प्रयत्न केला परंतु कोणीतरी चाकू घेऊन धावले. उर्वरित दरबारी मरणाच्या भीतीने काही करू शकले नाहीत. सिजरच्या शरीरावर तेवीस वार झाले आणि त्यांनी पोम्पीच्या मुर्तीजवळ आपला प्राण त्यागला.

जे. आर. डी. टाटा.

जे आर डी टाटा भारतातील महान उद्योगपतीपैकी एक आहेत. भारतात त्यांनी मोठ्या औद्योगीक घराण्याचा पाया रचला. त्यांचा जन्म २९ जुलै, १९०४ला पॅरिसमध्ये झाला. त्यांची आई एक फ्रेंच आणि वडील पारसी होते. त्यांचं पूर्ण नाव 'जहाँगीर रतनजी दादाभाई टाटा' असे होते. मित्रांमध्ये ते 'जे'या नावाने लोकप्रिय होते.

चार भावंडापैकी ते दुसरे होते. त्यांनी फ्रन्स, जापान व इंग्लडमधून शिक्षण घेतले आणि नंतर ते फेंच सैन्यात भरती झाले. ते आपल्या एक वर्षीय सेवेला वाढवू इच्छित होते. परंतु नशीबाने दुसरेच वाढवून ठेवले होते. सैन्याची नोकरी सोडल्याने त्यांना जीव वाचवणे शक्य झाले, कारण त्यांनी सैन्यातून बाहेर पडताच मोरस्को युद्धात पूर्ण रेजीमेंट मारल्या गेली.

१९२५मध्ये ते बिनपगारी स्वरूपात टाटा अँड सैन्यामध्ये काम करू लागले. त्यांना जहाज चालविण्याची आवड होती. १० फेब्रुवारी १९२९ला ते पायलटची परीक्षा पास होणारे पहिले भारतीय बनले. त्यांनी टाटा एअरलाइन्स स्थापन करून भारताला नवी भरारी दिली. हिच विमानसेवा पुढे एअर इंडिया या नावाने ओळखल्या जावू लागली. १९३२मध्ये टाटा विमान सेवेच्या माध्यमातून त्यांचे स्वप्नं साकार झाले. १९३८मध्ये ३९ वर्षीय जे आर. डी. भारताच्या महान उद्योग समूहाचे प्रमुख म्हणून निवडल्या गेले. त्यांनी आपल्या नेतृत्वाखाली टाटा अँड सन्सला यशाच्या नव्या उंचीवर नेऊन पोहोचवले.

ते सर दोराबजी टाटा ट्रस्टचे ट्रस्टी होते. त्यांच्या मार्गदशनाखाली १९४१मध्ये मुंबईचे टाटा मेमोरियल सेंटर फॉर कॅन्सर उभारल्या गेले. त्यानी टाटा इंस्टिट्यूट ऑफ सोशल साइन्स (१९३६), द टाटा इस्टिट्यूट ऑफ फंडामेंटल रिसर्च (१९४५) व नॅशनल सेंटर फॉर परफॉर्मिंग आर्ट्सची देखील स्थापना केली.

१९४८मध्ये त्यांनी भारताची पहिली अंतरराष्ट्रीय विमान सेवा एअर इंडिया इंटरनॅशल सुरू केली. १९५३मध्ये भारत सरकारने त्यांना एअर इंडियाचा चेअरमन व इंडियन एअर लाइन्सचा बोर्ड डायरेक्टर नियुक्त केले. ते जवळ-जवळ पंचवीस वर्ष त्या पदावर राहिले. त्यांना 'ऑनरेरी एअर कॉमोडोर ऑफ इंडिया' या उपाधीने सन्मानीत करण्यात आले.

१९५६मध्ये त्यांनी 'एम्पलॉई असोशिएशन विथ मॅनेजमेंट' कंपनीच्या कामात सहभाग घ्यायला सुरूवात केली, यामुळेब की, कर्मचाऱ्यांनी देखील कंपनीच्या कामात लक्ष द्यावे. ते कर्मचारी कल्याण, कामाचे आठ तास, मोफत आरोग्य तपासणी प्रोव्हिडेंट योजना, अपघात भरपाई विमा आदीच्या बाजूने होते. काही काळानंतर भारतात या नियमांना कायद्याची मान्यता पण मिळाली.

जे. आर. डी. टाटांना अनेक पुरस्कार देखील मिळाले. १९५७मध्ये एअरइंडियाच्या रजत जयंतीच्या दिवशी त्यांना पद्मविभूषण देवून सन्मानीत करण्यात आले. त्यांच्या मानवतावादी कार्यासाठी त्यांना भारतातला सर्वोच्च सन्मान भारतरत्न प्रदान करण्यात आला. भारतात कुटुंब नियोजन आंदोलनाला यशस्वी करण्याच्या आंदोलनासाठी त्यांना संयुक्त राष्ट्राकडून 'पॉप्यूलेशन अवार्ड' देण्यात आला.

८९ वर्षीय जे. आर. डी. टाटांचा २९ नोव्हेंबर १९९३ला जिनेव्हा, स्वित्झरलँडमध्ये निधन झाले. त्यांच्या मृत्यूनंतर दुःख व्यक्त करण्यासाठी भारतीय संसदेचे कामकाज बंद ठेवण्यात आलं. अशा प्रकारची कारवाई संसद सदस्याचा मृत्यू झाल्यानंतरच केल्या जाते.

जेनीफर लोपेज

जेनीफरचा जन्म २४ जुलै १९६९ला ब्रॉक्स (न्यूयार्क) मध्ये झाला. १९९०मध्ये कॉमिडी स्केच 'इन लिव्हिंग कलर' ने त्यांना चांगलीच प्रसिद्धी दिली. त्यांनी 'मूव्हि क्षेत्र तसेच माइ फॅमिली, माई फॅमिलिआ' चित्रपटात देखील अभिनय केला. 'आउट ऑफ साइट' चित्रपटाद्वारे त्या जास्तीत मानधन घेणारी लॅटीन अभिनेत्री बनल्या.

१९९९मध्ये 'ऑन द ६' या अल्बममधून त्या गाईका म्हणून समोर आल्या. 'वेटिंग फॉर टूनाइट' मध्ये त्यांनी आपले भावी पती मार्क अँथनीसोबत काम केले. २००५पर्यंत संपूर्ण जगात त्यांचे ३५मिलियन रेकॅर्ड विकल्या होत्या. जेनीफरला नेहमी दैनिकामधून जगातील अंत्यत मादक स्त्री म्हणून उल्लेखीत करण्यात येत आहे.

ऑगस्ट २००७मध्ये त्यांनी त्यांचे पहिले पती ओजानी यांच्याविरोधात दावा केला, ज्याने एका पुस्तकात लिहिले होते की त्याच्या पत्नीचे अनेकासोबत अनैतीक संबंध आहेत. आश्चर्याची गोष्ट

म्हणजे निकाल जेनिफरच्या बाजुने लागला. त्यांनी 'जर्सी गर्ल' तसेच 'गिगिल' सारख्या अनेक चित्रपटात काम केले. दीर्घकाळ संबंध असलेल्या व्यक्तिसोबत ऐनवेळी त्यांनी लग्नास नकार दिला. २००४मध्ये जेनीफर मार्क अॅटोनीबरोबर विवाह केला. २००५ च्या प्रभावशाली व्यक्तिंमध्ये त्या २४व्या स्थानी होत्या.

फेब्रुवारी २००७मध्ये सांगण्यात आले की त्यांना 'बार्डराटाऊन' मध्ये सादरीकरण तसेच अभिनयासाठी 'आर्टिस्ट फॉर एमनेस्टी अवार्ड' देण्यात येईल. २००मध्ये त्या प्लेबॉयची २५वी सेक्सी व्यक्ति म्हणून निवडल्या गेली.

जुलै २००७मध्ये घोषणा करण्यात आली की त्या पतीसोबत यू.एस. कॅनडा व प्यूर्टो रिकोमध्ये पहिली कंसर्ट करणार आहे. ऑक्टोबर २००८ मध्ये त्याचा सहावा अल्बम 'ब्रेव्ह' रिलीज झाला. फेब्रुवारी २००८मध्ये त्यांनी दोन जुळया मुलींना जन्म दिला.

एप्रिल २००८मध्ये जाहिर करण्यात आले की त्या लर्निंग चॅनलवर रिॲलीटी शो मध्ये काम करतील.

जोसेफ स्टॅलिन

इओसिफ विसरिओनोव्हिच यांचा जन्म १८ डिसेंबर १८७९ला गोरी, जार्जियामध्ये झाला, जो त्यावेळी रशियन साम्राज्याचा भाग होता. त्यांचे वडील चर्मकार होते तसेच स्टॅलिन समोर अनेक आर्थीक अडचणी होत्या. थिऑलॉजिकल सेमीनारमध्ये त्यांनी मार्क्सवादी साहित्य वाचायला सुरूवात केली. नंतर त्यांनी आपले पूर्ण लक्ष रशियन साम्राज्याविरूद्ध क्रांतीकारी आंदोलनात लावले. पुढील पंधरा वर्षे ते अशाप्रकारे सक्रिय राहिले. अनेकदा जेलमध्ये गेले आणि नंतर त्यांना साइबेरीयात पाठविण्यात आले.

स्टॅलिनने लवकरच कम्युनिस्ट पक्षात आपले स्थान मजबूत केले. १९२२मध्ये त्यांना पक्षाचे जनरल सेक्रेटरी करण्यात आले. असे असले तरी हे पद काही फारसे महत्वाचे नव्हते. परंतु यामुळे त्यांचा लोकसंपर्क वाढला. १९२४ला लेनीनचा मृत्यू झाल्यानंतर स्टॅलिनने स्वतःला त्यांचा राजकीय वारसदार म्हणून घोषीत केले व पक्षातील विरोधकांना संपवू लागले. १९२०च्या दशकात स्टॅलिन सोव्हिएट यूनियनचे हुकूमशहा बनले होते.

शेतीचे जबरदस्तीने समान वाटप करताना अनेकांना आपला जीव गमवावा लागला. औद्योगीकरणामुळे सोव्हिएटचे उत्पादन व आर्थिक विकासात वाढ तर झाली परंतु त्याची फार मोठी

किंमत द्यावी लागली. १९३०च्या त्या कारवाईत स्टॅलिनने हजारो लोकांना मृत्यूदंड दिला तसेच लाखोंना लेंबर कॅम्पमध्ये बळजबरीने पाठविण्यात आले.

स्टॅलिनला अनेकदा सावधानी बाळगावी म्हणून ज्या सूचना करण्यात येत होत्या, त्यांच्याकडे त्यांनी दूर्लक्ष केले. १९४१ला हिटलरने सोव्हिएट यूनियनवर जो हल्ला केला, त्याच्या विरोधात लढण्याची स्टॅलिनची इच्छा नव्हती, केवळ त्यांनी हा हल्ला थोपवला, ज्यात हिटलरचा पराभव झाला. झालेल्या नुकसानीची त्यांनी पर्वा केली नाही.

दुसऱ्या जागतिक युद्धानंतर सोव्हिएट यूनियनने न्यूक्लिअर युगात प्रवेश केला व असे साम्राज्य प्रस्थापित केले ज्यात जास्तीत जास्त आधीचा यूरोप सहभागी होता. ५ मार्च १९५३ला स्टॅलिनला ऱ्हदयविकाराचा झटका आला, त्यातच त्यांचा मृत्यू झाला.

टाइगर वुड्स

एल्ड्रिक वुड्सचा जन्म डिसेंबर १९७६ला सीप्रेस, कॅलिफोर्नियात झाला. टायगर खान नावाने देखील त्यांना ओळखण्यात येते. त्यांनी व्हिएनामध्ये वडिलाच्या एका मित्राच्या नावावरून आपल्या नावासमोर 'टाइगर' हे नाव जोडले. कमी वयातच त्यांनी गोल्फ या खेळाचे अनेक रेकॉर्ड तोडले.

ते एकमेव असे खेळाडू होते ज्यांनी यू.एस. ज्यूनिअर अम्यॅच्यूअर तसेच अम्यॅच्यूअर टाइटल जिंकले. त्यांनी १९९१, १९९२ व १९९३मध्ये अम्यॅच्युअर पुरस्कार मिळवले.

सोळा वर्षीय टाइगरने १९९२मध्ये पहिला व्यावसायीक टूर्नामेंट खेळला. एकवीस वर्षीय टाइगर मास्टर्स व नंतर वन गोल्फर ही पदवी मिळवणारे ते कमी वयातले खेळाडू ठरले.

ते एकसारखे जिंकत गेले तसेच जुलै २०००मध्ये ते ब्रिटिश ओपन जिंकून चार प्रमुख पुरस्कार (पी.जी.ए. चँम्पीयनशीप, द मास्टर, द यू.एस. ओपन व ब्रिटिश ओपन) मिळवणारे अंत्यत कमी वयाचे खेळाडू ठरले.

२००४मध्ये त्यांनी आपले कोच हरमन यांच्यासोबत काम करणे बंद केले, ज्यांच्यासोबत त्यांनी इतके पुरस्कार मिळवले होते. त्याच वर्षी त्यांनी एलियनबरोबर विवाह केला, ब्रिटिश ओपनच्या दरम्यान त्यांची भेट झाली होती. प्रयोजीत व पुरस्कारापासून प्राप्त रक्कम म्हणजे टाइगरने कमावलेली प्रचंड संपत्ती होती पण त्यांनी 'टाइगर वुड्स लर्निंग सेंटर' याच्या उभारणीसाठी खूप रूपये खर्च केले.

जून २००६च्या यू.एस. ओपनच्या पराभवानंतर त्यांनी जुलै २००६मध्ये हायलेकचे ओपन टाइगर एकसारखे सामने जिंकत राहिले आणि २००७मध्ये त्यांनी यू.एस.पी.जी.ए.. मध्ये १३ व मुख्य विजय प्राप्त केला.

पोहणे, मासे पकडणे तसेच शारीरिक फटनेस आदी त्यांच्या छंदांचा भाग आहेत. ते अर्ल वुड्स, कुलरिज वुड्स, माइकल जॉर्डन, चार्ली सिफोर्ड, तसेच स्वर्गीय बिल लेजियरला आपला रोल मॉडेल समजतात.

फेब्रुवारी २००८मध्ये त्यांनी तिसरा डब्ल्यू जी.पी.मॅच चॅम्पीयनशीप पुरस्कार जिंकला. ही त्यांचं सहावी टूर्नमिंट यश होतं. त्यानंतर ते अर्नाल्ड पाल्मर इन्वीटेशनलमध्ये देखील विजयी झाले.

जून २००८मध्ये त्यांनी गुडघ्याला झालेल्या जखमेची पर्वा न करता यू.एस.ओपनचा पुरस्कार जिंकला. हा त्यांना मिळालेला १४वा मुख्य पुरस्कार होता.

डायना स्पेंसर

डायना स्पेंसरचा जन्म १ जुलै १९६२ला एका सामान्य ब्रिटीश कुटुंबात झाला. त्या कोणत्याही राजेशाही घराण्यातल्या नव्हत्या. त्यांचे बालपण क्वीन एलिझाबेथ व त्यांच्या घराशेजारी गेलं. त्या प्रिंस चार्ल्स यांची पहिली पत्नी बनल्या. १९८२मध्ये विवाह झाल्यापासून त्या १९९६ म्हणजे विभक्त होईपर्यंत त्या हर रॉयल हाइनेस द प्रिन्सेस ऑफ वेल्स राहिल्या.

प्रिंस चार्ल्स आणि त्यांचा विवाह झाल्यापासून समाज त्यांना प्रिंसेस डायना असे म्हणू लागला. त्यांनी दोन पुत्रांना जन्म दिला. सुरूवातीचे त्यांचे दिवस अगदीच आनंदात गेले परंतु नंतर हळूहळू खऱ्या भानगडी लोकांसमोर येऊ लागल्या.

१९९२मध्ये एंड्रयू मार्टिनने डायनाचे चरित्र लिहिले. ज्यामुळे माहीत झाले की चार्ल्सचे कॅमिला पार्कर हिच्यासोबत अनेक दिवसापासूनचे अनैतीक संबंध आहेत. पुस्तकात अल्लेख आहे की डायनाने एकदा आत्महत्येचा प्रयत्न केला होता. चार्ल्सच्या भानगडीचे फोटो प्रसारीत झाल्यावर डायनाचे विभक्त होणे निश्चित झाले.

भरपाई म्हणून डायनाला खूप मोठी रक्कम देण्यात आली. दोन्ही मुलांचा सांभाळही त्यांनीच केला. त्यांना 'प्रिंसेस ऑफ वेल्स' ही पदवी लावण्याची परवानगी होती. त्यांच्या नावामागील हर रॉयल हाइनेस हे संबोधन कमी करण्यात आले.

प्रिसेंस डायनाला समाजसेवेच्या कार्यात विशेष आवड होती. परंतु त्यांच्या समाजोपयोगी कार्यावर त्यांच्या भूतकाळाची सावली पडलेली असे. १९९०च्या दशकातील त्यांच्या वैयक्ति जीवनावर प्रसार माध्यमांनी चांगलेच लक्ष दिले. काहीही असले तरी त्या त्यांच्या काळातील सर्वांत प्रसिद्ध महिला राहिल्या. एक फॅशन आइकॉन, स्त्री सौंदर्याचे उदाहरण, एड्स संबंधीत मुद्दे आणि त्यांचा सहभाग व खाद्यानासाठी त्यांचे अंतरराष्ट्रीय अभियान, सगळे चर्चेचे विषय राहिले.

त्या आपल्या जीवनकाळात सर्वात जास्त प्रसार माध्यमामध्ये चेहरा दाखविणाऱ्या महिला ठरल्या. स्तुती पाठकांसाठी तर त्या एखाद्या रोल मॉडेलपेक्षा कमी नव्हत्या. विभक्त झाल्यानंतर अवघ्या वर्षाच्या आतच एका कार अपघातामध्ये त्यांचा मृत्यू झाला. त्यांचे फॅन तर असे म्हणू लागले की त्यांना संत ही उपाधी देण्यात यावी. असे असले तरी त्यांचे जीवन म्हणजे अशा स्त्रीचे जीवन आहे जिने प्रसिद्धीच्या नशेत सगळं काही गमावले.

डॉन ब्रॅडमॅन

१९०८मध्ये न्यू साउथ वेल्समध्ये जन्मलेले डॉन ब्राडमॅन जार्ज व एमिली ब्रॉडमॅनचे पाचवे अपत्य होते. त्यांना बालपणापासूनच क्रिकेटची आवड होती.

हा छंद त्यांना स्वतःलाच लागला होता. ते स्टंप आणि गोल्फच्या चेंडूसोबत एकटेच क्रिकेट खेळत. या खेळाने त्यांच्यात पुढे क्रिकेटबद्दलची आवड उत्पन्न करायला मदत केली. बारावर्षाच्या वयातच त्यांनी बोव्हरल पब्लिक स्कूलसाठी खेळून आपलं शतक पूर्ण केलं.

ऑस्ट्रेलियाच्या क्रिडा इतिहासात ते एक महान व्यक्ति म्हणण्यात येऊ लागले आणि करिअरमध्ये यशाचे अनेक उंच्चाक गाठले. देखील त्याच्या करिअर रेकॉर्डमध्ये ९९.९४ टेस्ट फटके बाजीचे प्रमाण सहभागी आहे. ते क्रिडा क्षेत्रातील दुनियेचे चमकते तारे होते.

ते अति कठीण परिस्थितीमध्ये देखील कसे खेळायचे याचे ज्ञान ठेवून होते. एकवीस वर्षाच्या करिअरमध्से त्यांनी कधी आपल्या चाहत्यांना नाराज केले नाही. असे असले तरी प्रसार माध्यमांसोबत त्यांचं जमत नसे. कसलान् कसला विवाद ते करायचेच. कधी पत्रकारांसोबत तर कधी सहकाऱ्यांसोबत. महान फलंदाज ब्रॅडमॅनने १९३२मध्ये विवाह केला. त्यांचे अनेक चाहते त्यांच्या विवाहाप्रसंगी त्यांची एक झलक पहायला उतावीळ होते. हनीमूनवर निघाले तरी क्रिकेट खेळण्याची संधी त्यांनी सोडली नाही.

१९४०मध्ये ते रॉयल ऑस्ट्रेलियाई एअर फोर्समध्ये सहभागी झाले. नंतर सैन्यात त्यांना थोडे काम देण्यात आले परंतु लवकरच माहीत झाले की त्यांना दृष्टीदोष होता. त्यांना 'फाइव्हरोमिलगिया' झाला होता.

ते खेळातील प्रशासकीय पद सांभाळण्याबरोबरच खेळाशी संबंधीत लेखनात देखील रस घेत होते. ते नेहमी महान फलंदाज म्हणून लक्षात राहतील.

२५ फेब्रुवारी, २००६ला त्यांचा देहांत झाला.

डेव्हिड बॅकहम

२ मे १९७५ला जन्मलेले डेव्हिड जोसेफ बॅकहम एक इंग्रज व्यावसायीक फूटबॉल खेळाडू आहेत, जे अलिकडे रिअल मॅड्रीडसाठी खेळत आहेत. बॅकहमचे नाव पेलेच्या फीफा-१००पैकी एक सदस्य म्हणून निवडण्यात आले. 'टाइम' दैनिकाने त्यांना २००४च्या १००हिरो व जागतीक जाहीरात ब्रांड म्हणून स्वीकारले आहे.

स्पाइस गर्ल स्टार व्हिक्टोरीया एडम्ससोबत विवाह करून डेव्हीड मॅनचेस्टर यूनाइटेडचे स्टार बनले.

ते असे पाचवे इंग्रज खेळाडू आहेत जे फिफा वर्ल्ड प्लेअर ऑफ द इअर (१९९९, २००१)मध्ये दोनदा रनर-अप ठरले आहेत. ते तीन वेगवेगळया वर्ल्ड कपमध्ये गुण मिळवणारे एकमेव इंग्रज खेळाडू आहेत तसेच वर्ल्ड कपचे नवे खेळाडू आहेत. ज्यांनी डायरेक्ट फ्री किकने दोन गुण मिळवले आहेत. ते १५ नोव्हेंबर २०००पासून २ जुलै २००६पर्यंत इंग्लिश नॅशनल टीमचे कॅप्टन देखील राहिले आहेत.

१९९२मध्ये १७ वर्षाच्या वयात त्यांनी मॅनचेस्टर युनायटेडसोबत एका व्यावसायीक करारवर स्वीक्षरी करून आपल्या करिअरची सुरूवात केली. १९९०चे दशक व २०००च्या आरंभापर्यंत त्यांनी एफ.प्रीमीयर लीगमध्ये महत्त्वाची भूमिका बजावली. नंतर क्लब सोडल्यानंतर २००३मध्ये ते 'रिअल मॅड्रिड' चा भागीदार बनणारे ते तिसरे इंग्रज बनले.

२००६मध्ये जर्मनीत वर्ल्ड कपनंतर इंग्लडच्या क्वार्टर फाइनल पराभवानंतर ते कॅप्टन बनले. ११ ऑगस्ट २००६ला कोच स्टोव्ह मॅक्लरेनने त्यांना टीममधून बाहेर काढले.

१० जानेवारी २००७ला क्लबच्या डोइरेक्टरने घोषणा केली के डेव्हीड २००७चा क्लब सोडून देतील. ११ जानेवारी २००७ला डेव्हीडने एम.एल.एस. टीम'ला गॅलक्सीबरोबर पाचवर्षीय करार करून घेतला.

तुताखामेन

राजा तूत प्राचीन मिस्त्रच्या १८व्या साम्राज्याचे शासक होते. ते वयाच्या नवव्या वर्षी राजा बनले. अल्पवयीन तसेच अनुभवहीन राजाला त्यांच्या खाजगी सल्लागाराने व कमाडंर असणाऱ्या काकाने सांभाळले. अइ पोलीथिज्मला मिस्त्रमध्ये परत आणले. ते धार्मीक भावनावर आधारीत होतं. आयन देवता व दुसऱ्या देवताचे मंदीरे बांधण्यात आली.

राजा तूत यांचे नाव 'तूताखातेन' असे होते. त्यामुळेच त्यांनी त्यांचे नाव तूताखामेन असे ठेवले. तरूण राजा मेम्फिसमध्ये आपल्या वडिलांच्या थेबान राजवाड्यात राहू लागले.

आठरा वर्षाच्या राजा तुतच्या शासनाचा शेवट झाला. त्यांचा मृत्यू कशाने झाला हे आजपर्यंत कळले नाही. असे असले तरी असे समजण्यात येते की त्यांची हत्या करण्यात आली होती. मिस्त्रवासी आपल्या राजाला ईश्वराचाच आवतार समजतात. त्यांचे मत होते की देवता मृत्यूनंतरही जिवंत राहतात. तूत यांच्या प्रेताला औषधी व मसालायुक्त करून मम्मीमध्ये रुपांतरीत करण्यात आले. त्यांच्या प्रेताला छोट्या-मोठ्या आकाराच्या तीन पेट्यामध्ये ठेवण्यात आले. त्यात सोन्याचे सिंहासन, रथ, तलवार आणि वस्तू ठेवण्यात आल्यात. प्रजेचं मत होतं की त्या वस्तू राजाला उपयोगी पडतील, चोरांपासून प्रेताचा बचाव व्हावा म्हणून पेटीला चांगले बंद केले आहे. अनेकदा राजा असणाऱ्याच्या मम्मी चोरं पळवून नेतात. त्यांनी बचावासाठी मम्मीच्या ठिकाणी अंतर्गत रस्ते बांधले आहेत. मोठ-मोठे दगड ठेवलेत आणि दरवाज्यावर अभिशापीत शब्द लिहिलेत.

१९२२पर्यंत मम्मीचे ठिकाण सुरक्षित राहिले. हॉवर्ड नावाच्या पुरातत्वतज्ज्ञाला पूर्ण खात्री होती की राजा तूत यांचा मकबरा अंगदीच सुरक्षित नाही. ते आपल्या पथकासहीत राजाच्या मकबऱ्यात दाखल झाले. अनेक वर्षाच्या प्रयत्नानंतर त्यांनी मकबरा तर शोधून काढला परंतु असे म्हणतात की त्यावर अभिशाप लिहिला होता. "राजाची शांतता भंग करणाराला मृत्यू येईल" यामध्ये किती सत्यता होती हे काही माहीत नाही, परंतु शोध पथकातील सदस्य नैसर्गीक अथवा अकाली कारणाने मृत्यूस पात्र ठरले.

मकबऱ्यावर आता कसलीही अक्षरे लिहिलेली दिसत नाहीत. फक्त इतकेच समजण्यात येते की मम्मीच्या श्रापानेच त्या सर्व लोकांचा मृत्यू झाला. त्यावर खरोखरच काही लिहिले होते की केवळ अंधश्रद्धा होती हे कोणालाच माहीत नाही.

आज केवळ राजा तूत यांच्या मकबऱ्यामधील मम्मीच सुरक्षित आहे. हे पण केवळ त्यामुळे की प्रेताला हलवल्या जावू शकत नाही. त्याला जर हालवले तर ते पण मातीत माती होऊन जाईल.

थॉमस ए. एडीसन

एडीसनचा जन्म ११ फेब्रुवारी १८४७ला मिलानमध्ये झाला. मिशीगनमध्ये ते केवळ तीन महिन्यापर्यंतच शाळेत जावू शकले. १२ वर्षीय थॉमस ग्रँड ट्रंक रेल्वेत वर्तमानपत्रे विकायचे व रिकाम्या वेळात प्रिटिंग प्रेस, इलेक्ट्रिकल व मॅकॅनिकल उपकरणासोबत प्रयोग करीत.

१८६२मध्ये त्यांनी एक साप्ताहीक प्रकाशीत केलं. स्टेशन अधिकाऱ्याच्या मुलाचा जीव वाचविला म्हणून त्यांना टेलिग्राफी शिकण्याची देखील संधी मिळाली. टेलिग्राफ ऑपरेटर म्हणून त्यांनी सर्वात आधी 'टेलिग्राफीक यंत्रां' चा शोध लावला. त्यातून ऑपरेटरच्या मदतीने आदेश न देता संदेश आपोआप ट्रान्समीट होत असायचा.

बोस्टनमध्ये नियुक्ती झाल्यानंतर एडीसन आपला सारा उर्वरित वेळ संशोधनासाठी देत असे. 'व्होट रिकॉर्डर' चा शोध चांगला होता. परंतु त्याचे व्यापारीकरण नाही करता आले. त्यांनी स्टॉक-साठवून ठेवणारे प्रिंटर देखील तयार केले. न्यूयार्कच्या गोल्ड अँड स्टॉक टेलिग्राफ कंपनीत नियुक्त झाल्यावर त्यांनी आपल्या संशोधनात व उपकरणात खूप सुधारणा केल्या. टेलिग्राफच्या विक्रितून त्यांनी १८७६मध्ये स्वतःची प्रयोगशाळा सुरू केली. त्यानंतर असे एक टेलिग्राफीक यंत्र बनवले जे पहिल्यापेक्षा कितीतरी गतिमान संदेश पाठविले जावू लागले.

एडीसनच्या कार्बन टेलिफोन ट्रान्समीटरच्या मदतीने टेलिफोनचा शोध लावायला मदत झाली. १८७९मध्ये त्यांनी आपल्या लाइट बल्बचे सार्वजनिक प्रदर्शन केले. या महत्वपूर्ण शोधामध्ये सुधारणाची आणि प्रयोगाची गरज होती. ते डायनेमोच्या सुधारणेत गुंतले ज्यामुळे इलेक्ट्रीक करंट उत्पन्न होऊ शकले. १९०२मध्ये त्यांनी न्यूर्याक शहरात जगातील पहिला विशाल असा इलेक्ट्रीक पॉवर स्टेशन उभारले. परंतु अमेरिकन संशोधन निकोला टेसला व जॉर्ज वेस्टिंग-हाऊसच्या अल्टरनेटिंग करंट सिस्टिममुळे त्यांनी डायरेक्ट करंट पद्धतीचा वापर करणे बंद केले.

१८८७ मध्ये त्यांनी न्यूजर्सीत पहिल्यापेक्षा अधिक मोठी तसेच प्रगत प्रयोगशाळा उभारली. १८८८मध्ये 'विकटोस्कोप' आला जो चित्रांना गतिमान अवस्थेत पाठवत होता. एडीसनच्या स्टोरीज बॅटरीमुळे देखील हजारो प्रयोग करणे शक्य झाले. आपल्या काही जुन्या प्रयोगात सुधारणा केल्यानंतर त्यांनी प्रथम बोलणाऱ्या आणि हालचाल करणाऱ्या चित्रांचा शोध लावला. त्यांचा इलेक्ट्रीक पेन. मीमोग्राफ, माइक्रोटेसीमीटर तसेच वायरलेस टेलीग्राफीक पद्धती आदी शोध महत्त्वाचे आहेत.

१९१५ मध्ये ते यू.एस.नेव्ही कन्सल्टींग बोर्डाचे अध्यक्ष म्हणून निवडल्या गेले तसेच त्यांनी इतर अनेक शोध लावले. त्यानंतर ते आपल्या मागच्या प्रयोगात सुधारणा करण्यात व्यस्त राहू लागले. त्यांनी १००० पेक्षा जास्त शोध सादर केले. ते एक शास्त्रज्ञ असण्याबरोबरच कुशल तंत्रज्ञानी देखील होते. १८ ऑक्टोबर १९३१ला वेस्ट ऑरेंजमध्ये त्यांचे निधन झाले.

दलाईलामा

चौदाव्या दलाईलामांचा जन्म ६ जुलै १९३५ला तिबेट जवळच्या छोट्या खेड्यात झाला. त्यांचे आई-वडील शेतकरी होते. ते दोन वर्षाचे असताना बौद्ध संघाने त्यांना संकेत व स्वप्नांच्या आधारावर दलाईलामांना आवतार म्हणून ओळखले होते व चार वर्षाचे होण्यापूर्वीच त्यांना गादीवर बसण्यात आले.

त्यांनी बौद्ध संघातून शिक्षण घेतले तसेच बौद्ध तत्वज्ञानात डाक्टरेट पदवी संपादन केले. ते पंधरा वर्षाचे असताना १९५०मध्ये माओचे नवस्थापीत साम्यवादी सरकार तिबेटमध्ये घुसले. दलाई लामाजवळ सगळ्या प्रमुख योजना होत्या.

मार्च १९५९मध्ये चिनी सैन्याने तिबेटमधील विद्रोही गटांचा बंदोबस्त केला. १४वे दलाई लामा तेनजिंग ग्यात्सो यांना भारतात आश्रय घ्यावा लागला. १९५९च्या या विद्रोहात हजारो तिबेटी मारल्या गेले.

दलाई लामाने हिमाचल प्रदेशाच्या छोट्याशा शहरात धर्मशाळेत आश्रय घेतला ज्याला आता तिबेटचे निर्वाचीत सरकारचे ठिकाण समजण्यात येते.

त्यांच्यासोबत जवळ-जवळ ८०.०००तिबेटी पण आले. ते पण तिथेच राहू लागले. दलाई, लामाने तिबेटी लोकांचे दुःख जगासमोर मांडले व त्यांची संस्कृती रक्षणाचे शक्य ते सारे प्रयत्न केले. त्यांच्या विनंतीवरून संयुक्त राष्ट्रात देखील हा विषय अनेकदा मांडण्यात आला. तिबेटी लोकांची बाजू घेण्यात आली.

ते जगभरात प्रसिद्ध धार्मीक, आध्यत्मिक व राजकीय व्यक्तिंना भेटले आहेत. त्यांनी आपल्या तिबेटी जनतेसाठी एक मध्यम मार्ग सुचवला आहे.

१९८७मध्ये त्यांनी तिबेटला शांतता परिसरात घोषित करून पंचसूत्री योजना सादर केली आहे. त्यांनी नेहमीच शांतात व अहिंसेचा पुरस्कार करीत विरोध केला. १९८९मध्ये त्यांना शांततेसाठीचा नोबेल पुरस्कार देवून सन्मानीत करण्यात आले.

२००७मध्ये यू.एस.राष्ट्रपती बुशने ज्यावेळी दलाई लामाचे हार्दिक स्वागत केले तर बिजिंगच्या पोटात कळ उठली. मार्च २००८मध्ये ल्हासामध्ये चांगलीच खळबळ माजली.

दलाई लामाने शांततेचं आवाहन केले आणि सांगितले की त्यांचे म्हणणे ऐकले नाही तर ते नेतृत्त्वाचा त्याग करतील. परंतु चिनी सरकारने त्यांच्यावर अशांती व विद्रोहाचा आरोप केला.

दीपक चोपडा

दीपक चोपडा यांचा जन्म १९४७मध्ये भारतातील नवी दिल्ली येथे झाला. ते यू.एस.मध्ये अध्यात्म, चिकित्सा व आयुर्वेदाचे प्रसिद्ध समकालीन लेखक आहेत. ते म्हणतात की माझ्यावर आपल्या हिंदू धर्माचा, विशेषताः भगवतगीतेचा खास प्रभाव आहे.

ते एक प्रशिक्षित फिजिशीयन तर आहेतच शिवाय इंटर्नल मेडिसीन व एंडोनोलॉजीमध्ये देखील निष्णात आहेत. चोपडाचे एक समीक्षक स्टीफन बैरे यांच्या म्हणण्यानुसार त्यांनी १९६५मध्ये एम्समधून पदवी घेतली. न्यूजर्सीच्या एका हॉस्पीटलमध्ये इंटर्न केल्यानंतर वर्लिंगटनच्या लाहे क्लिनीकमध्ये अनेक वर्ष प्रशिक्षण घेतले. नंतर ते न्यू इंग्लड मेमोरिअल हॉस्पीटलचे चीफ ऑफ स्टाफ बनले. सुरूवातीला ते ध्यान धारणा आंदोलनात सहभागी झाले नंतर त्यांनी स्वतंत्र मार्ग निवडला.

ते एक असे डॉक्टर आहेत जे भारतीय उपचार पद्धतीमध्ये विश्वास ठेवतात. १९७०मध्ये ते यू.एस.ला गेले. तिथेच ते तेथील बोस्टनमध्ये राहून प्रॅक्टीस करू लागले. परंतु हळूहळू आयुर्वेदची उपचार पद्धती, ध्यान, हर्बल औषधी, योग व मालिश यांच्याकडे त्यांचा कल वाढला.

'एजलेस बॉडी, टाइमलेस माइंड' (१९९३) व 'द सेव्हन स्पिरिच्युअल ऑफ सक्सेस' (१९९५)चे रेकॉर्ड मोडणाऱ्या यशाचे त्यांना एक प्रसिद्ध लेखक देखील बनवले. ते मन, शरीर व आत्म्याचे उपचार या संबंधीत मल्टी-मीडीया कार्यक्रमाच्या माध्यामातून प्रेरक वक्ता देखील बनले. १९९०च्या शेवटी त्यांनी सूफी कवी रूमी यांच्यासोबत एक सी.डी. प्रसिद्ध केली. त्यांच्यासोबत मॅडोना, डेमी, मूर व गोल्डी हौन यांनी देखील काम केले. ते कॉलिफोन यांच्या कार्ल्सबाडमधील 'चोपडा सेंटर फॉर वेलबींग' चे संस्थापक पण आहेत. त्यांची 'ग्रो यंगर, लिव्ह लॉंगर' (२००१) व 'बुद्धा' अ स्टोरी ऑफ एनलाइटमेंट, (२००७)ही उल्लेखनीय पुस्तके आहेत.

ध्यानचंद

मेजर ध्यानचंदांना भारतीय हॉकीला संपूर्ण जगासमोर आणण्याचे श्रेय दिल्या जाते. त्यांचा जन्म २९ ऑगस्ट १९०६ला इलाहाबाद (उत्तरप्रदेश) मध्ये झाला. ते वयाच्या सोळाव्या वर्षी सेन्यात भरती झाले व हॉकी टीमसाठी खेळले.

लवकरच त्यांच्या चांगल्या खेळण्याबद्दल ते त्यांना देश-विदेशात पाठविले जावू लागले. एम्सटर्डम ऑलम्पिक (१९२८), लॉस एंजेल्स (१९३२) व बर्लिन ऑलम्पिक (१९३६)मध्ये भारताला एकसारखे तीन स्वर्ण पदक विजेत्या भारतीय हॉकी टीमचे ते कॅप्टन होते.

त्यांनी ऑलम्पिक खेळात पण ४०१ तसेच इतर अंतरराष्ट्रीय सामन्यात ३०० गोल केले व त्यांचा रेकॉर्ड तोडू शकले नाही.

१९३६ला ते ऑलम्पिक टीममध्ये जर्मनीच्या विरोधात चांगले खेळले. असे म्हणतात सामन्यानंतर खुद्द अडॉल्फ हिटलर यांनी फोन करून जर्मनीसाठी खेळण्याचे काय घेणार असे विचारले होते?

आपल्या जबरदस्त क्षमतेच्या बळावरच त्यांना हॉकीचे जादूगार असे म्हणण्यात येते. एम्सटर्डममध्ये भारताने हॉकीत स्वर्ण पदक मिळवले. तिथे २८पैकी ११ गोल ध्यानचंदानीच केले होते.

३ डिसेंबर १९७९ला 'हॉकीच्या जादुगाराचा' देहांत झाला.

धीरूभाई अंबानी

धीरूभाई अंबानीने भारतात विशाल अशी खाजगी कंपनी निर्माण केली. शेअर बाजारात एक नवी क्रांती आणली आणि त्यांची कंपनी 'रिलायन्स इंडस्ट्रीज' 'फोर्ब्स ५००'च्या यादीत येणारी भारतातली पहिली कंपनी ठरली.

ते एक कष्टाळू तसेच कमर्ठ भारतीय उद्योजक होते. त्यांची जीवनगाथा म्हणजे आरंभापासून अंतापर्यंत रोमांचीत करणारा प्रवास आहे. त्यांना अशी एक व्यक्ति म्हणून त्यांचे नाव घेतल्या जाते, ज्यांनी केवळ भारतीय कार्पोरेट जगाचा इतिहास देखील रचला.

७६ विश्व प्रसिद्ध व्यक्तिमत्त्व

धीरूभाई अंबानी उर्फ धीरजलाल हिराचंद अंबानींचा जन्म २८ डिसेंबर १९३२ला गुजरातच्या चोरवाड नावाच्या गावात मोदी कुटुंबात झाला. त्यांचे वडील एक शिक्षक होते. धीरूभाईने आठवड्याच्या शेवटी गिरणार पर्वतावर 'भजे' विकून आपल्या व्यावसायाची सुरूवात केली.

वयाच्या १६व्या वर्षी मॅट्रीक झाल्यानंतर ते यमन् देशात गेले. तिथेच त्यांनी गॅस स्टेशनचे मदतनीस व तेल कंपनीचा क्लार्क म्हणून काम केले. १९५८मध्ये ते ५०.००० हजार रूपये घेऊन भारतात परतले आणि त्यांनी एका कपडा मिलची सुरूवात केली.

त्यांचे दोन पुत्र मुकेश व अनिल यांना सोबत घेऊन त्यांनी अनेक मोठ-मोठ्या कंपन्या उभारल्या. पहाता-पहाता, पेट्रोकेमिकल, टेलिकम्युनिकेशन्स, माहिती तंत्रज्ञान, उर्जा, रिटेल, टेक्सटाइल, इन्फ्रास्ट्रक्चर सेवा व भांडवल बाजार आदी क्षेत्रात ते आपले मजबूत पाय रोवून आहेत.

त्यांनी भारताच्या शेअर बाजारात सामान्य माणसाला देखील गुंतवणूकीची संधी दिली. आधी त्यांच्यावर अर्थसंस्थाचे वर्चस्व होते. त्यांच्या कंपनीचा शेअर घेणारे तोट्यात गेले नाहीत. ते भारतीय भांडवल बाजारात 'इक्विटी कल्ट' प्रस्थापीत करू शकले. १९८०च्या दशकापर्यंत ही कंपनी स्टॉक बाजारात सर्वांची लक्षवेधी ठरली होती.

१९९२मध्ये रिलायन्स पहिली भारतीय कंपनी बनली, जिने जागतीक बाजारात पैस गुंतवला. धीरूभाईंना फिक्कीकडून '२०व्या शतकातील भारतीय उद्योजक' चा दर्जा देण्यात आला. २०००मध्ये 'द टाइम्स ऑफ इंडियाने' त्यांना 'ग्रेटेस्ट क्रिएटर ऑफ वेल्थ इन द सेन्चुरी' ही पदवी दिली.

६ जुलै २००२ला धीरूभाईचे निधन झाले.

आज देखील ते महानायक म्हणून स्मरणात आहेत. ते या गोष्टीचे जिवंत उदाहरण आहेत की माणसाने ठरवले तर तो काहीही करू शकतो.

नाओमी कॅम्पबेल

नाओमी बिटीश सुपरमॉडेल व अभिनेत्री आहेत. त्यांचा जन्म २२ मे १९७०ला स्ट्रीथममध्ये, दक्षिण लंडनमध्ये झाला. त्यांनी लंडन अकादमीमधून परफार्मींग आर्टचे शिक्षण घेतले. त्या ८० च्या दशकापासून एक प्रथम प्रमुख फॅशन मॉडल म्हणून आहेत.

फेब्रुवारी १९७८मध्ये त्या सर्वप्रथम प्रेक्षकासमोर आल्या. निमित्त होते सुपरस्टार बॉब मार्ले यांच्यासोबत 'इज दि लव्ह' साठी निवडल्याचे.

अंदाज आहे की नाओमी मॉडलिंग क्षेत्रातून २८ मिलियन इतकी कमाई करून बसल्या आहेत. त्यांनी प्लेबॉय दैनिकासाठी नग्न फोटो देखील दिले आहेत. मॅडोनाचे पुस्तक 'सेक्स'मध्येही त्यांचे फोटो आहेत.

आपल्या चिडचिड्या व रागीट स्वभावाच्या नाओमीने जहाज प्रवासात आपल्या प्रवासी मित्राने न विचारता तिचा फोटो काढला तर त्याला तिने चांगलेच झापले होते.

त्या एक यशस्वी गायीका पण आहेत. त्यांचा अल्बम 'बेबी वूमन' ची जगभरात एक मिलियनपेक्षाही जास्त प्रती विकल्या गेल्या आहेत. जॉर्ज माइकेलच्या म्यूझीक व्हिडीओ 'फ्रिडम ९०'मध्ये देखील त्यांनी त्यांची जादू दाखवली आहे.

१९९५मध्ये त्यांनी तोशीनोबू कुबोतासोबत ला ला ला लव्ह सॉंग' केले जे जबरदस्त लोकप्रिय ठरले. १.८५.६.०० इतक्या प्रती विकल्या गेल्या. मायकेल जॅक्शनसोबतही त्यांनी अनेक व्हिडीओमध्ये काम केले. १९९१मध्ये 'पीपल्स' दैनिकाने त्यांना जगातील सुंदर स्त्रीयांपैकी एक म्हणून जाहीर केले होते.

नाओमींने लेखन क्षेत्रातही आपली जादू दाखावली आहे. 'नाओमी' नावाचे एक फोटो बुक त्यांनी काढले असून 'स्वान' नावाच्या कादंबरीचे सहलेखनही केले आहे. आपल्या सहकाऱ्यांसोबत त्यांचे अंत्यत वाईट संबंध आहेत. ज्यामध्ये ब्लॅक सुपरमॉडल टायर बॅंक्सचा प्रसंग उल्लेखनीय आहे. २००६च्या 'द टायरा बॅंक्स शो' मध्ये त्यांची मने जुळू शकली.

नोपोलियन बोनापार्ट

नेपोलियन बोनापार्टचा जन्म १५ ऑगस्ट १९६९ला कोरसिकाच्या संपन्न कुटुंबात झाला. सैनिकी शाळेतून शिक्षण घेतल्यानंतर १७९६मध्ये त्याना इटलीमध्ये फ्रेंच सैन्याचे कमांडर पद देण्यात आले. नंतर त्यांनी ऑस्ट्रीया व त्याच्या मित्रराष्ट्रांना शांती कायम ठेवण्यासाठी विवश केले. १७८८मध्ये त्यांनी ओटोमनद्वारा संचलित मिश्रला जिंकले.

फ्रांन्सला नव्या संकटाचा सामना करावा लागला. ऑस्ट्रीया व रशिया, ब्रिटनसोबत मैत्री करून होते. नेपोलियन पॅरिसला परत आले, जिथले सरकार संकटात होते. नोव्हेंबर १७९९मध्ये त्यांनी पहिला वाणिज्यदूत निवडला गेला. नंतर १८०४मध्ये ते सम्राट म्हणून निवडल्या गेले. त्यांनी सरकारचे केंद्रिकरण, बॅंक ऑफ फ्रांन्सची निर्मिती रोमन कॅथॉलीक धर्माची पुनःप्रतिष्ठा व कोड नेपोलियनच्या मदतीने कायदा व सुव्यवस्थेवर लक्ष दिलं.

१८००मध्ये त्यांनी मारेंगामध्ये ऑस्ट्रीयाला पाराभूत केले. त्यांनी एक जनरल यूरोपियन शांतता करार केला. ज्यामुळे संपूर्ण महाद्वीपवर फ्रेंच सत्ता प्रस्थापित झाली. १८०३मध्ये ब्रिटनने फ्रांन्सबरोबर युद्ध पुकारले. नंतर रशिया आणि ऑस्ट्रेलिया पण सहभागी झाले. नेपोलियनने ब्रिटनला वगळून रशिया आणि ऑस्ट्रेलियाबरोबर युद्ध केले आणि विजय मिळवला. या युद्धाने चांगलाच फायदा करून दिला तसेच युरोपचे निमंत्रण त्यांच्या हाती आले. पवित्र रोमन साम्राज्याचे विघटन झाले, हॉलंड तसेच वेस्ट पालिया बनले. पुढील पाच वर्षात हॉलंड, वेस्टफालिया, इटली, नेपल्स, स्पेन व स्वीडनमध्ये नेपोलियनचे जवळचे व हितचिंतक नेता बनले.

१८१०मध्ये त्यांनी ऑस्ट्रिया सम्राटच्या कन्येसोबत विवाह केला कारण पहिल्या विवाहानंतर त्यांना संतानप्राप्ती झाली नव्हती. एक वर्षानंतर त्यांना एक पुत्र झाला.

१८०८मध्ये पेनिनसुलर युद्धाला सुरूवात झाली. महागड्या फ्रेंच पराभवाने फ्रेंच सैन्याचे सर्व संसाधन अडविण्यात आले होते. १८१२मध्ये रशियावर आक्रमण करणे नेपोलियनला फार महागात पडले. मार्च १८१४मध्ये पॅरिसचे पतन झाले. नेपोलियन देशातून निर्वासीत करण्यात आले. मार्च १८१५मध्ये त्यांनी फ्रेंच राजधानीवर हल्ला केला. वार्टर्लू युद्धानंतर त्यांचा शासनकाळ संपुष्टात आला. इंग्रजांनी त्यांना दूरच्या ॲटलाटिंक सेंट हेलेना बेटावर बंदी बनवले. ५ मार्च १८२१ला तिथेच त्यांचा मृत्यू झाला.

नेल्सन मंडेला

नेल्सन मंडेला यांचा जन्म १९१८मध्ये माडीला जनजातीमध्ये झाला. जो दक्षिण अफ्रिकेच्या पूर्व भागात वसलेल्या छोट्या गावातील थेम्बु लोकांचा एक भाग होता. त्यांचे जन्म नाव 'रोलीलाहला डालीभुंगा असे होते. शाळेत एक शिक्षकाने त्यांना 'नेल्सन' हे इंग्रजी नाव दिले.

त्यांवे वडील थेम्बु शाही परिवाराचे सल्लागार होते. नेल्सन नऊ वर्षाचे असतानाच त्यांचे वडील देवाघरी गेले. नंतर त्यांचा सांभाळ जॉनगिनटावा यांनी केला.

१९४३मध्ये ते अफ्रिकी नॅशनल कॉग्रेसचे कार्यकर्ते म्हणून पक्षात सहभागी झाले. नंतर ए.एन.सी.यूथ लीगचे संस्थापक तसेच राष्ट्रपती बनले.

१९४४मध्ये त्यांनी एव्हलीन मेस यांच्याबरोबर विवाह केला. त्यांना तीन मुले झाली. १९५७मध्ये ते विभक्त झाले. त्यांनी वकिली पास केली. तसेच आपले सहकारी ओलीवर टाम्बोसोबत जोहान्सबर्गमध्ये वकिली करू लागले. त्या दोघांनी मिळून वर्णभेदाच्या विरोधात आवाज बुलंद केला.

१९५६मध्ये त्यांच्यावर इतर १५५ कार्यकर्त्यासोबत अनेक आरोप ठेवण्यात आले परंतु चार वर्षानंतर खटला संपविण्यात आला. त्यांनी हाती घेतलेले काम सोडले नाही. १९५८मध्ये त्यांनी विनी माडीकेजेला त्यांच्यासोबत विवाह केला. ज्यांनी नंतर नेल्सन यांना जेलमधून बाहेर काढण्यासाठी महत्त्वाची भूमिका बजावली. १९६०मध्ये ए.एन.सी. वर बंदी आणली. मि.मंडेला यांना भूमिगत रहावे लागले.

त्यांनी देशाच्या अर्थव्यवस्थेसाठी एक अभियान चालवले. त्यांच्यावर हिंसक कारवाया केल्याचा आरोप ठेवून त्यांना कैद करण्यात आले. त्यांनी स्वतःचा बचाव करीत लोकशाही, स्वतंत्र्य व समता या विषयी आपले विचार व्यक्त केले.

ते १८ वर्षापर्यंत रोबन बेटावर शिक्षा भोगत राहिले. १९८२मध्ये त्यांना पोल्समूर जेलमध्ये आणण्यात आले. निर्वासीत टेम्बो यांनी त्यांना मुक्त करण्यासाठी १९८० मध्ये अंतरराष्ट्रिय अभियान चालवले. जागतिक समूहाने अफ्रिकामध्ये वर्णभेदाच्या विरोधात कठोर कायदे बनवले.

त्याचाच परिणाम म्हणून प्रेसिडेंट क्लर्क यांनी ए.एन.सी. लावलेली बंदी मागे घेतली आणि त्यांना कैदमुक्त करण्यात आले. ए.एन.सी व नॅशनल पार्टीने एकत्रीतपणे कार्यक्रम तयार केला.

डिसेंबर १९९३मध्ये मंडेला व डी. क्लार्क यांना नोबेल पुरस्कार प्रदान करून सन्मानीत करण्यात आले. पाच महिन्यानंतर दक्षिण अफ्रिकेच्या इतिहासात पहिल्यांदा सर्व जातींच्या लोकांनी मतदानात भाग घेतला तसेच नेल्सन मंडेला राष्ट्रपती बनले. ए.एन.सी ने ४००पैकी २५२ जागा मिळवल्या.

१९९७ मध्ये त्यांनी मबेकी यांच्यासाठी स्वतःची जागा सोडली. सेवानिवृत्तीनंतर ते जागतीक दौऱ्यावर गेले. अनेक नेत्यांना भेटले, सभेत भाग घेतला व पुरस्कार स्वीकारले.

हळूहळू ते सार्वजनिक जीवनापासून दूर होत गेले तसेच त्यांनी स्थापन केलेल्या कल्याणकारी 'मंडेला फाउंडेशन' या संस्थेच्या कार्यात व्यस्त होत गेले.

परवेज मुशर्रफ

परवेज मुशर्रफ यांचा जन्म ११ ऑगस्ट १९४३ला दिल्ली येथे झाला. त्यांचे वडील सय्यद मुशर्रफ अलिगढ विद्यापीठाचे पदवीधर होते तसेच दिल्लीतच सिव्हील सर्व्हिसला होते. विभाजनानंतर ते परराष्ट्र विभागात नोकरीला लागले. तसेच परराष्ट्र खात्याचे डायरेक्टर म्हणूनच सेवानिवृत्त झाले. त्यांच्या आईने देखील लखनौ विद्यापीठातून पदवीनंतरचे शिक्षण घेतले होते.

मुशर्रफ यांना दोन मुले आहेत. आयला आणि तिलाल, दोघेही विवाहीत आहेत. जनरल परवेज मुर्शरफ १९६१ मध्ये पाकिस्तानी सेना अकादमीत नोकरीला लागले. त्यांनी आर्टीलरी रेजिमेंटबरोबर १९६५च्या युद्धात खेमकरण, लाहोर व सियालकोट युद्ध क्षेत्रात भाग घेतला. त्यांना 'इम्तियाज-ए-सनद' ही पदवी बहाल करण्यात आली. त्यानंतर त्यांनी सात वर्षापर्यंत स्पेशल सर्व्हिस ग्रुप 'कमांडोज' साठी काम केले. त्यांनी कमांडो बटालियनकडून कंपनी कमांडर म्हणून १९७१च्या युद्धात देखील भाग घेतला.

१५ फेब्रुवारी १९९४ला मेजर जनरलचे पद मिळाल्यावर त्यांनी 'इंफेंट्री डिव्हीजन' ची धूरा सांभाळली, २१ ऑक्टोबर १९९५ ते लेफ्टनंट जनरल या पदापर्यंत पोहोचले.

त्यांनी आपल्या कार्यकाळात अनेक महत्त्वपूर्ण पदावर काम केले. त्यामध्ये डिप्टी मिलिट्री सेक्रेटरीचे पद देखील सहभागी आहे. ते जनरल हेडक्वार्टरमध्ये डायरेक्टर जनरल मिलिट्री ऑपरेशन देखील राहिले.

त्यांनी क्वेटाच्या कमांड अँड स्टाफ कॉलेज व नॅशनल डिफेंन्स कॉलेज शिवाय यू.के.च्या रॉयल कॉलेज ऑफ डिफेन्स स्टडीजमधूनही शिक्षण घेतले. त्यांना प्रदान केलेल्या प्रशस्तीपत्रात म्हटल्या गेले आहे की त्यांच्यासारख्या व्यक्तीची सेवा मिळालेला देश धन्यच म्हणावा...

७ ऑक्टोबर १९९८ला ते आर्मी स्टाफचे प्रमुख म्हणून निवडल्या गेले. १२ ऑक्टोबर १९९९पासून पाकिस्तानचे राष्ट्रपती म्हणून शपथ घेतली. आता त्यांनी त्या पदाचा राजीनामा दिला आहे.

पाब्लो पिकासो

पिकासो हे एक असे नाव आहे जे कला व सौंदर्य याच्या सोबत जोडल्या गेले आहे. पाब्लो रूइज पिकासो एक स्पॅनशि नागरीक होते, जे संपूर्ण विश्वात एक मोठे चित्रकार, ड्राफ्टमन व मूर्तिकार म्हणून ओळखले जातात. २० व्या शतकातील आदरनीय व सन्माननीय कलाकारापैकी एक असणारे पिकासो, विभिन्न प्रकारची कला प्रकारचे जन्मदाता ठरले आहेत, ज्याची छाप त्यांच्या कार्यात पहायला मिळते. याशिवाय पिकासो 'क्यूबिस्ट आंदोलन' चे सह-संस्थापक देखील आहेत. इतकेच नाही तर कला प्रेमी समाज त्यांची आजही तितक्याच तन्मयतेने आठवण करतो.

पिकासो यांचा जन्म २५ ऑक्टोबर १८८२ला मालगो, स्पेन या देशात झाला. अनेक संत व नातेवाइकांच्या नावासोबत त्यांचा बातिस्मा करण्यात आला. लहानपणापासूनच त्यांना कलेची

आवड होती. वयाच्या ११ व्या वर्षी त्यांनी स्पेनच्या कला विद्यालयात प्रवेश घेतला. १९०० मध्ये वर्सिलोनाच्या प्रदर्शनात त्यांची कला प्रथमच लोकांसमोर आली.

त्याचवर्षी सर्वप्रथम ते पॅरीसला गेले तसेच ब्ल्यू पीरियडने आपली शैली विकसीत केली. जी त्यांनी १९०४ पर्यंत वापरली. एप्रिल १९०४नंतर ते पॅरिसमध्येच राहू लागले. या दरम्यान त्यांची शैली 'रोझ पीरियड' पर्यंत आली होती. नंतर क्यूबिझमच्या विश्लेषत्माक काळानंतर 'सिथेटीक फेज' आला.

१९१६ मध्ये त्यांनी बेले व थिअटरकडे लक्ष वळवले. ते आपल्या कलेसोबत पूर्ण उत्साह व आनंदाने पुढे सरसावले. याच दरम्यान त्यांच्या निर्मितीमध्ये 'नियोक्लासिक प्रभाव' देखील दिसू लागला. १९१८मध्ये त्यांचा विवाह 'कोकलोवा' बरोबर झाला व त्यांना एक मुलगा, एक मुलगी झाली. १९३५ मध्ये ते पत्नीपासून विभक्त झाले. १९३१ मध्ये ते मुत्यदिखील तयार करू लागले.

त्यांनी पॅरिस व ज्यूरिकमध्ये अनेक प्रदर्शन आयोजीत केले. १९४४ मध्ये ते कम्युनिस्ट पक्षात दाखल झाले. त्यांनी आयोजित केलेल्या अनेक प्रदर्शनापैकी न्यूयार्कचे म्युझिअम ऑफ मॉडर्न आर्ट (१९३९) व पॅरिसचे म्युझिअम डी आर्टस् डेकोरेटिफ (१९५५)येथील प्रदर्शन देखील सर्वाधीक प्रभावी राहिलं. १९६१ मध्ये पिकासो यांनी जॅकलीनसोबत विवाह केला. कला, चित्रकारी, प्रिंट व मूर्तीकलेबद्दल त्यांच्या मनात नेहमी प्रेमाचा सागर उसळत राहिला. ८ एप्रिल १९७३ ला त्यांनी या जगाचा निरोप घेतला.

प्रिन्स चार्ल्स

१४ नोव्हेंबर १९४८च्या मध्यरात्री बकिंघम पॅलेसमधून एक घोषणा झाली की कुमारी एलिझाबेथने आपल्या पहिल्या पुत्रास जन्माला घातले आहे. ही बातमी लवकरच सर्वत्र पोहोचली. चर्चमधून पुत्राच्या आरोग्यासाठी व दीर्घायुष्यासाठी प्रर्थना होऊ लागल्या तसेच बाळाच्या सन्मानाप्रित्यर्थ यूनियन जॅक फडकविण्यात आला. हा कोण्या सामान्य बाळाचा जन्म नव्हता. भावी राजाच्या जन्मदिवसाचा आनंदसोहळा मोठ्या उत्साहात साजरा करण्यात आला.

क्वीन इलिझाबेथचा-२ चा सर्वात मोठा पुत्र चार्ल्स, ब्रिटिश साम्राज्याचा वारसदार होता. एलिझाबेथ व प्रिन्स फिलिप यांच्या विवाहानंतर अवघ्या एका वर्षात चार्ल्सचा जन्म झाला.

चार्ल्सला १९५८मध्ये 'प्रिन्स ऑफ वेल्स' बनविण्यात आले. ते १९७१-७६पर्यंत रॉयल नेव्हीमध्ये पायलेट व कमांडर या पदी राहिले. १९८१ मध्ये त्यांचा विवाह लेडी डायना स्पेंसर यांच्यासोबत झाला. हा त्या काळातला शाही विवाह साहळा होता.

हे जोडपे १९९२ मध्ये विभक्त झाले तसेच १९९६ मध्ये ते काशदेशीर वेगळे झाले. त्यानंतर एका वर्षानंतरच डायना एका अपघातामध्ये मृत्यू पावली. त्यांच्या घरी प्रिन्स विलियम व हेन्री यांनी जन्म घेतला. डायनाच्या मृत्यूनंतर चार्ल्सचे कॅमिला पार्करसोबत शरीरसंबंध होते.

या अनौपचारीक दोस्तीनंतर ते ९ एप्रिल २००५ला लग्नबंधनात अडकले. चार्ल्सला शिकार करण्याची आवड असून ते पर्यावरणाबद्दलही जागरूक आहेत. त्यांना वास्तुकलेतही रस आहे तसेच ब्रिटनच्या आधुनिक वास्तुकलेचे ते समीक्षकही राहिले आहेत.

प्रथम त्यांच्या आणि कॅमिलाच्या विवाहाची तारीख ८ एप्रिल ठेवण्यात आली होती परंतु पोप जॉन पॉल २ चा अंतिम संस्कार देखील त्याच दिवशी असल्याने त्यांना १ एप्रिल रोजी विवाह करावा लागला.

पेरिस हिल्टन

पेरिस व्हिटने हिल्टनचा जन्म फेब्रुवारी १९८१ला न्युयॉर्क येथे झाला. त्यांचा जन्म हिल्टन वंशात झाला. त्या आणि त्यांची बहिण निकी समाजातल्या प्रतिष्ठित म्हणून ओळखल्या जातात.

त्या चित्रपट तसेच मॉडलिंग या क्षेत्राशी संबंधीत आहेत. २००५ मध्ये त्यांनी १९५० व्या दशकाची भीतीदायक फिल्म 'हाऊस ऑफ वॅक्स'च्या रिमेकमध्ये काम केले.

नोव्हेंबर २००३मध्ये अचानक पेरिस हिल्टन चर्चेत आल्या. ज्यावेळी त्यांचे आधीचे मित्र रिक सोलोमन यांच्यासोबतचे त्यांच्या लैंगिक शोषणाचा व्हिडीओ ऑनलाइन प्रकाशीत झाला.

पेरिस हिल्टनने निकोलरिचबरोबर लोकप्रिय रिॲलिटी टी. व्ही. शो 'सिंपल लाइफ'मध्ये काम केले.

त्यांनी आपल्या कार्यकाळावर एक पुस्तक देखील लिहिले आहे.

३ मे २००५ला घोषणा झाली की पेरिस हिल्टन ह्या शिपिंग टाइकून मित्रासोबत विवाह करू लागल्यात. पाच महिन्यानंतरच त्यांचे लग्न मोडल्याची बातमी झळकली.

डिसेंबर २००५ मध्ये एक मतदान असे झाले की मोठी माणसे आपल्या कुत्र्याबरोबर कसं वागतात, त्यात त्यांचा नंबर सर्वात शेवटी आला.

२००६मध्ये पेरिसने 'स्टार्स ऑर ब्लाइंड' रिलीज झाली जी यू.के. मध्ये टॉप १० मध्ये हिट ठरली. २००७ मध्ये त्या प्लेबॉयच्या २५ व्या सेक्सी व्यक्ति म्हणून निवडल्या गेल्या.

२००७ मध्ये त्यांना बेजबाबदारपणे गाडी चालविल्यामुळे जेलची हवा खावी लागली. त्या एकदा बिगर हेडलाईट गाडी चालविल्यामुळे देखील त्या पकडल्या गेल्या होत्या. सुटका करण्याचा खूप प्रयत्न करूनही त्यांना शिक्षा भोगावीच लागली. २३ दिवस त्यांना जेलमध्ये राहावे लागले.

पेले

एडसन अराटस डो नाशीमेंटो ला 'पेले' या नावाने संपूर्ण जग ओळखतं. जागतिक महान फूटबॉल खेळाडू पेले यांच्याजवळ खेळ संबंधीत अनेक विलक्षण गोष्टी होत्या. ज्यांना पाहून प्रेक्षक तोंडात बोटे घालत.

पेले खेळ इतिहासाचे एकमेव फूटबॉल खेळाडू आहेत, ज्यांनी तीन वर्ल्ड कप ट्राफी जिकल्या आहेत. त्यांची १० नंबरची शर्ट देखील चांगलीच प्रसिद्ध झाली. त्यांचे बालपण ब्राझीलमध्ये गेले. बालपण गरिबीमध्येच गेले. खर्च भागविण्यासाठी त्यांना बुटांना पॉलिश करण्याचे काम सुद्धा करावे लागले. एक चांगला फूटबॉल घ्यायला देखील पैसे नव्हते. पायमोज्यात कागदे घालून त्याचा बॉल बनवत व खेळत.

१९५६ मध्ये सेन्टॉसपासून व्यावसायीक खेळाची सुरूवात केली. १९५७ उजाडेपर्यंत त्यांनी आपल्या टीममध्ये स्वतःची ओळख निर्माण केली होती. वयाच्या सोळा वर्षापर्यंत ते संघामध्ये सर्वाधीक गुण मिळवणारे बनले आणि ब्राझिलीयन नॅशनल स्कॉडमने त्यांना बोलावले.

१९६२ मध्ये ब्राझिल सरकारने त्यांना राष्ट्रीय कोच म्हणून जाहीर केले. यामुळे की ते युरोपमध्ये जावू नयेत. १९६९ मध्ये वास्को डि गामा येथील मॅचमध्ये त्यांनी आपला १०००वा गोल नोंदवला.

क्लब फूटबॉलमधून सेवानिवृत्त झाल्यावर पेले यांनी न्यूयॉर्क कॉस्मोससोबत करार केला आणि सर्वात जास्त मानधन घेणाऱ्या खेळाडूच्या यादीत दाखल झाले. त्यांनी आपला शेवटचा व्यावसायीक खेळ ११ ऑक्टोबर १९१७ ला खेळला. ते अर्ध्या खेळात सेन्टॉस क्लबसोबत तसेच अर्ध्या खेळापासून कॉस्मोस क्लबच्या बाजूने खेळले.

१९५७ मध्ये ते आपल्या अंतरराष्ट्रीय करिअरसाठी खास करून ओळखल्या जातात जो सामना ७ जुलै १९५७ ला आर्जेंटीनाच्या विरूद्ध सुरू झाला. १९५८ च्या वर्ल्ड कप मध्ये भाग घेणारे ते सर्वाधीत कमी वयाचे खेळाडू होते. फ्रांन्सच्या विरोधात सेमीफाइनलमध्ये हॅट्रीक करून ते वर्ल्ड कपच्या इतिहासात असे करणारे ते पहिले खेळाडू बनले. १९ जून १९५८ ला १७ वर्ष व २४७ दिवसाच्या पेलेने वर्ल्ड कप फाइनलमध्ये खेळून रेकॉर्ड नोंदवला. १७ वर्षाच्या वयात वर्ल्ड कप त्यांच्या हातात होता.

१९६२ च्या वर्ल्ड कपमध्ये खेळाच्या दरम्यान ते जखमी झाले तसेच खेळातून बाहेर पडावे लागले परंतु या व्यतिरिक्त त्यांनी चेकस्लोवाकियाला पराभूत करून दुसरी वर्ल्ड कप ट्रॉफी देखील जिंकली. १९७० च्या ब्राझील वर्ल्ड कप टीम महान फूटबॉल टीमपैकी एक मानली जाते. ब्राझीलने ४-१ ने सामना जिंकला आणि त्यांना नेहमीसाठी 'ज्यूल्स रिमेट ट्रॉफी' देण्यात आली. पेले यांनी १८ जुलै १९७१ ला ब्राझीलकडून यूगोस्लाव्हियाच्या विरूद्ध शेवटचा अंतरराष्ट्रीय सामना खेळले.

फारिया आलम

फारियांचा जन्म १९६६ मध्ये बांग्लादेशची राजधानी ढाकामध्ये झाला. वयाच्या तिसऱ्या वर्षी ते इंग्लडला आले. कुटुंबाला अनेक ठिकाणी स्थालांतर करीत राहावे लागले. त्यांचा जास्तीत तास्त वेळ उत्तर-पूर्व मध्येच गेला.

किशोरी फारियाला घेऊन तिची आई यू.एस.ला गेली. १९९७मध्ये वडिलांना देखील काळाने हिरावून नेले, मग तर फारिया एकटीच पडली.

२००३ मध्ये त्या डेव्हीड डेव्हीसची पी.ए. म्हणून एफ.ए. मध्ये सहभागी झाल्या. लवकरच मार्क पॅलिओस व त्यांचे प्रेमप्रकरण चालू झाले. इंग्लडमध्ये मॅनेजर स्वॅनगोरानसोबत देखील त्यांचे संबंध राहिले. आलमाने एफ.ए. वर लैंगिक शोषणाचे आरोप लावले, ज्यांना एका व्यावसायीक ट्रिब्यूनलने रद्द करून टाकले.

'बिग ब्रदर' मध्ये सहभागी होण्यापूर्वी फारीया आपल्या प्रशासकीय अनुभवाच्या बळावर अमेरिकेत 'फॅशन लेव्हल' साठी ऑफीस उघडून बसल्या होत्या.

त्या दुसऱ्या नंबरने त्या शोमधून बाहेर पडल्या.

फेब्रुवारी २००७मध्ये त्यांच्यावर एक लेख छापून आला, ज्यात म्हटले होते की त्या पैशासाठी कोणत्या पातळीला गेल्या आहेत किंवा जावू शकतात.

फारीया आलमाने थ्री थ्रीलर 'कॅश अँड करी' मध्ये लक्ष्मीची भूमिका बजावली आहे.

फिडेल कास्ट्रो

फिडेल कास्ट्रो यांचा जन्म १३ ऑगस्टला पूर्व क्यूबामध्ये झाला. ते स्पॅनिश वडिलाचे पुत्र होते. हवाना विद्यापीठातून कायद्याची पदवी घेतल्यानंतर ते राजकारणाकडे वळले. फुलगोनिको बातिस्ताच्या हुकूमशाही विरोधात होत असलेल्या आंदोलनात ते पूर्णपणे सक्रिय दिसले. १९५०च्या शेवटी, फिडेल देशाच्या दक्षिणपूर्व भागात गनिमी युद्धाचे नेतृत्व करीत होते. जानेवारी १९५९ मध्ये ते बातिस्ता वर विजय मिळविण्यात यशस्वी ठरले.

अशाप्रकारे जगाचे लक्ष त्यांच्याकडे वळले. त्यांनी लवकरच साम्यवादी धोरण स्वीकारले. सामूहीक शेती होऊ लागल्या. बँक व उद्योगांचे राष्ट्रीयकरण झाले. सरकारवर टीका करणारांना जेलमध्ये टाकण्यात आले.

सोव्हिएट युनियनबरोबर मैत्री ठेवल्यामुळे यू.एस. आणि त्यांचे संबंध खराब झाले. १९६१च्या सुरूवातीला त्यांचे डावपेचात्मक संबंध संपुष्टात आले.

त्याच वर्षी यू.एस. च्या मदतीने क्यूबामधील निर्वासीतानी हल्ला केला, ज्याला वे ऑफ पिगसूवर निष्फळ ठरवले. पुढच्या वर्षी क्यूबा, वाश्गिटन तसेच मॉस्को दरम्यान सोव्हिएट न्यूक्लिअर मिसाइलच्या मुद्यावरून वाद उत्पन्न झाला होता.

त्यानंतर फिडेलने अंगोला सारख्या ठिकाणी आपले सैन्य पाठवले. त्यांनी साम्यवादाच्या प्रचारासाठी वामपंथी गनिमी युद्धाचे समर्थन केले. सोबतच त्यांनी देशातील आरोग्य व शिक्षणधोरणावर जोर दिला. ज्यामुळे साक्षरतेचे प्रमाण वाढले तसेच बालमृत्यू दरात खूपच घट झाली. मॉस्कोवरून मिळालेल्या आर्थीक मदतीचा तर खूपच फायदा झाला.

समाजकल्याणच्या या कामगिरीसाठी मानवाधिकार तसेच लोकशाहीचा गळा दाबावा लागला. फिडेलने भीती तसेच दहशतीच्या छायेत सरकार चालवलं. जसे स्टॅलीन किंवा हिटलरचे झाले.

सोव्हिएटकडून अनुदान मिळणे बंद झाल्यावर नाइलाजाने सरकारला आहे त्या परिस्थित सरकार चालवावे लागले. डॉलरचा वापर कायदेशीर झाला. छोट्या खाजगी उद्योगांना परवानगी देण्यात आली परंतु फिडेलने अर्थव्यवस्था हाती येताच काही सवलती बंद केल्या. त्यांनी यासाठी यू.एस. ला जबाबदार धरून दोषी ठरवले तसेच हवानामध्ये अमेरिकेच्या विरोधात मोर्चा देखील काढले.

जुलै २००६ मध्ये त्यांना अचानक आतड्यांचे ऑपरेशन करावे लागले. त्यानंतर ते सार्वजनीक स्वरूपात जगासमोर आले नाहीत. दीर्घ गैरहजेरीमुळे त्यांच्या तबियतीबद्दल शंका घेण्यात येऊ लागल्या. १९ फेब्रुवारी २००८ ला त्यांनी घोषणा केली-"मी ना कधी काउंसिल ऑफ स्टेट प्रेसिडेंटची तसेच कमांडर इन चीफ या पदाची इच्छा बाळगली आहे ना कधी ही पदे सांभाळणार आहे"

फ्लोरेंस नाइटिंगेल

शंकाच नाही की नर्सिंग क्षेत्रात फ्लोरन्स नाइटिंगेल अशी नर्स होती जिने आपल्या करिअरच्या दरम्यान अथक परिश्रम व सेवा करून चिकित्सा क्षेत्रातच नाही तर खास करून सैन्या चिकित्सा क्षेत्रात सुधारणा केली. या सुधारनेकडे तिने जर लक्ष दिले नसते तर शक्य होतं की जगातील हॉस्पीटलला स्वच्छतेच्या अभावापोटी उत्पन्न होणाऱ्या आजारापासून सावरायला आणखी काही वर्ष लागले आसते.

लोरेन्सचा जन्म इटालीत झाला परंतु पालन-पोषण इंग्लडमध्ये झालं. त्या एका सुखी-संपन्न कुटुंबातल्या होत्या. ज्यांनी विज्ञान ते संगीत अशा सर्व क्षेत्रातले शिक्षण घेतले. त्यांचे वडील चांगले दोस्त होते. त्यांच्या वडिलांनी गुलामीच्या विरोधात आवाज उठवला होता. कदाचित वडील त्यांच्यासाठी प्रेरणास्त्रोतासारखे होते.

त्यांच्या आईचा स्वभाव थोडा वेगळा होता. त्यांना लवकरात लवकर मुलीचा विवाह करायचा होता. तत्कालीन सामाजीक वातावरण देखील तसेच सांगत होते की मुलीने लग्न करून आपला संसार सांभाळावा. शक्य झाले तर मुलीने स्वतःच्या विरंगुळयासाठी कसलासा छंद जोपासावा. परंतु फ्लोरेन्सासाठी ईश्वराने काही वेगळेच ठरवून टाकले होते. अनेक लग्नाच्या प्रस्तावांना नाकारून त्यांनी आई-वडिलांना असे सांगून कोंडीत पकडले की त्यांना नर्स बनायचे आहे. त्या काळात संपन्न कुटुंबातील मुलींने असे काही करण्याला हीन नजरेने पाहिले जात असे.

आई-वडिलांची इच्छा नसताना फ्लोरेन्सने नर्सिंगचे प्रशिक्षण ध्यायला सुरूवात केली. लवकरच इंग्लडच्या नावाजलेल्या हॉस्पीटलमध्ये त्यांच्या नावाची चर्चा होऊ लागली.

१८५४ मध्ये त्यांना त्यांच्या गुणवत्तेच्या बळावर ३८ प्रशिक्षित नर्सबरोबर तुर्कस्थानला जाण्याची परवानगी मिळाली. जिथे इंग्रज सैनीक क्रिमियन युद्धात लढत होते. सैनिक हॉस्पीटलची दशा दयनीय होती. स्वच्छता कुठेही नव्हती. बिछाण्यावर छतरंज्या नव्हत्या. सैनीक धूळ व रक्ताने

माखून आपल्या सैनीकी कपड्यामध्येच रोगी होऊन पडून होते. उंदाराना रक्त चाटायाला मिळत होतं. टाइफाइड, पटकीसारखे रोग मागे लागले होते.

फ्लोरेन्सने हॉसपीटमध्ये सुधारणा व्हावी म्हणून योजना आखली. सुरूवातीला पुरूष डॉक्टर नाराज झाले. परंतु लवकरच सर्व काही ठीक झाले. नर्सचे पथक युद्ध संपेपर्यंत हॉस्पीटमध्ये स्वच्छता सतेच पोषणामध्ये चांगली सुधारणा करीत होतं. त्यांना 'लेडी विथ द लॅंप' म्हणण्यात येऊ लागले.

युद्धा दरम्यान फ्लोरेन्स अशा तापाने पछाडले की त्या आयुष्यभर दुरूस्त होऊ शकल्या नाहीत. नर्सिग करण्याची क्षमता त्यांच्यात उरली नसली तरी त्यांनी 'व्हिजिटींग नर्सिंग असोसिएशन' ची स्थापना केली. एक अशी शाळा सुरू केली, जी नर्सिंगसाठी आदर्श बनली, संपूर्ण जगात नर्स म्हणून त्यांचे नाव झाले तसेच त्यांना अनेक समित्यांना आपली सल्लागार म्हणून निवडले. 'ब्रिटिश ऑर्डर ऑफ मेरिट' मिळवणाऱ्या त्या पहिल्या महिला होत्या. आपल्या आयुष्याच्या शेवटच्या काळात त्यांनी 'रेड क्रॉस आंदोलन' देखील जॉइन केलं.

१९१० मध्ये नव्वद वर्षीय 'लेडी विथ द लॅंप' यांचे निधन झाले. परंतु सेवाभावाच्या रूपाने त्या आजही जगभरातील लोकांच्या मनामनात जिवंत आहेत.

बराक ओबामा

बराक हुसैन ओबामा ज्यूनिअर यांचा जन्म ४ ऑगस्ट १९६१ ला होनोलुलूमध्ये झाला. त्यांचे वडील केनियाचे तर आई काकेशियन होती. बराकची आई ऐन डनहम व वडिलांची काडीमोड झाल्यावर आईने दुसरा विवाह केला. त्यानंतर ते जकार्तामध्ये राहू लागले, जिथे त्यांची सावत्र बहीण मायाचा जन्म झाला. कौटोंबिक हेळसांडीपासून दूर ठेवण्यासाठी त्यांच्या आईने त्यांना आजी-आजोबाकडे पाठवले.

बराकने १९८३ मध्ये कोलंबिया विद्यापीठातून पदवी परीक्षा पास केली. १९९१ला त्यांनी कायद्याची पदवी घेतली तसेव हारवर्ड लॉ रिव्ह्यूचे पहिले अफ्रिकी-अमेरिकन अध्यक्ष बनले. नंतर ते शिकागो येथे नागरीक अधिकारांचे वकील म्हणून तसेच संवैधानीक कायदे शिकवण्याचे काम करू लागले. याच माध्यमातून त्यांनी इलिनॉयस स्टेट सीनेटमध्ये आठ वर्षापर्यंत आपली सेवा दिली.

४ नोव्हेंबर २००८ ला डेमोक्रॅटीक पार्टीचे ओबामा, संयुक्त राज्य अमेरिकेचे प्रथम कृष्णवर्णीय राष्ट्रपती म्हणून निवडल्या गेले. मतदानाच्या दिवशी १३ ते १४ करोड लोकांनी मतदान केले. इतके मतदान होणे म्हणजे एक रेकॉर्ड होते.

ओबामाने २० जानेवारी २००९ ला राष्ट्रपती पदाची शपथ घेतली. त्यांनी राष्ट्राला उद्देशून केलेल्या भाषणात म्हटले, "आपण या पृथ्वीतलावर सर्वात अधिच समृद्ध व शक्तीशाली राष्ट्र आहोत, आपले कर्मचारी तितकेच सचनात्मक आहेत, जितके संकटाची सुरूवात होण्याआधी होते. आपली मने तितकीच कल्पनाशील आहेत....

आपल्या क्षमतेत कोणतीही घट झालेली नसून आपला वैयक्तीक स्वार्थ सुरक्षित ठेवणे आणि दुःखद निर्णय न घेण्याचा काळ आता लोटला आहे. आजपासून सुरूवात करून स्वतःला वरच्या स्थानी घेऊन जायचे आहे. व्यवस्थित करायचे आहे म्हणजे नव्या अमेरिकेचे नवनिर्माण कार्य पूर्ण होऊ शकेल..."

बराक ओबामा राष्ट्राच्या प्रगतीसाठी प्रयत्नशील आहेत. त्यांनी-ड्रीम्स फ्रॉम माइ फादरः अ स्टोरी ऑफ रेस अँड ॲनहेरीटेंस (१९९५), द ऑडेसिटी ऑफ होपः स्ट्रेंजर्स बिकेम फॅमिली इन द वेक ऑफ हरीमेन कॅटरीना (२००६) आदी पुस्तके देखील लिहिली आहेत, ज्यांना वाचकांचा चांगला प्रतिसाद मिळाला आहे.

बान की मून

बानचा जन्म १३ जून १९४४ ला दक्षिण कोरीयाच्या 'चुंगजू' या ठिकाणी झाला. त्यांनी १९७० मध्ये सिओल विद्यापीठाच्या अंतरराष्ट्रीय संबंध खात्यातून पदवी घेतली आणि त्यानंतर न्यूयॉर्कमध्ये यू.एन. बरोबर दक्षिण कोरीया मिशनवर काम करू लागले.

१९७० मध्ये परराष्ट्र प्रकरणाच्या संदर्भात कोरीया मंत्रीमंडळात सहभागी झाले. त्यानंतर आगामी पंचवीस वर्षात त्यांनी कोरीयाच्या भारतीय, अमेरिकन तसेच ऑस्ट्रिया दुतावासात वेगवेगळया कूटनीति पदावर काम केले. १९९६ मध्ये ते राष्ट्रपतीचे राष्ट्रीय सुरक्षा सल्लागार बनले. तसेच २०००मध्ये उपमत्र्यांचे ऑफीस सांभाळले.

त्यांनी सहा राष्ट्रीय चर्चेत प्रमुख भूमिका बजावली, जिथे परमाणु शस्त्राच्या संदर्भात चर्चा झाली. ज्यावेळी ते परराष्ट्र मंत्री होते, त्याकाळात देशावर टीका पण झाली. कारण तो करार उत्तर कोरीयाच्या मानवाधिका रेकॉर्डसाठी वचनबद्ध ठरू शकला नव्हता.

श्रीमान बान आणि त्यांची पत्नी यांना दोन मुले व मुलगी झाली. संयुक्त राष्ट्रासोबत बान दीर्घकाळापासून कार्यरत आहेत.

१९९९ मध्ये ज्यावेळी ते ऑस्ट्रीयात दक्षिण कोरीयाचे राजदूत होते त्यावेळी त्यांनी 'कंप्रेहेन्सीव्ह न्यूक्लिअर टेस्ट बॅन ट्रिटी ऑर्गनाइझेशन' चे प्रीपेट्री कमीशनच्या चेअरमेनची भूमिका बजावली होती.

२००३ ते २००७ पर्यंत संयुक्त राष्ट्रात ते काम केल्यानंतर त्यांनी २००४ ते २००६ पर्यंत कोरीयात विदेशी प्रकरणे तसेच व्यापार मंत्र्याचा पदभार स्वीकारला.

जानेवारी २००७ मध्ये ते यू.एन. चे सेक्रेटरी जनरल म्हणून नियुक्त झाले. ते या पदावर गेलेले दुसरे आशियायी आहेत. यापूर्वी बर्मा (आता म्यानमार) च्या यू. थांट ने १९६१-७१ पर्यंत हे पद सांभाळले होते. बान यांनी हावर्डविद्यापीठाच्या जॉन एफ. केनेडी स्कूल ऑफ गव्हर्नमेंट मधून मास्टर डिग्री प्राप्त केली आहे.

ब्रिटनी स्पीअर्स

१७ वर्षातच ब्रिटनी स्पीअर्स आपला पहिलाच अल्बम 'बेबी वन मोर टाइम' ने नंबर वन पर्यंत पोहोचली. अमेरिकेच्या मोठ्या स्टारपैकी एक असणाऱ्या ब्रिटनची मदमस्त अदा व गाणी ऐकतच राहावं असं वाटतं. एम.टी.व्ही. रेडीओ प्रसारण व दैनिकातून त्यांचा चेहरा सतत पहायला मिळतो.

मे २००० मध्ये त्यांचा दुसरा अल्बम... "उप्स... आई डीड इट अगेन" निघाला, जो पहिल्याच आठवड्यात गोल्डच्या श्रेणीत आला. २००३ मध्ये त्यांचा तिसरा अल्बम 'इन द झोन' निघाला. परंतु तोपर्यंत त्यांचे वैयक्तिक जीवन चर्चेचा विषय बनले होते.

३ जानेवारी २००४ ला त्यांनी त्यांचे बालपणीचे मित्र जेसन ॲलेक्झांडर यांच्यासोबत विवाह केला त्याच दिवशी त्याला सोडून पण दिले. नंतर ब्रिटनीचा विवाह केव्हिन फीडरलाइन या व्यावसायीक व्यक्तिसोबत झाला. त्यांना दोन मुले झाली पण नोव्हेंबर २००६ मध्ये घटस्फोटासाठी अर्ज केला. २००७ मध्ये त्या डोक्याची केस कापणे, नशामुक्ती केंद्रात जाणे, कोर्टात तमाशा करणे व मुलांना वाऱ्यावर सोडून देण्यामुळे बदनाम चर्चेचा विषय बनल्या.

थोड्याशा प्रचारानंतर त्यांचा पाचवा अल्बम सोलो 'ब्लॅक आऊट' आला. १९९३ व १९९४ मध्ये ते 'मिकी माऊस क्लब' साठी निवडल्या गेल्या.

२००७ मध्ये त्यांनी क्रॉसरोडसाठी काम केले. ज्यामध्ये त्यांच्या बालपणाची भूमिका त्यांची बहिण 'जेमी लिन स्पीअर्स' ने केली. १८ सप्टेंबर २००४ ला त्यांनी फीडरलाइनसोबत विवाह केला होता, नंतर त्यांचाही घटस्फोट झाला.

बिल क्लिंटन

जन्माच्यावेळी बिल क्लिंटन यांना 'विलियम जेफरसन ब्लाइथ' असे नाव दिले होते. बिल क्लिंटन १९९३ पासून २००७ पर्यंत दोन सत्रासाठी यू.एस. चे प्रेसिडेंट राहिले.

क्लिटंन यांनी ७० चे दशक अरकान्ससचे लॉ प्रोफेसर व ॲटर्नी जनरल म्हणून घालवले. ८० च्या दशकात ते त्या ठिकाणाचे गव्हर्नर राहिले. १९९२ मध्ये यांनी जॉर्ज बुशला हटवून प्रेसिडेंट हे पद मिळवले.

मजबूत आर्थीक सुधारणाने प्रभावीत पहिले सत्र संपल्यानंतर ते १९९६ मध्ये पुन्हा निवडल्या गेले. दुसरे सत्र विवाद, भ्रष्टाचाराचा आरोप व विवाहात केल्या गेलेल्या धोकेबाजी यांनी भरलेले राहिले.

मोनिका लेविन्सकी या मुलीसोबत त्यांचे शरीर संबंध असल्याचा आरोप त्यांच्यावर ठेवण्यात आला. आरोपामुळे त्यांना अरकान्ससमधून पाच वर्षासाठी कायद्याची प्रॅक्टीस करता येणार नसल्याचे सांगून निलंबीत केले.

२००० मध्ये त्यांची पत्नी हिलेरी रोडम क्लिंटन न्यूयॉर्कर्कमधून यू.एस.सीनेटर म्हणून निवडल्या गेल्या. पब्लिक ऑफिससाठी प्रथमच कोण्या महिलेची निवड करण्यात आली होती.

क्लिंटनचे वडील त्यांच्या जन्माआधीच कार अपघातामध्ये ठार झाले होते म्हणून त्यांना रोजर क्लिंटन या सावत्र बापाचे नाव मिळाले. १९९१ मध्ये आफिसमधील पौला जोन्स यांनी त्यांच्यावर लैंगिक शोषणाचा आरोप लावला. १९९४ ते १९९८ पर्यंत खटला चालला. जोन्स या स्त्रीला ८.५०.००० देण्याचे वचन दिल्यावर हे प्रकरण मिटले.

माजी राष्ट्रपती बिल क्लिंटन यांनी भारतात एडसविरोधी चाललेल्या मोहिमेचे कौतूक करताना ते म्हणाले होते की भारत या संदर्भात जगाचे नेतृत्व करू शकतो. "भारत जगाचा पहिला चमत्कार बनण्याच्या दिशेने आहे..."

बिल व हिलेरी क्लिंटनची कन्या चेल्सा, आपले वडील राष्ट्रपती असण्याच्या काळात स्टेनफोर्ड विद्यापीठात होती. पहिल्या राष्ट्रपती निवडणूक सत्रा दरम्यान क्लिंटनला 'एल्बिस' असे नाव देण्यात आले.

२००४ मध्ये त्यांचे 'माइ लाइफ' हे आत्मकथन प्रकाशीत झाले. असे म्हणतात की यासाठी प्रकाशन एल्फ्रेड ए. नॉपकडून त्यांना १० मिलियन डॉलर इतकी रक्कम मिळाली होती.

बिल गेट्स

बिल गेट्स यांनी जगातील सर्वात मोठी कंपनी स्थापन केली आहे, ते जगातील सर्वाधीक श्रीमंत व्यक्ती तसेच इतिहासातले सर्वात परोपकारी व्यक्ती बनले आहेत.

हे खरे आहे की त्यांना शिक्षण मध्येच सोडावे लागले होते परंतु व्यावसायीक पातळीवर त्यांच्या प्रतिभेला काही जोड नाही. जागतीक कंप्युटर उद्योगावर मालकी व प्रचंड संपत्ती असतानाही ते आजही प्रोग्रामिंगच्या छदाला जोपासून आहेत.

२००० मध्ये ते माइक्रोसॉफ्टचे चीफ एक्झीक्यूटिव्ह बनले. यामुळे त्यांना सॉफ्टवेअर विकास तसेच मोबाईल इंटरनेटयुगाच्या नव्या आव्हानावर लक्ष केंद्रित करता येईल. कंप्युटरच्या वेडानं त्यांना झपाटणे ही गोष्ट खरोखरच स्तुत्य आहे.

गेट्स आपल्या आक्रमक व्यावसायीक पद्धती व व्यवस्थापनाच्या संघर्षमय पद्धतीसाठी ओळखले जातात. आई.टी. जगावर असलेल्या वर्चस्वामुळे त्यांना व त्यांच्या कंपनीच्या शत्रुंची कमतरता नाही.

२८ ऑक्टोबर १९५५ ला त्यांचा जन्म सिएटलमध्ये झाला. त्यांचे वडील विलियम एच.गेट्स सिएटल ॲटर्नी होते तसेच स्वर्गीय आई एक शिक्षिका होती.

गेट्सने लेकसाइड स्कूलमध्ये तेरा वर्षाच्या वयातच कॉम्प्युटर हाताळले. वयाच्या १७ व्या वर्षी त्यांनी तयार केलेला 'स्कूल टाइमटेबल' ते विकून बसले होते. तिथेच त्यांची भेट सहकारी वर्ग मित्र पॉल सेलनसोबत झाली, ते देखील कॉम्प्युटर वेड्यापैकी एक होते. त्या दोघांनी मिळून सर्वात आधी पी.सी. साठी कॉम्प्युटर लॅंग्वेज कार्यक्रम तयार केला. पी.सी. निर्माता एम.आई.टी.एस. (MITS) ला त्यांचे काम पसंत पडले आणि दोघा मित्रांनी १९७५ मध्ये माइक्रोसॉफ्टची स्थापना केली.

१९८० मध्ये एक बिझनेस करार हाती आला. त्यांनी आई.बी.एमचे नव्या पी.सी. साठी MS-DOS सिस्टम दिली. माइक्रोसॉफ्टच्या ऑपरेटिंग सिस्टिमच्या बळावर आणखी देखील अनेक पी.सी बाजारात आल्या. १९८६ उजाडता-उजाडता कंपनी आणखीच नफ्यात आली. ऐलन यांनी माघार घेतली पण बिल यांनी कंपनीच्या विकासाला वाहूनच घेतले. असे असले तरी त्यांना

१९९० च्या दशकात इंटरनेट जन्माला येईल याची कल्पना तसेच विकास याबद्दल काही अंदाज बांधता आला नाही. या शिवाय ते व्हायोटेक कंपनी व इतर क्षेत्राशी देखील जोडल्या गेले.

त्यांनी स्थापन केलेली कॉरविस कॉर्पोरेशन संपूर्ण दुनियेच्या खाजगी व वैयक्तिक संग्रहातून कला तसेच फोटोग्राफीचा डिजिटल साठवण आगार बनवत आहे. 'द रोड अहेड' आणि 'बिजनेस ॲट द स्पीड ऑफ थॉट' नावाचे पुस्तक बाजारात हातोहात विकल्या गेले व त्याचे चांगले कौतूक करण्यात आले. १९९४ मध्ये त्यांनी मिलिंडाबरोबर विवाह केला. त्यांना तीन मुले झाली. जेनीफर कथरीन (१९९६), शेरी जॉन (१९९९) तसेच फावे ऐडले (२००२)

बिल गेट्स आपल्या वडिलांनी स्थापन केलेल्या फाउंडेशनच्या मदतीने मोठीच आर्थीक मदत दान देत असतात. ज्यामुळे जागतीक आरोग्य व शिक्षण क्षेत्रात प्रोत्साहन मिळाले. ही जगातील दुसरी धनवान परोपकारी संस्था आहे.

बेनजीर भुट्टो

बेनजीर भुट्टोचा जन्म २१ जून १९५३ ला पाकिस्तानमध्ये कराचीत एका संपन्न राजकीय कुटुंबात झाला. १६ वर्षाच्या वयात त्या शिक्षण घेण्यासाठी हावर्डस रॅडक्लिफ कॉलेजात गेल्या. तेथून अंडरग्रॅज्यूएटची डिग्री मिळविल्यांनतर त्यांनी ऑक्सफोर्ड विद्यापीठातून शिक्षण घेतले.

२ डिसेंबर १९८८ ला बेनजीर भुट्टोने पंतप्रधानपदाची शपथ घेतली आणि एका इस्लामी देशाची पहिला पंतप्रधान बनल्या.

त्यानंतरच्या दशकात राजकीय संघर्षमुळे त्यांना अनेकदा बंदीवासात जावे लागले. जवळ-जवळ ६ वर्षापर्यंत एक तर त्यांना कैद करण्यात आले किंवा नजरकैदेत ठेवण्यात आले. त्या तत्कालीन विरोधी पक्ष पीपल्स पार्टीच्या समर्पित नेत्या होत्या. विरोधी पक्षासोबत राहून त्यांनी आरोग्य, समाजसेवा तसेच गरीब वर्गासाठी शिक्षणासारख्या विषयावर लक्ष दिले, ज्यामुळे पाकिस्तानी समाजाचा कायाकल्प होऊ शकेल.

पंतप्रधानपदी आल्यावर त्यांनी पाकिस्तानी समाजात स्त्री-पुरूष लिंगभेदावर होणारा अन्याय कमी करण्यासाठी प्रयत्न केला. त्यांनी आरोग्य व शिक्षणाच्या सुधारणा क्षेत्रात राष्ट्रीय स्तरावर अनेक कार्यक्रम सुरू केले.

१९९८ मध्ये त्या स्वतः निर्वासीत होऊन दुबईला गेल्या. त्यानंतर त्या १८ ऑक्टोबर २००७ ला पाकिस्तानात आल्या. तत्कालीन राष्ट्रपती मुर्शरफने त्यांना आश्वासन दिले होते की भ्रष्टाचार आदींच्या आरोपातून सुटका करण्यात येईल.

त्या माजी पंतप्रधान जुल्फीकार अली भुट्टो व बेगम नुसरत भुट्टो यांची सर्वात थोरली मुलगी होती. त्यांचे आजोबा, सर शाह नवाज भुट्टो, फाळणीपूर्व भारताच्या हरियाणा राज्यात होते.

२७ डिसेंबर २००७ ला रावळपिंडीच्या लिकायत नॅशनल बागेत पाकिस्तान पीपल्स पार्टीची राजकीस रॅलीच्या वेळी गोळीबार तसेच आत्मघाती बॉम्ब हल्ल्यात सापडून त्यांची हत्या करण्यात आली.

बेनिटो मुसोलिनी

इटालीचे हुकूमशहा बेनिटो यांचा जन्म २९ जुलै १८८३ ला प्रिडॅपियो, इटलीत झाला.

एक बुद्धीमान तरूण म्हणून ते एक प्रभावी समाजवादी होते तसेच पक्षाचे मुखपत्र 'अवंती' चे संपादक म्हणूनही काम पाहिले. परंतु ते पहिल्या युद्धाचे समर्थक बनल्यावर तर त्यांना पक्षातून काढूनच टाकले.

त्यांनी १९१९ मध्ये एका राजकीय पक्षाची स्थापना केली. तेव्हापासूनच फासीवादाची सुरूवात झाली.

१९२२ मध्ये मुसोलिनीने रोममध्ये एक समाजवादी संपापासून बचाव करण्यासाठी रोम मार्च काढला. सरकार पडल्यानंतर, ते इटालीच्या इतिहासात सर्वात कमी वयात पंतप्रधान म्हणून निवडल्या गेले.

त्यांनी फासीवाद प्रस्थापित करण्यासाठी एक कायदा तयार केला तसेच ड्यूस (द लीडर) या नावाने प्रसिद्ध झाले. त्यांनी देशात कायदा आणि सुव्यवस्था स्थापन केली. सामाजीक सुधारणा व सार्वजनीक कार्यावर भर दिला, ज्यामुळे त्यांना चांगले समर्थन मिळाले.

१९३५ मध्ये त्यांनी अबिसीनियावर आक्रमण केले. हिटलरने त्यांच्या योजनांचे समर्थन केले आणि ते रोम-बर्लिन ऑक्सीससाठी तयार झाले. त्यांनी १९४० मध्ये मित्र राष्ट्राबरोबर युद्धाची घोषणा केली, युनान व उत्तरी अफ्रिकेत इटाली सैन्याच्या पराभवाने मुसोलिनी नाराज झाले.

सिसली आक्रमण १९४३ च्या नंतर 'फासिस्ट ग्रँड काउंसील' ने त्यांना पदावरून हटवले. त्यांना कैद करून जेलमध्ये टाकले. परंतु जर्मन कमांडोने त्यांचा बचाव केला. नंतर उत्तर इटलीच्या भागाचे प्रमुख बनले, जे हिटलरच्या हातचे बाहूले सरकार होते. १९४५ मध्ये मुसोलिनीने ऑस्ट्रीयाला पळून जाण्याचा प्रयत्न केला पण पकडून प्राणदंड देण्यात आला.

बेंजामिन फ्रँकलिन

बेंजामिन फ्रँकलीनचा जन्म १७०६ मध्ये मेणबत्ती व्यावसायीक कुटुंबात झाला. ते आई-वडिलाच्या १७ व्या पुत्रापैकी पंधरावे होते. बेनचे वडील त्यांना घरगुती कामाला लावण्याच्या प्रयत्नात होते. परंतु मेणबत्ती बनविण्याच्या कामात त्यांना कसलाही रस नव्हता. बेन यांना केवळ दोन वर्षापर्यंतच औपचारीक शिक्षण मिळू शकलं. ते मोठे बंधू जेम्स फ्रँकलीन यांच्या प्रिटींग प्रेसवर काम करू लागले. त्यांना दैनिके छापण्याचा हा व्यावसाय बरा वाटू लागला. त्यांनी स्वतःच शिकायला सुरूवात केली. लेखनाची आवड उत्पन्न झाल्यावर ते श्रीमती लाइसेंस डुगुड या नावाने दैनिकातून लेखन करू लागले. इतके की खुद्द जेम्स यांना देखील माहीत झाले नाही की त्यांचा भाऊ लेख लिहितो आहे म्हणून.

जेम्सबरोबर वाद झाल्यावर बेन फिलेडेल्फियाला गेले. त्यांनी अनेक स्थानीक प्रेसमध्ये काम केले. लवकरच त्यांना अनेक चांगली मित्रमंडळी भेटली. तेथूनच त्यांना एक नवी ओळख मिळाली. त्यांनी १९२६ मध्ये 'पेसिलवेनिया गजट' विकत घेतला व त्याला चालवू लागले. १७३२ मध्ये त्यांच्या 'पुअर रिचर्ड' च्या डायरीला देखील चांगली लोकप्रियता मिळाली.

लेखन करिअर बनल्यानंतर त्यांनी दुसरे छंद जोपासले. १७३६ मध्ये पेन्सिलव्हेनियाच्या जनरल असेम्बलीचे क्लार्क बनले. त्यांनी देशात सर्वात आधी फायरस्टेशन सुरू केले. रस्त्यांची दुरूस्ती केली तसेच देशातील पहिले सार्वजनिक ग्रंथालय स्थापन करण्याचे कार्य केले. याच दरम्यान ते विज्ञानामध्ये रस घेऊ लागले होते. त्यांनी वीज व पतंगासोबत अनेक प्रयोग केले. ज्याचा परिणाम म्हणून 'विजेची रॉड' बनली. धातूपासून बनवलेली ही रॉड इमारतींना विजेच्या दुष्परिणामापासून वाचवत होती. त्यांनी शास्त्रीय अभ्यासात खोलवर जाण्यासाठी अमेरिकन फिलॉसॉफिकल सोसायटींची स्थापना केली.

त्यांनी सामान्य माणसाच्या उपयोगात येणाऱ्यां अनेक वस्तू तयार केल्या. त्यांनी घरात थंडावा राहावा म्हणून 'फ्रँकलीन स्टोव्ह' बनवला. त्यांनीच युरोपीयन कॅथिटर वर काम करून त्यात सुधारणा केली. गंभीर आजारी असणाऱ्या जेम्सला याच्या मदतीने दुरूस्त व्हायला वेळ नाही लागला. त्यांनी कॉलनीमधील अनेक भागासाठी 'पोस्टल सिस्टम' तयार केलं. सोबतच त्यांना 'ओडोमीटर' तयार करण्याची पद्धत देखील सुचली. संगीतामध्ये देखील आपली प्रतिभा दाखवता आली. १७६१ ला त्यांनी काचेचे हार्मोनिका तयार केले. हे यंत्र इतके लोकप्रिय ठरले की बिथोवन तसेच मोसार्टने त्याला आपल्या कंपोझिशनमध्ये सहभागी करून घेतले.

बेंजामिन यांनी राजकारणातही भाग घेतला. १७५०ला ते पेन्सिलव्हेनिया असेम्बलीसाठी निवडल्या गेले. राजकारणातही त्यांचे उल्लेखनीय कार्य राहिले.

वर्सेल्स करारावर हस्ताक्षर झाल्यावर, जॉन एडम्स व जॉन सोबत मिळून बेंजामिन यांनी ग्रेट ब्रिटनसोबत शांतता कायम ठेवण्यासाठी महत्वाची भूमिका बजावली. १७९० मध्ये त्यांचे निधन झाले. त्यांनी आयुष्भर 'गुलामाचा व्यापार' या अमानुष प्रथेविरोधात लढा दिला.

ब्रूस ली

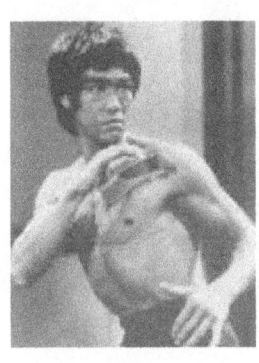

ब्रूस ली चा जन्म २७ नोव्हेंबर १९४० ला सन फ्रांन्सिसको चाइनाटाउनच्या जॅक्सन स्ट्रीट हॉस्पीटलमध्ये झाला. त्यांचं खरं नाव जुन फॅन ली असं होतं. तीन महिन्याचे असताना त्यांनी 'गोल्डन गेट गर्ल' मध्ये लहान मुलीची भूमिका केली होती. १९४१ मध्ये त्यांचे आई-वडील आपली जन्मभूमी हाँगकाँगला परत आले. वयाच्या तिसऱ्या वर्षी ब्रूस ली ने ली-सीड-लंग (लिटिल ड्रॅगन) च्या नावाने चित्रपटामध्ये व्यावसायीक स्वरूपात प्रवेश केला. 'द बिगनिंग ऑफ अ बॉय' त्यांचा पहिला चित्रपट होता. नंतर त्यांनी 'द बर्थ ऑफ मनकाइंड मध्ये काम केले. लहानपणापासूनच त्यांची अभिनय प्रतिभा समोर येऊ लागली.

१२ वर्षाच्या वयातच त्यांनी ला साले कॉलेजात प्रवेश घेतला. १९५३ पासून ते कुंग-फू चे वर्ग घेऊ लागले. १९५४ मध्ये ते चा-चा नृत्यू शिकू लागले व पुढील वर्षी नृत्याची स्पर्धा देखील जिंकले. १९५८ मध्ये त्यांनी 'द ऑरफन ' या चित्रपटात काम केले ज्यात त्यांनी मुख्य बाल कलाकाराची भूमिका केली. केवळ हिच एकमेव अशी फिल्म होती, ज्यात ते लढताना दिसले नाहीत. त्याच वर्षी त्यांनी बॉक्सींग स्पर्धेत सलग तिन वर्षे जिंकत आलेल्या गॅरीचा पराभव केला. १९५९ मध्ये आई-वडिलांनी त्यांना यू.एस.ला पाठविण्याचा निर्णय यामुळे घेतला की अनेक लहान-मोठ्या भांडणामुळे पोलिसांचे घरी येणे-जाणे वाढले होते. घरची मंडळी त्यांना सन्मार्गावर आणू इच्छित होती. ब्रूस ली ने वडिलांच्या मित्राच्या हॉटेलमध्ये वेटरची नोकरी केली. नंतर त्यांनी एडीसन तंत्रज्ञान शाळेतून हाइस्कूलचा डिप्लोमा केला. ते शहरातील मैदानामध्ये मार्शल आर्ट शिकवू लागले.

१९६१ मध्ये त्यांनी वाशिंगटन विद्यापीठात तत्वज्ञानाचा अभ्यास करण्यासाठी प्रवेश घेतला. विद्यार्थ्यांना मार्शल आर्ट देखील शिकवत राहिले. १९६३ मध्ये त्यांनी आपली कुंग-फू संस्था सुरू केली. ऑकलँडमध्ये दुसरी संस्था सुरू केली.

१७ ऑगस्ट १९६४ ला त्यांचा विवाह लिंज यांच्याशी झाला. ऑकलँडमध्येच त्यांना 'बँनडन ब्रुस ली' हा मुलगा झाला. वडिलाच्या मृत्यूनंतर ते कुटुंबासोबत लॉस एजेल्सला आले. जिथे ते नवी टी. व्ही. मालीका 'द ग्रीन हार्नेट' मध्ये काम करू लागले. १९६९ मध्ये लॉस एंजल्सच्या चाइनाटाउनमध्ये तिसरी संस्था उघडली.

१९७३ मध्ये त्यांना 'इंटर द ड्रॅगन' फिल्मसाठी निवडण्यात आलं आणि मग पैशाची चणचण संपली. 'रिटर्न ऑफ द ड्रॅगन' ला त्यांनी खुद्द दिग्दर्शीत केलं.

ब्रुस ली हाँगकाँगमध्ये 'द गेम ऑफ डेथ' चित्रपटासाठी काम करू लागले. सेटवर त्यांना थोडं अस्वस्थ वाटू लागलं. दे वेदनानाशक औषध घेऊन झोपी गेले ते पुन्हा कधीच जागे झाले नाहीत. आजही लोकांचे असे म्हणणे आहे की त्यांना कुंग-फू तज्ज्ञांच्या एका गटाने मारले होते. कारण की ब्रुस ली त्यांच्या व्यावसायातीला रहस्य जगासमोर आणू लागले होते. परिस्थिती कशीही असो, ब्रुस लीचे नाव जगभर आहे. त्यांच्या अंतिम संस्कारावेळी २५.००० हजाराचा जनगासागर होता.

भास्कर

भास्कर सातव्या शतकातले विख्यात भारतीय गणितज्ञ होते. अशी शक्यता आहे की सर्वप्रथम हिंदू अरबी दशक पद्धतीमध्ये शून्याचा प्रयोग त्यांनी केला. आर्यभट्टांच्या कार्याची टीका करताना त्यांनी साइनचे अंदाजीत मूल्याचे देखील आकलन केले. त्यांच्याबद्दल अधिक माहिती उपलब्ध होत नाही.

असे म्हणतात की त्यांचा जन्म गुजरातमधील सौराष्ट्र प्रातांत झाला. वडिलानीच त्यांना खगोलशास्त्राचे धडे दिले. भास्कर यांनी दोन ग्रंथ लिहिले. 'महाभास्करीय' तसेच 'लघुभास्करीय' त्यांनी 'आर्यभट्टीयभाष्य' देखील लिहिला. महाभास्करीयमधे गणिताचे खगोलाचे अर्धे अध्याय आहेत. या पुस्तकात अनेक विषय आहेत, जसे की ग्रहांचे परस्पर तसेच नाश पावणे आदी. त्यांनी 'साइन' चे अगदीच योग्य मूल्य दिले आहे. फार्मूला आहे: sin x - 16 x (p–x) / (5p2–4x (p–x)

आर्यभट्टाच्या सुत्रावर काम करताना त्यांनी केवळ ३३ छंदावरच काम केले. जे गणित व खगोलाशी संबंधीत होते. ते 'साइक्लिक क्वाड्रीलेट्रल' चर्चा वर करणारे पहिले गणितज्ञ होते.

अनेक शतकापासून ph चे अंदाजे मूल्य –VIO इतके समजण्यात येत होते परंतु त्याला चूक ठरवत आणि काही काळाने त्यांचा तर्क खरा असल्याचे मान्य करण्यात आले. भास्कराचार्यने

गणिताच्या क्षेत्रात विशेष असे योगदान दिले आहे. ज्याचा गणितज्ञांना देखील चांगलाच फायदा मिळाला.

मदर टेरेसा

मानवतेची खरी सेविका मदर टेरेसा यांचा जन्म २६ ऑगस्ट १९१० ला मक्दुनियाच्या एकोप्जे नावाच्या ठिकाणी झाला. तीन भावंडात सर्वात लहान होत्या. तसेच वडील एक यशस्वी व्यापारी होते. वयाच्या १२ व्या वर्षीच त्यांनी ठरवले की त्या मिशनरी बनतील. वयाच्या १८ व्या वर्षी त्या लोरेटो सिस्टर्ससाठी काम करू लागल्या. त्या भारतात खूप सक्रिय होत्या.

२४ मे १९३१ ला त्यांनी नन म्हणून शपथ घेतली तसेच १९४८ पर्यंत कलकत्याच्या सेंटमेरी स्कूलमध्ये शिक्षण घेत राहिल्या. कलकत्यामध्ये शाळेत जाता-येता नेहमी त्यांचं लक्ष गरिबांकडे असे, त्यांची दशा पाहून त्या द्रवित होत. एकदा त्यांनी मरणासन्न रोग्याला पाहिलं, ज्याला वेदनेने साधा श्वासही घेता येत नव्हता.

मरदने आपल्या अधिकाऱ्यांकडून परवानगी घेऊन, कलकत्यात 'मिशनरी ऑफ चॉरिटींची स्थापना केली. बेघर मुलांसाठी शाळा सुरू केली. आजारी लोकांसाठी हॉस्पीटल उघडले आणि मरणासन्न रोग्यांना भरपूर सेवा तसेच प्रेम मिळू लागलं. अनेक मुली देखील सहभागी झाल्या. त्यापण पूर्ण प्रेमभावानं गरीब तसेच असाह्य लोकांची सेवा करू लागल्या. मदर लोकांच्या घरोघर जावून जेवण, औषध तसेच कपडे मागायची. काही काळानंतर समाज स्वतःहून मदत देवू लागला.

मदरच्या कामाला जागतीक पातळीवर नावाजल्या गेले. कारण की केवळ भारतामध्येच नाही तर आशिया, आफ्रिका, लॅटीन अमेरिका, पोलंड व ऑस्ट्रेलिया आदी देशात देखील मदरची संस्था आपलं कार्य करू लागली. १९६५ मध्ये पोप पॉलने मदरला दुसऱ्या देशात जावून सेवा करण्याची आज्ञा दिली.

मदरला अनेक पुरस्कार व सन्मान मिळाले ज्यात जॉन पीस प्राइज (१९७१), अंतरराष्ट्रीय शांती व नेहरू पुरस्कार बाल्जान पुरस्कार, नोबेल पीस प्राइज तसेच भारत रत्न आदी पुरस्काराचा समावेश आहे. त्यांनी पुरस्काराच्या मिळालेल्या रक्कमेतून गरीब तसेच रोग्यांची सेवा करण्यात तो पैसा खर्च केला.

५ सप्टेंबर १९९७ ला आपल्या ८७ व्या वाढदिवसाच्या ठीक १० व्या दिवशी मदर आपल्यातून निघून गेल्या. सन २००२ मध्ये एका भारतीय महिलाने मदरच्या चमत्काराबद्दल

व्हेटिकनला माहिती दिली. तिने सांगितले की मदरने फोटोवाला लॉकेट परिधान केला होता. ज्यातून निघालेल्या किरणामुळे तिचा कॅन्सर बरा झाला. १९ ऑक्टोबर, २००३ ला मदरला 'ब्लेस्ट्र टेरेसा ऑफ कॅलकरा' म्हणून घोषित करण्यात आले.

मर्लिन मुनरो

मर्लिन मुनरो यांचा जन्म ११ जून १९२६ ला लॉस एंजल्स येथे झाला. त्यावेळी त्यांना नोरमा जीन मोरटेंसन या नावाने ओळखल्या जात असे. मानसिकदृष्ट्या विक्षिप्त असणाऱ्या आईने नोंरमाला फॉस्टर केअरमध्ये टाकले आणि स्वतःचा उपचार करीत राहिली. या दरम्यान त्या कधी-कधी नोरमा यांना भेटायला येत असत.

वयाच्या सोळाव्या वर्षी नोरमाने अशा व्यक्तिसोबत विवाह केला ज्याला ती 'डॅडी' असं म्हणायची. पतीचा अधिक वेळ सैन्याच्या नवीन नियुत्त्या करण्यातच जावू लागला. म्हणून वेळ घालविण्यासाठी नोरमाने मॉडलिंग क्षेत्रात प्रवेश केला. १९४६ मध्ये ते विभक्त झाले, त्याच वर्षी ट्वेंटीन्थ सेंच्युरी फॉक्सच्या बेन लयॉन यांनी त्यांच्यासमोर एक प्रस्ताव ठेवला आणि त्या मर्लिन मुनरो बनल्या.

नोरमाने आपली आजी व अभिनेत्री मर्लिन मिलरच्या प्रेरणेने रंगीन पडद्यावर पदार्पण केले. 'द एसफाल्ट जंगल' च्या छोट्याशा भूमिकेने खळबळ माजवून दिली. फॉक्सने त्यांना 'नियाग्रा' तसेच 'जंटलमन प्रेफर ब्लांड' मध्ये देखील घेतले. त्याच वर्षी पहिली प्लेबॉय दैनिकाच्या मुखपृष्ठावर त्यांची छबी छापण्यात आली आणि त्या सेक्स सिम्बॉल असणाऱ्या स्टार बनल्या.

१९५४ मध्ये त्यांनी बेसबॉल खिलाडी जो डिमेगिओ यांच्या सोबत विवाह केला. जो केवळ नऊ महिने टिकला. त्यांनी आपली सेक्सी प्रतिमा पुसून टाकण्यासाठी अनेक गंभीर भूमिका पण केल्या.

आई होण्याची तीव्र इच्छा बाळगूनही त्या आई होऊ शकल्या नाहीत. त्यांचा दोन वेळा गर्भपात झाला तसेच ऑपरेशन देखील अयशस्वी ठरले. पतीच्या सांगण्यावरून चित्रपटातही काम केले परंतु थकव्यातून बाहेर नाही आल्या. १९६१ मध्ये एका फ्रेंच नायकाबरोबर प्रेम संबंध जुळल्यावर त्यांनी ऑर्थर मिलर यांना सोडचिठ्ठी दिली.

त्याच वर्षी त्यांनी आपला शेवटचा चित्रपट 'द मिसफिट' केला. सेटवर उशीरा जाणे व नशील्या पदार्थाचे सेवन करणे यामुळे त्यांना 'समथिंग गॉट टू गिव्ह' मधून काढून टाकण्यात आले.

२६ मे १९६२ ला त्यांनी प्रेसिडेंट केनेडीच्या वाढदिवसाला 'हॅपी बर्थ-डे' गायले. त्यानंतर आवघ्या तीन महिन्यानंतरच त्याचा घरात मृत्यू झाला. त्यांनी मादक पदार्थाचे अति सेवन करून आत्महत्या केली होती.

महात्मा गांधी

महात्मा गांधी अर्थात मोहनदास करमचंद गांधींचा जन्म २ ऑक्टोबर, १८६९ मध्ये पोरबंदर, गुजरात येथे झाला. त्यांनी लंडनच्या विद्यापीठातून कायद्याचा अभ्यास केला. १८९१ मध्ये भारतात येऊन त्यांनी मुंबईमधून प्रेक्टीस सुरू केली. दोन वर्षानंतर एका भारतीय फर्मने त्यांना आपला कायदेशीर सल्लागार करून डरबनला पाठवले. डरबनला जाऊन गांधीजींने पाहिले की त्यांना नीच समजण्यात येत होते. त्यांनी दक्षिण अफ्रिकेत होत असलेल्या भारतीय लोकांवरील अत्याचार तसेच वर्णभेदाविरोधात आवाज उठवला. ते वीस वर्षापर्यंत तिथेच राहिले तसेच अनेकदा जेलमध्ये पण गेले. १९९० मध्ये डरबनच्या जवळ भारतीयांसाठी त्यांनी कोऑपरेटीव्ह कॉलनी 'टॉलस्टाय फार्म' ची स्थापना केली. १९१४ मध्ये तेथील सरकारने गांधीजींच्या मागण्यांकडे लक्ष दिले. भारतीय विवाहांना मान्यता आदी मागण्या पूर्ण करण्यात आल्या. गांधीजी दक्षिण अफ्रिकेतील आपलं कार्य पूर्ण करून भारतात परतले.

भारतात परत आल्यावर आपल्या देशातील लोकांची दयनीय आवस्था पाहून द्रवित झाले. इंग्रजाकडून चाललेल्या अत्याचाराला सीमा नव्हती. संपूर्ण देश स्वतंत्र्यासाठी तळमळत होता परंतु योग्य त्यांना कोणी नेता मिळत नव्हता. गांधीजीने इंग्रजाच्या विरोधात असहकार आंदोलन सुरू केले. ब्रिटीश संस्थावर बहिष्कार टाकण्यात आला. इंग्रजाकडून मिळालेले पुरस्कार परत देण्यात आले. संपूर्ण देशात स्वदेश प्रेमाची लाट निर्माण झाली परंतु चौरी-चौरा हत्याकांडानंतर त्यांनी हे आंदोलन परत घेतले. गांधीजींना देखील ६ वर्षासठी तुरूंगात टाकण्यात आले.

१९२५ मध्ये तुरूंगातून बाहेर पडल्यावर त्यांनी हिंदू-मुस्लीम एकतेसाठी अनेक प्रयत्न केले. पूर्ण स्वराज्याच्या घोषणेनंतर त्यांनी दांडी यांत्रेला सुरूवात केली. हजारो व्यक्तिनी मीठ हातात घेऊन कायदा मोडल्याचा आरोप ठेवून त्यांना कैदेत टाकण्यात आले.

गांधींजी अनेकदा जेलमध्ये गेले परंतु इंग्रजांच्या ताब्यातून देश मुक्त करण्याच्या संकल्पावर कायम राहिले. ते अहिंसा तत्वाचे कट्टर पुरस्कर्ते होते. 'इंग्रजानो, भारत सोडा' या आंदोलनामुळे त्यांना

पुन्हा कैदेत टाकले. १९४७ पर्यंत भारताचा स्वतंत्र लढा शेवटच्या टप्यात होता. हिदुस्तान व पाहिस्तानच्या नावाने दंगली सुरू झाल्या. गांधीजींने अमरण उपोषणाच्या माध्यामातून लोकांनी शांतता बाळगावी यासाठी आवाहन केले. १५ ऑगस्ट, १९४७ ला देश स्वतंत्र झाला. गांधीजी सक्रिय राजकारणापासून दूर गेले.

३० जानेवारी १९४८ ला ते आपल्या प्रार्थना सभेला जायला निघाले होते, त्यावेळी नथुराम गोडसे नावाच्या धर्मांध व्यक्तिनी त्यांची गोळया घालून हत्या केली. आज देखील देश त्यांना 'राष्ट्रपिता' म्हणूनच संबोधतो.

महेंद्र एस. धोनी

भारतीय क्रिकेटर एम.एस.धोनीचे संपूर्ण नाव आहे 'महेद्र सिंह धोनी' त्यांचा जन्म ७ जुलै १९८१ ला रांची, झारखंड येथे झाला.

त्यांचे प्राथमीक शिक्षण शामलीच्या डी.ए.व्ही. जवाहर विद्या मंदीरात झाले. बालपणापासूनच त्यांचा कल खेळाकडे होता. परंतु सुरूवातीला त्यांना बॅडमिंटन व फूटबॉल खेळायला आवडे. हे खेळ त्यांनी क्लब व जिल्हा पातळीपर्यंत खेळले.

ते आपल्या फूटबॉल टीमचे गोलकिपर होते. त्यांच्या फूटबॉल कोचनेही त्यांना एका स्थानीक क्रिकेट क्लबसाठी खेळायला पाठवले. गंमत म्हणजे यापूर्वी धोनीने कधी क्रिकेटचा खेळ खेळला नव्हता. परंतु त्यांच्याकडे विकेट कीपींगचे कौशल्य होते. ते १९९५ ते १९९८ पर्यंत कमांडो क्रिकेट क्लबसोबत राहिले. आपल्या खेळाच्या जोरावर ते अंडर-१६ क्रिकेट टीममध्ये निवडल्या गेले. त्यांना सगळेजण प्रेमाणे 'माही' असे म्हणतात.

धोनीने १९९९-२००० मध्ये प्रथम श्रेणीतले क्रिकेट खेळायला सुरूवात केली. केनिया टीम व देशी सामन्यात जबरदस्त कामगिरी दाखविल्यामुळे त्यांना राष्ट्रीय टीमसाठी निवडण्यात आले. नोव्हेंबर २००५ मध्ये सात सामन्यांच्या वन-डे सीरीजमध्ये त्यांना मॅन ऑफ द सीरीजने सन्मानीत करण्यात आले. या सीरीजमध्ये त्यांनी सर्वाधिक स्कोअर करणारे विकेटकीपरचे रेकॉर्ड बनवले. या पूर्वी गिलक्रिस्टने १७२ चे रेकॉर्ड केले होते.

सप्टेंबर २००७ मध्ये ट्वेंटी-ट्वेंटी वर्ल्ड कप चॅपियनशीपमध्ये ते भारतीय टीमचे कॅप्टन राहिले तसेच भारताला विजय मिळवून दिला. धोनी भारतातील यशस्वी खेळांडूपैकी एक आहेत.

२००६ मध्ये ते एम. टी. व्ही. यूथ आयकॉन म्हणून निवडल्या गेले. ते पोगो टी.व्ही. अमेझिंग किडस् अवार्डचे देखील आयकॉन राहिले आहेत. आई. पी. एल. च्या बोलीमध्ये सर्वात महागड्या खेळाडूला 'चेन्नई सुपर किंग' ने विकत घेतले. ते आपल्या आक्रमक फटकेबाजीसह लांब-लांब झुबकेदार केसांच्या स्टाईलसाठी देखील चांगलेच चर्चेत राहिले. ते कॅप्टन असतानाच भारताला २००७ मध्ये आइसीसी वर्ल्ड ट्वेंटी २० सीरीजचा देखील गौरव प्राप्त झाला.

माओ झेडांग

माओचा जन्म १८९३ला चीनमध्ये झाला. क्विन वंश सामाजीक व आर्थीक अव्यस्थेवर नियंत्रण ठेवू शकले नाही आणि त्याने अनेक नैसर्गीक संसाधने परदेशी कंपन्यांना विकून टाकले. माओने आपल्या चरित्रकाराला सांगितले होते की तत्कालीन परिस्थितीमध्ये चीनी तरूणांना हिंमत उपयोगी पडेल.

१९४९ मध्ये 'पीपल्स रिपब्लिक ऑफ चायना' च्या स्थापने सांबतच माओची स्थिती बऱ्यापैकी होती. माओने आपल्या असीम कल्पनाशक्ती व योजनांच्या जोरावर चीनला समाजवादी स्वर्ग म्हणून प्रस्थापित केलं.

त्यांनी संघर्षात मरणाऱ्या क्रांतीकारांमध्ये स्मरण केले परंतु १९५९ ते १९६१ च्या दरम्यान पाच वर्षानंतर मदत मिळाली पुन्हा एकदा अनेक लोकांना यातना भोगाव्या लागल्या. माओने रेडगार्डसूकडून त्यांच्या भाकरी हिसकावून घेतल्या. तसेच माजी मित्र राष्ट्रांना अस्वीकृत केले. १९७६मध्ये माओचा मृत्यू झाला.

माइक टाइसन

माइक टाइसनचा जन्म ३० जून १९६६ला न्यूयॉर्क येथील ब्रुकलिनमध्ये झाला. त्यांचे पूर्ण नाव आहे 'माइकल ग्रेराड टाइसन' त्यांची कौंटोबीक परिस्थिती अतिशय हालाखीची होती. वडिलांना त्यांनी पाहिले देखील नाही. वयाच्या १६ व्या वर्षी आई पण वारली. ते विस वर्षाचे असताना त्यांची बहिण त्यांना सोडून गेली.

माइक टाइसन स्ट्रीट गँगचे सदस्य होते आणि फेअरी ब्बॉय या नावाने ओळखल्या जात होते.

त्यांनी कुस डी एमेटो यांच्या मार्गदर्शनाखाली बॉक्सिंगचे प्रशिक्षण घेतले जाते. तसेच व्यावसायीक स्वरूपात ६ मार्च १९८५ ला पहिला सामना खेळले.

प्रशिक्षकाच्या अभावी देखील माइक टाइसन सर्वात कमी वयाचे हेविवेट बॉक्सिंग चँपियन बनले होते.

१९८७ मध्ये त्यांनी जेन्स स्मिथ आणि टोनी टकरला पराभूत करून डब्ल्यू.बी.ए. तसेच आइ.बी.एफ. ची उपाधी मिळवली.

त्यांनी अभिनेत्री रॉबिनबरोबर विवाह केला परंतु पत्नीला मारहान केल्यामुळे ती त्यांना सोडून गेली. ते आपली कार आणि घरही गमावून बसले. हे कमी होते की काय म्हणून हॅवीवॅटचे पदकही त्यांच्याकडून परत घेण्यात आले.

वैयक्तिक जीवनात टाइसनवर डेजीन वाश्गिटनवर केलेला बलत्कार सिद्ध झाला. तीन वर्षाचा तुरूंगवास भोगल्यानंतर त्यांनी इस्लाम धर्म स्वीकारला.

१९९६ मध्ये त्यांनी फ्रॅंक ब्रुनो तसेच सेल्डनला पराभूत करून डब्ल्यू.बी.सी. व डब्ल्यू.बी.ए. पुरस्कार मिळवला.

१९९७ मध्ये पुन्हा एका भानगडीत सापडले. त्यांच्यावर आरोप ठेवण्यात आला की त्यांनी इव्हेंडर होलीफील्ड यांच्या कानाचा चावा घेतला होता. त्यांना खेळातून बाहेर काढण्यात आलं.

२००४ मध्ये ते जेलमधून पुन्हा एकदा सुटले आणि खेळायला सुरूवात केली. त्यांना पाच मुले झाली. त्यांचा दुसरा विवाह मोनिका टर्जर हिच्याशी झाला. परंतु कसल्यातरी वादात ते पुन्हा अडकलेच.

जून २००५ मध्ये माइक टाइसनने बॉक्सिग न खेळण्याचा निर्णय घेतला. २००६ च्या शेवटी त्यांच्यावर मादक द्रव्य व कोकीन घेतल्याचा आरोप ठेवण्यात आला. सप्टेंबर २००७ मध्ये त्यांनी त्यांच्यावर लागलेल्या आरोपाचा स्वीकार केला.

माइकेल एंजोलो

माइकेल एंजोलो यांचे संपूर्ण नाव माइकल एंजोलो डि लांडोविसा बुओनारोटी सिमोनी असं होतं. त्याचा जन्म ६ मार्च १४७५ मध्ये झाला. ते समाजप्रबोधन काळातले एक मूर्तीकार, वस्तुकार, चित्रकार तसेच कवी होते. त्यांना सिस्टिन चॅपलच्या 'फ्रस्को' 'सिलिंग' 'आल्टर पर लास्ट जजमेंट', 'द मार्टीडम ऑफ सेंट पीटर', 'द कन्व्हर्जन ऑफ सेंटर पॉल' आदी अनेक प्रसिद्ध बांधकामांसाठी ओळखले जाते. त्यांनीच सेंट पीटर बेसिलीकांचा घुमट बांधला होता.

माइकल एंजलो यांचा जन्म टुसकेनी इटलीत झाला. त्यांचे वडील लोडोविसो कॅपरेसीचे रेजिमेंट मॅजिस्ट्रेट होते. असे असले तरी माइकल एंजोलो यांचे पालन-पोषण फ्लोरेंसमध्ये झाले. तसेच नंतर ते सेटिनर्गेनोचे मूर्तीकार व त्यांच्या पत्नीसोबत राहिले. तिथेच त्यांच्या वडिलांची संगमरवरची खाण तसेच छोटासा फार्म देखील होता.

त्यांनी वडिलांच्या इच्छेच्या विरोधात जावून तीन वर्षासाठी डोमोनिको थिरलँडाइओची ॲप्रेंटीस केली. डोमोनिकोने खूश होऊन त्यांना फ्लोरेंस शासक लोरेंजो यांच्याकडे पाठवले.

१४९० ते १४९२ पर्यंत माइकल एंजलोने लॉरेंजोच्या शाळेत खूप काही शिंकून घेतलं. तेथिल अनेक प्रभावी व्यक्तिच्या संपर्कात आले. याच दरम्यान कला तसेच काम विषयक त्यांच्या विचारात बदल झाला. याच काळात त्यांनी 'बॅटल ऑफ द कॅटर्स' तसेच 'मॅडोना ऑफ द स्टेप्स' वर काम केले.

लोरेंजोच्या मृत्यूनंतर त्यांच्या पुत्रानी माइकलच्या कार्याला मदत करायला नकार दिला. तोपर्यंत फ्लोरेंसमध्ये सेव्हेनारोलाचे विचार देखील खूप लोकप्रिय झाले होते. माइकलने दबावापोटी ते शहर सोडून दिले आणि बोलेगना येथे येऊन राहू लागले. त्यानंतर लगेच कार्डिनला सेन जियॉजियोने माइकल एंजोलो यांचा संगमरवरचा क्यूपिड विकत घेतला होता तसेच १४९६ मध्ये त्यांना रोमला बोलावून घेण्यात आले. रोमन कलेने प्रभावीत होऊन माइकलने 'बॅशस अँड द पीटा' सादर केला.

माइकल जॉन्सन

माइकल डुआन जॉन्सन यांचा जन्म १३ सप्टेंबर १९६७ ला डलास (यू.एस.ए.) मध्ये झाला. त्यांनी वाकोच्या बेलर विद्यापीठातून शिक्षण घेतलं.

त्यांना आपल्या धावण्याच्या स्टाइलमुळे 'द डक' व खेळातील अद्भूत डावपेचामुळे 'सुपरमॅन' देखील म्हणयात येतं. ९० च्या दशकात २०० व ४०० मीटर धावण्यात ते अव्वल असायचे.

२०० व ४०० मीटरच्या रँकमध्ये येणारे ते केवळ एक नंबरचे बनले नाहीत तर नव्वदच्या दशकात पाच वेळा त्यांना ही संधी मिळाली.

ते वर्ल्ड चॅपियनशिप तसेच ऑलम्पीकमध्ये २०० व ४०० मीटर अशा दोन्ही शर्यती जिकणारे एकमेव व्यक्ति ठरले.

त्यांनी १९९१ व ९५ मध्ये २०० मीटरच्या वर्ल्डचॅपियनशीप तसेच १९९३ व १९९५ मध्ये ४०० मीटरची वर्ल्ड चॅंपियनशीप जिंकली. १९९२ च्या बार्सिलोना ऑलम्पीकमध्ये ते भोजनात

विषबाधा झाल्याने जिंकू शकले नाहीत. १९९६च्या अटलांटा ऑलम्पीकमध्ये देखील त्यांनी दोन स्वर्ण पदक जिंकले.

सिडनी २००० मध्ये ते ४०० मीटरचे ऑलम्पीक चॅंपियन बनले. ते जगातील सर्वात महागडे बूट घालून धावले. चर्मकाराकडून असे बूट तयार करून घेतले ज्यांच्या तळव्याचे वजन ३० ग्राम इतके होते. बूट डुपोंट नाइलॉन पोलीमर, जाइटल याचा वापर करून बनवले होते.

त्यांनी बी.बी.सी. साठी अनेक प्रभावी खेळ कार्यक्रमांची कॉमेंट्री देखील केली. ते 'द टेलिग्राफ' मध्ये स्तंभकार देखील राहिले.

ते ५ वेळा ऑलम्पीक चॅंम्पीयन तसेच ९ वेळा वर्ल्ड चॅंपियन राहिले आहेत.

असे असले तरी २००८ मध्ये ते म्हणाले की ते कसल्यातरी कारणामुळे सिडनी ऑलम्पीकचा ४-४०० मी. रिले गोल्ड पदक साभार परत करू इच्छितात.

माइकल जॅक्सन

अमेरिकी सुपरस्टार माइकल जॅक्सनचा जन्म १९५८ मध्ये गॅरी, इंडियानामध्ये झाला. ते आयुष्यभर प्रेक्षकांचे मनोरंजन करीत राहिले. त्यांचे वडील जोसेफ गिटार वाजवत होते. परंतु कॅथरीनच्या विवाहानंतर त्यांना आपली संगीताची महत्त्वकांक्षा अर्ध्यावर सोडावी लागली. असे असले तरी कुटुंबात संगीताबद्दलची आवड कायम राहिली. जॅकी, टीटो तसेच जरमॅनने शहरात आपल्या कलेचं सादरीकरण सुरू केले तसेच १९६४ मध्ये माइकल व मेरलन देखील बॅंडमध्ये सहभागी झाले.

माइकलची संगीत व गायनाची प्रतिभा फारच लवकर परिपक्व झाली आणि ते 'जॅक्स ५' चे प्रमुख केंद्र बनले. 'ओ-जे' व 'जेम्स ब्राउन' नंतर 'ग्लॅडी नाइटस' चे औपचारीक पद्धतीने त्या बॅंडकडे लक्ष गेले. १९६९पर्यंत ती मूलं हिट संगीत देवू लागले. ७० च्या दशकात ते संगीताच्या इतिहासात ब्लॅक पॉप/सोल व्होहला ग्रुपच्या स्वरूपात पुढे आले.

माइकलची अद्वितीय प्रतिभा लपून राहिली नाही. ८० च्या दशकापर्यंत त्यांची लोकप्रियता चांगलीच वाढली होती. 'प्रिलर' च्या रेकॉर्डतोड विक्रिनंतर त्यांनी चित्रपटात काम देखील केले. परंतु म्यूझिक व्हिडीओने त्यांना प्रचंड यश मिळवून दिलं.

९० च्या दशकात माइकल आपल्या अनेक परोपकारी कामाच्यतिरिक्त इतर चेहऱ्याला तसेच शरीराला ऑपरेशन करून बदलून टाकले. तसेच वागणं पहिल्यापेक्षा वेगळं झालं. त्यांनी दोन विवाह केले परंतु एकही टिकला नाही. असे असले तरी त्यांचं गायन, नृत्य, लेखन व व्यावसायीक प्रतिभेची त्यांच्या वैयक्तिक नकारात्मक बाजुंवर छाया राहिली.

'गॉट टू बी देअर', 'ऑफ द वॉल', व 'थ्रिलर' च्या प्रचंड यशानंतर त्यांना 'किंग ऑफ पॉप'ची उपाधी देण्यात आली. 'बॅड' अल्बने तर त्यांना एम.टी.व्हीचा प्रकाशमान तारा बनवलं आणि ते अंतरराष्ट्रीय स्तरावर हिट झाले. नंतर त्यांच्या विचित्र जीवनशैलीचा कामावर परिणाम होऊ लागला आणि ते मसालेदार मजुकाराचा भाग बनले.

२००५ मध्ये त्यांच्यावर एका १३ वर्षीय मुलासोबत लैंगिक संबंध असल्याचा आरोप त्यांच्यावर ठेवण्यात आला. त्याच वर्षी त्यांच्यावरील आरोपातून ते मुक्त झाले. असे असले तरी माइकल जॅक्सन आपल्यामध्ये राहिले नाहीत परंतु त्याचं संगीत त्यांच्या प्रेक्षकांच्या मनात कायम राहिल.

माइकल शूमाकर

माइकल शूमाकर यांचा जन्म ३ जानेवारी १९६९ ला पश्चिम जर्मनीत झाला. ते १९९० मध्ये जर्मन फॉम्युला थ्री चॅंपियन होते. १९९१ मध्ये त्यांनी बॉल्सियम मध्ये जॉर्डनसाठी पहिला ग्रॅंड प्रिक्स आरंभ केला. त्यानंतर ते 'बिनटेन' मध्ये सहभागी झाले आणि एका वर्षानंतरच पहिला ग्रॅंड प्रिक्स विजय मिळवला.

१९९४ ते १९९५ मध्ये माइकल 'बिनटेन' बरोबर वर्ल्ड चॅंपियन राहिले. तसेच २००० ते २००४ पर्यंत एकसारखे पाच वर्षापर्यंत 'फरारी' सोबत पुरस्कार मिळवले.

असे असले तरी २००५ मध्ये, मोनेको ग्रॅंड प्रिक्सच्यानंतर, आपल्या बंधुवर झालेल्या टीकेचा परिणाम म्हणून त्यांच्या समस्येत आणखीनच भर पडली. राल्फ यांनी त्यांच्यावर आरोप ठेवला की ग्रॅंड प्रिक्सच्या दरम्यान त्यांनी एक चुकीचा निर्णय घेऊन दोघांचा जीव धोक्यात घातला होता.

तरीपण २००५ मध्ये ते फोर्ब्सने प्रसिद्ध केलेल्या प्रभावशाली व्यक्तिंच्या यादीत १७ व्या स्थानी होते. २००६ मध्ये त्यांनी स्वर्गीय आयरटन सीनाचा रेकॉर्ड तोडत ६६ करिअर पोल स्थान मिळवले. कितीतरी जास्त पुरस्कार, विजय, गुण व चॅंपियनशीप मिळवलेत.

१० सप्टेंबर २००६ ला ९० व्या इटालियन ग्रॅंड प्रिक्स जिंकल्यानंतर त्यांनी घोषणा केली की ते सत्राच्या शेवटी फार्म्यूला वन मधून सेवानिवृत्ती स्वीकारतील.

त्यांनी ब्राझीलमध्ये जी.पी.मध्ये चांगली झुंज दिली. शेवटी पायात खडा रूतला असतानाही ते धावण्यामध्ये चौथ्या स्थानी होते. त्यांची एकाग्रता व आपल्या व्यावसायावरील निष्ठा वास्तवात वाखाणण्याजोगी आहे.

मार्ग्रेट थॅचर

मार्ग्रेट थॅचर रॉबर्ट यांचा जन्म १३ ऑक्टोबर १९२५ला लिंकनशायरमध्ये झाला. त्यांनी ऑक्सफोर्डमध्ये समरविल कॉलिजमधून रसायनशास्त्राचा अभ्यास केला. १९५१ मध्ये त्यांचा विवाह व्यावसायी डेनिस थॅचर यांच्याबरोबर झाला.

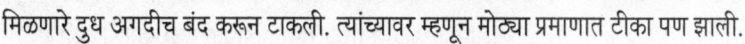

१९५९ मध्ये फिंचले मतदारसंघातून जिंकून आल्यावर त्यांनी संसदेत प्रवेश केला. मार्ग्रेट थॅचर ज्यावेळी शिक्षण तसेच विज्ञानाची सेक्रेरी ऑफ स्टेट होत्या त्यावेळी त्यांनी आठवीनंतरच्या वर्गाच्या विद्यार्थ्यांना मिळणारे दुध अगदीच बंद करून टाकली. त्यांच्यावर म्हणून मोठ्या प्रमाणात टीका पण झाली.

१९७५ ते १९९० पर्यंत ते कॉंझरवेटिव्ह पार्टीच्या नेत्या राहिल्या तसेच १९७६-१९९० पर्यंत ब्रिटनच्या पहिल्या महिला पंतप्रधानाचे पदही त्यांनी सांभाळले.

'आयरन लेडी' अशी त्यांची ओळख होती. त्यांनी शीतयुद्धाव्यतिरिक्त इतरही अनेक प्रकरणावर गंभीर पाऊले उचलली. त्यांनी सोव्हिएट युनियनची शक्ती क्षीण करण्यात महत्वाची भूमिका बजावली.

१९८४ मध्ये त्यांना बारा महिन्यापर्यंत खाण कामगारांच्या संपाचा सामना करावा लागला. त्याच वर्षी ऑक्टोबरमध्ये ते ब्राइटनमध्ये पक्षाच्या अधिवेशनात भाग घेत होत्या. त्याचवेळी आई. आर. ए. ने हॉटेलमध्ये बॉम्बफेक केली त्यात त्या थोडक्यात बचावल्या.

त्यांनी देशाच्या कल्याणासाठी अनेक क्रांतीकारी यसस्वी पाऊले उचलली परंतु स्वतःच्या पक्षाकडूनच निराश व्हावे लागले. १९९० मध्ये जॉन मेजरने त्यांच्या विरोधात निवडणूक लढवून त्यांची जागा घेतली.

माजी लेबर पक्षाचे पंतप्रधान हेराल्ड विल्सन यांनी त्यांना 'पार्टीचे सर्वश्रेष्ठ नेते' म्हटले व रोनाल्ड रीगनने 'इंग्लडच्या श्रेष्ठ व्यक्ती संबोधून सन्मान केला.

मार्टिन लूथर किंग ज्यूनिअर

मार्टिन लूथर किंग ज्यूनिअर यांचा जन्म १५ जानेवारी, १९२९ मध्ये झाला. त्यावेळी त्यांना माइकल लूथर किंग असे म्हणत असत. नंतर त्यांच्या वडिलांनी आपले व आपल्या पुत्राचे नाव बदलले. किंगचे वडील व दादा ॲडम डेनियल विलियम्स बेपटिस्ट मंत्री होते.

अटलांटाच्या हाइस्कूलमध्ये किंग आपल्या वाचनावर भर देत होते. पंधरा वर्षाच्या वयात त्यांनी कॉलेजात प्रवेश घेतला. त्यानंतर पुरस्कार मिळायला सुरूवात झाली. तो पुढे कायम चालू राहिला.

मार्टिन लूथर किंग ज्यूनिअर एक अफ्रिकी-अमेरिकन होते. अहिंसक मार्गाने त्यांना सामाजीक बद्दल घडवून आणायचा होता. एक प्रभावी वक्ता व महान आध्यत्मिक शक्ती असल्यामुळे त्यांनी १९५० व ६० च्या दशकात अमेरिकन नागरी अधिकार आंदोलनाला नवे स्वरूप दिले.

ते १९५४ ते १९५९ पर्यंत मोटंगोमरीच्या डेक्सटर एव्हेन्यू बेपटिस्ट चर्चबरोबर राहिले. तिथे त्यांनी १९५५-५६ मध्ये मोटंगोमरी बस बहिष्कारातून कृष्णवर्णीयांचे नेतृत्व केले. बसमध्ये होणाऱ्या जातीय भेदभावाला विरोध केला. तो यशस्वी ठरला आणि ते एक प्रभावी व्यक्ति म्हणून जगासमोर आले.

१९५६ मध्ये ते आपली मातृभूमी अटलांटाला परतले तसेच तिथेच कायमचे राहिले. १९६३ मध्ये अब्राहम लिंकनच्या १०० व्या वाढदिवसाला त्यांनी वाश्गिटन डी.सी.मध्ये एक मिरवणूक काढली. ज्यामध्ये २.००.००० लोकांनी कृष्णवर्णियांच्या समान अधिकाराची मागणी केली.

१९६४ मध्ये ते नोबेल पुरस्कार प्राप्त करणारे सर्वात कमी वयाचे व्यक्ति ठरले. १८ जून १९५३ ला त्यांचा विवाह कोरेटा स्कॉटबरोबर झाला. त्यांना चार अपत्य झाली. योलांडा, मार्टिन, लूथर तृतीय, डेक्सटर, बर्निस अशी त्यांची नावे. १९५५ मध्ये त्यांनी बोस्टन विद्यापीठातून 'सिस्टमेटिक थिऑलजी' मध्ये पी.एच.डी. केली.

'स्ट्राइड टूवर्डस् फ्रीडम' (१९५८) 'वाइ वी कांट वेट' (१९६३), व्हेअर डू वी गो फ्रॉम हेअर, केऑस ऑर कम्यूनिटी (१९६७) आदी त्यांची उल्लेखनीय पुस्तके आहेत. १९६८ मध्ये जेम्स अर्ल याने किंग यांची गोळया घालून हत्या केली.

मार्टिना नवरातिलोवा

मार्टिना नवरातरीलोवा यांचा जन्म १८ ऑक्टोबर १९५६ ला झेकोस्लाव्हाकियाच्या 'प्राग' प्रातांत झाला. मार्टिना नवरातिलोवा यशस्वी महिला टेनिस खेळाडू आहेत, ज्यांनी नऊ विम्बलडन महिला एकेरी टेनिस पुरस्कार जिकले. त्यांपैकी १८ ग्रँड स्लॅम पुरस्कार आहेत.

त्यांनी वयाच्या ६० व्या वर्षीपासून या लेखाला सुरूवात केली. दोन वर्षानी पहिला टूर्नामेंट खेळला. १९७२ मध्ये केवळ सोळा वर्षाच्या वयात झेकोस्लाव्हाकिया महिला एकेरी पुरस्कार जिंकला.

१९७५ मध्ये यू. एस. ओपनमध्ये आल्यानंतर त्यांनी राजकीय अधिकांराची मागणी केली. परंतु ती फेटाळण्यात आली. त्यानंतर त्या अमेरिकेच्या नागरीक बनल्या.

१९७८ मध्ये त्यांनी यू.एस.च्या क्रिस इव्हर्ट ला पराभूत करून पहिला विम्बलडंन पुरस्कार जिंकला. त्यांच्या खेळाची पद्धत लवकरच लोकप्रिय झाली. पहाता-पहाता त्या आघाडीच्या खेळाडूपैकी एक बनल्या.

त्या आपल्या यशासाबेतच महिला टेनिस जगावर राज्य करू लागल्या. १९९४ मध्ये त्यांनी आपला नववा विम्बलंडन जिंकला. १९९४ मध्ये त्यांनी व्यावसायीक टेनिसमधून सन्यास घेतला परंतु २००० मध्ये त्या पुन्हा मिक्स डबल व वूमन डबल खेळायला परतल्या.

ऑगस्ट २००६ मध्ये त्यांनी आपला १७७ वा युगल पुरस्कार जिंकला, त्यांनी आपली सहकारी नाडिया पेट्रोव्हाबरोबर मिळून ६-१, ६-२, ने रोजर कप जिंकला.

२००६ मध्ये मार्टिनाने घोषित केले की त्या वर्षीचा यू.एस. ओपन खेळल्यानंतर टेनिसमधून सन्यास घेतील. ९ जानेवारी २००८ ला त्यांनी पुन्हा आग्रह करून झेकोस्लाव्हाकियाचे नागरीकत्व मिळवले. त्या महिला टेनिस जगात सर्वाधीक पुरस्काराची रक्कम प्राप्त करणाऱ्या महिला खेळाडू ठरल्या

माताहारी

माताहारीचा जन्म ७ ऑगस्ट १८७६ ला नेदरलँडमध्ये झाला. या डच निर्तकी तसेच वेश्यचं नाव गरटूड मार्गरेट जेले असं होतं. माताहारीच्या जीवनाला सामान्यपणे सुरूवात झाली. वडील हॅटर एक संपन्न व्यावसायी होते. माताहारी एक शिक्षिका बनू पहात होती.

माताहारीला आज देखील हेरगिरीसाठी ओळखल्या जाते. असे असले तरी याबद्दल खात्री नाही की तिच्यावर लागलेले आरोप खरे आहेत की खोटे.

१९८५ मध्ये तिचा विवाह आर्मीमधील कॅप्टन रूडॉल्फ मॅकनियोड यांच्याशी झाला. पतीचे वय ४० असताना माताहारी केवळ १८ वर्षाची होती. १८९७-१९०२ च्या दरम्यान ते जावा तसेच सुमात्रामध्ये राहिले.

यूरोपवरून परत आल्यावर ते वेगळे झाले. १९०५ पासून माताहारी पॅरिसमध्येच राहू लागली. तिथे आपलं मादक नृत्य दाखवून पोट भरवू लागली. सुरूवातीला ती लेडी मॅकलियोड या नावाने ओळखली जात होती, नंतर तिने आपलं नाव माताहारी ठेवलं.

लवकरच पॅरिस व यूरोपीय शहरात तिच्या नृत्याची दखल घेण्यात आली. अनेक सरकारी व सैन्य अधिकारी तिचे चाहते होते.

ती हेरगिरीच्या भानगडीत कशी पडली हे कोणालाही माहीत नाही. शक्यता आहे की १९०५ पासूनच ती जर्मनीला गुप्त बातम्या पाठवत होती. पहिल्या महायुद्धाच्या दरम्यान माताहारी एक नर्तकी म्हणून पॅरिस व हेगला येत-जात होती. बेल्जियममधील आपल्या संपर्काचा फायदा घेत फ्रेंच लोकांना काही गुप्त बातम्या दिल्या असतील. फ्रेंचांनी नजर ठेवली की ती अद्यापही जर्मन सेना अधिकाऱ्यांच्या संपर्कात असते. १३ फेब्रुवारी १९१३ ला माताहारीवर हेरगिरी केल्याचा ठपका ठेवून तिला कैद करण्यात आले.

माताहारीने दावा केला की ती जर्मन तसेच फ्रेंच लोकांसाठी डबल एजंटचे काम करू लागली होती. तिने फ्रेंचबरोबर काम करताना जर्मनीसोबत असलेल्या संबंधाबद्दल ती काही बोलली नाही.

माताहारीवर खटला चालवला आणि तिला गोळ्या घालून ठार करण्याची शिक्षा मिळाली. त्यावेळी ती केवळ ४१ वर्षाची होती.

माराडोना

फूटबॉल खेळाडू डिएगो अरमांडो माराडोनाचा जन्म १९६० मध्ये अर्जेंटीना येथे झाला. १९८६ मध्ये आपल्या देशाला वर्ल्ड कपर्यंत घेऊन जाण्यात त्यांची महत्त्वाची भूमिका राहिलेली आहे. १९८२ मध्ये ज्यावेळी त्यांनी बार्सिलोनामध्ये पाऊल ठेवले, ते महान फूटबॉल खेळाडू पैकी एक म्हणून.

खेळाच्या मैदानात प्रचंड प्रतिभा दाखविणाऱ्या माराडोनाचे संकटासोबतही तितकेच जवळचे नाते आहे. जणू ते स्वतःच संकटाला बोलावत होते. त्यांच्या खेळण्याच्या डावपेचावरही अनेकजण आक्षेप घेत. १९८६ च्या वर्ल्ड कपमध्ये ही असेच काहीतरी झाले होते.

१९९२ मध्ये त्यांना कोकेन सेवनामुळे पंधरा महिन्यासाठी आपल्या प्रिय 'नेपोली' तून बाहेर राहावे लागले. दोन १९९४ च्या वर्ल्ड कपमध्ये ते डोपिंगचे दोषी आढळून आले. तसेच त्यांना घरी पाठविण्यात आले. डिएगोने दावा केला की त्यांनी फीफाच्या सांगण्यावरून वजन कमी करण्यासाठी ड्रग्स घेतले होते. म्हणजे खेळाच्या मैदानात त्यांचा खेळण्याचा जोश कायम राहिल.

नेपोलीत देखील ते वादग्रस्त राहिले. तिथे त्यांना ते एका मुलाचे वडील असल्याचे सांगण्यात आले. परतु खरं-खोट सिद्ध करण्यासाठी डी.एन.ए. चाचणी करायला त्यांनी नकार दिला. नेपोलीमधील गुंडासोबत असणाऱ्या मैत्रीवर देखील आक्षेप घेण्यात आला.

वाट पहाणाऱ्या पत्रकारांवर गोळ्या झाडणे असो किंवा वजन वाढल्यानंतर त्याला गॅस्ट्रिक बाइपास सर्जरीद्वारा कमी करण्याचा प्रयत्न असो किंवा कोकेनची अधिक मात्रा घेतल्याने झालेला ऱ्हदयाघात, डिएगो माराडोना इतके असले तरी जगातील महान फूटबॉल खेळाडूमध्ये आपले स्थान कायम ठेवून आहेत.

मारिया शारापोव्हा

टेनिस खेळाडू मारिया शारापोव्हा यांचा जन्म १९ एप्रिल १९८७ ला साइबेरियात झाला. मारियाचे कुटुंब चेनॉबिल न्यूक्लिअर दुर्घनामुळे स्वतःचं शहर सोडून दुसऱ्या देशात गेल्या.

सहा वर्षीय मारियाला टेनिस खेळाताना पाहून, मार्टिना नवरातिलोवाने तिच्या वडिलांना सल्ला दिला की त्यांनी तिला फ्लोरिडामध्ये निक बोलेटिरीच्या अकादमीमध्ये शिक्षणासाठी पाठवावे.

१९९६ मध्ये मारिया देखील अन्न कुर्नीकोव्हाच्या पाऊलावर पाऊल टाकून निकच्या अकादमीत दाखल झाली.

२००१ मध्ये त्यांनी व्यावसायीक स्वरूपात खेळायला सुरूवात केली. त्या वर्षी रॅंकिगमध्ये ५३२ ते १८६० या स्थानावर आल्या. २००३ पर्यंत त्या ३२ व्या स्थानी पोहोचल्या. टेनिस खेळाडू मारिया केवळ चांगलं खेळतच नव्हत्या तर मार्केटिंग व प्रायोजीत संधी देखील हातच्या जावून देत नसत. त्यांनी आइ.एम.जी. मॉडल्ससोबतही एक करार केला.

२००४ मध्ये त्यांनी पहिला ग्रॅंड स्लॅम पुरस्कार मिळवला. २००५ मध्ये त्या फोर्ब्सच्या यादीत जगातील सर्वात श्रीमंत महिला खेळाडू म्हणून होत्या. त्याच वर्षी त्या W.T.A. रॅंकिंगमध्ये सर्वात वरच्या श्रेणीत येणाऱ्या पहिल्या आशियायी महिला बनल्या. ग्रॅंड स्लॅमच्या विजयामुळे त्यांना खूप आनंद झाला. सप्टेबर २००६ मध्ये त्यांनी यू.एस. ओपनचे वूमन एकेरी सामना जिंकला. हा विजय त्यांच्यासाठी कोण्या चमत्कारापेक्षा कमी नव्हता. आक्टोबर २००६ मध्ये त्यांनी डेनियलला पराभूत

करून ज्यूरिक ओपन टाइटल जिंकले. २००७ मध्ये त्यांना यू.एन.ची विकास एजन्सी यू.एन.डी.पी. 'गुडविल ॲम्बसॅडोर' म्हणून निवडण्यात आलं.

२००७ मध्ये त्यांच्या खांद्याला चांगलीच गंभीर जखम झाली, जिला बरी व्हायला वेळ लागला. जानेवारी २००८ मध्ये त्यांनी ऑस्ट्रेलियाई ओपनमध्ये तिसरा ग्रँड स्लॅम पुरस्कार प्राप्त केला.

एप्रिल २००८ मध्ये मारियाने एमालिया आइलँड चॅपियनशीपमध्ये आपला पहिला टूनमिंट जिंकला.

माक्सिम गोर्की

माक्सिम गोर्की विसाव्या शतकातील रशियन साहित्य व रंगमंचाच्या महानायकापैकी एक आहेत. त्यांनी आपले लेखन व अभिनयाद्वारे गरीब व शोषितांचे यथार्थ चित्रण केले आहे.

त्यांचा जन्म एलेम्स मॅक्सिमोविच पेशकोव्हा या नावाने १६ मार्च १८६८ ला रशियात झाला. त्यांनी बालपणापासूनच जीवनाच्या कठोर वास्तवाचा सामना केला. त्यांचे बालपण आस्तखान येथे गेले, जिथे त्यांचे वडील शिपिंग एजंट होते. परंतु वडिलाच्या मृत्यूनंतर त्यांना आजी-आजोबाकडे पाठविण्यात आले. तरूण गोर्कीसाठी हा काळ चांगला नव्हता कारण परिस्थिती अधिक हालाकीची आणि हिंसक होती. आठ वर्षाच्या गोर्कीला शाळा सोडून मोची व पेंटरकडे काम शिकण्यासाठी पाठविण्यता आले. गोर्कीने वोल्गा स्टीमरमध्ये भांडी धासण्याचे काम देखील केले. तिथेच त्यांची ओळख एका स्वयपाक्याबरोबर झाली, ज्याने त्यांना लिहायला-वाचायला शिकवले आणि साहित्य त्यांची नशा बनली.

१२ वर्षाचे गोर्की घरातून पळून गेले. पोट भरण्यासाठी इथे-तिथे छोटी-मोठी कामं करीत राहिले. मालक नेहमी मारत आणि खायला पण देत नसत. जीवनाच्या या कडवट अनुभवामुळेच त्यांनी स्वतःचे नाव मॅक्सिम गोर्की असे ठेवले, ज्याचा अर्थ आहे (कडवट).

२१ वर्षीय गोर्कीने जीवनाला कंटाळून स्वतःवर गोळी झाडली. त्यांना वाचवण्यात आलं पण आयुष्यभर ते क्षयरोगाने ग्रस्त राहिले. या घटनेनंतर त्यांनी जवळपासच्या भागाचा दौरा केला. या दोन वर्षाच्या काळात ते अनेक चोर लुटेरे, वेश्या व समाजातील शोषित वर्गाला भेटले.

वयाच्या १७ व्या वर्षी त्यांनी रिपोर्टरची नोकरी केली. काही काळ त्यांना क्रातीकारकांना मदत केल्याबद्दल जेलमध्ये जावे लागले. त्यांनी आपल्या अनुभवांना कथेच्या स्वरूपात प्रकाशीत केले.

गोर्की लेखकांपैकी पहिले होते ज्यांनी समाजातील उपेक्षीत वर्गाचे दुःख शब्दातून मांडले. त्यांच्या लेखनाचे कौतूक होऊ लागले.

१९०० पर्यंत ते चांगलेच प्रसिद्ध झाले होते. 'फोमा गोदयिव्ह' १९०२ या पुस्तकाने त्यांना यश दिले परंतु निकोलस द्वितीयच्या सरकार विरोधात बोलल्यामुळे कॅप्रीद्वीप येथे कैद भोगावी लागली.

१९१७ च्या क्रांतीनंतर गोर्कीला आपले मित्र लेनिन व बोल्शेविक यांच्यावर टीका केल्यामुळे पुन्हा अडचणीला तोंड द्यावे लागले. त्यांनी जास्तीचा काळ इटलीत घालवला. या दरम्यान त्यांनी 'द काउंटरफीट क्वायन', 'येगोर ब्रलीचोव्ह' सारखी नाटकं तसेच 'द आर्टामोव्ह बिझनेस' नावाची कादंबरी लिहिली. गोर्की रशियात तर परतले परंतु सोव्हएट नायक म्हणून त्यांचे चांगलेच स्वागत झाले. अनेक पुरस्कार व सन्मान देण्यात आले.

गोर्की यांचा मृत्यू कशाने झाला ही गोष्ट संशयास्पद आहे. सांगता येत नाही की त्यांना नैसर्गीक मृत्यू आला की स्टॅलीनने त्यांना गोळया घालायला लावल्या. 'नीदर डेथ्थ अँड लोअर डेथ्थ', 'मदर', 'द कन्फेशन' आदी त्यांची लोकप्रिय आणि उल्लखनीय पुस्तके आहेत.

मॅडोना

मॅडोना लुईस व्हेरोनिकचा जन्म १६ ऑगस्ट १९५८ ला बे सिटी, मिशीगनमध्ये झाला. १९७७ मध्ये त्या मिशीगनविद्यापीठ सोडून नृत्य शिकण्यासाठी न्यूयॉर्कला आल्या. इथे त्यांनी एल्विनसोबत नृत्य शिकले. १९७८ पर्यंत त्यांनी डिस्को डान्सर पेट्रिकसोबत स्टेजवर कार्यक्रम केला होता. न्यूयॉर्कवरून परतल्यावर त्या काही काळापर्यंत ब्रेकफास्ट क्लबच्या पॉप गटासोबत राहिल्या.

१९८० मध्ये त्या क्लब सोडून ड्रमर स्टीव्हन ब्रे बरोबर काम करू लागल्या. लवकरच त्या दोघांची जादू चालली. १९८२च्या शेवटी मॅडोनाचा पहिलं यशस्वी नृत्य 'एव्हरीबडी' डान्स चार्टवर हिट नंबर तीनवर राहिला. जॅलीबीन यांनी लिहिलेला व सादर केलेला 'हॉलीडे' पॉपसोबतच डान्स देखील हिट राहिलं.

१९८५ व ८६ मध्ये प्रचंड यश मिळवलं. 'लाइक ए व्हर्जिन' चे शिर्षक गीत चांगलेच हिट राहिले. १९८५ मध्ये त्यांनी पहिल्या फिल्ममध्ये काम केले तसेच पहिला कन्सर्ट टूर केला.

अफ्रिकेतील दुष्काळ ग्रस्तांच्या मदतीसाठी 'लाइव्ह एड' कन्सर्टमध्ये भाग घेतला. त्याचवर्षी अभिनेता सीन पेनसोबत विवाह केला.

त्यांचे नंतरचे अल्बम 'ट्रूब्ल्यू', 'ओपन युवर हर्ट', 'लिव्ह टू टेल', ला इसला बोनीटा' देखील पॉप हिट ठरले. 'हूज दॅट गर्ल' मध्ये त्या मुख्या भूमिकेत होत्या परंतु चित्रपट चालला नाही. 'यु कॅन डान्स' देखील काही खास राहिला नाही. मार्च १९८९ मध्ये रिलीज 'लाइक प्रेअर' त्यांच्याकरिअरच्या कलात्मक अल्बमपैकी एक होता. याशिवाय 'एक्सप्रेस युवरसेल्फ', 'डिकट्रेसी' फिल्ममध्ये अभिनय केल्याबद्दल मिळालेल्या प्रतिक्रियेसहित मॅडोनाने नव्या दशकात पाय ठवेला. हे दशक त्यांच्या कलात्मक स्वतंत्रतेच्या विषयावर वादग्रस्त राहिले. आपले पुस्तक 'सेक्स' ते 'द लेट शो विथ डेव्हीड लॅटरमॅन' मध्ये त्यांनी अनेक मर्यादा ओलांडल्या. या दरम्यान 'जस्टीफाय माय लव्ह' , 'टेक अ वो' नावांचे गीत तसेच फिल्म 'इव्हीटा' मध्ये त्यांची भूमिका यशस्वी राहिली.

१९९८ मध्ये मॅडोनाला 'रे ऑफ लाइट' अल्बमसाठी तीन ग्रॅमी पुरस्कार मिळाले. 'म्यूझिक' अल्बमचा 'डोंट टेल मी' देखील चांगले चर्चित राहिले. २००२ व २००३ मध्ये फिल्मी अभिनय व संगीत या दोन्ही क्षेत्रात त्यांची जादू चालली नाही. असे असले तरी त्यानंतर आलेले अनेक अल्बम यशस्वी ठरले. परंतु ते समाजसेवा तेसच गुप्त कारवायामध्ये अधिक रस घेऊ लागल्या. यहूदी रहस्यवादी विधी 'कवाला' बद्दल त्यांना चांगलीच निष्ठा होती तसेच बाल-साहित्याचे लेखन देखील चांगले चर्चित राहिले. त्यांनी गरिबांना मदत करण्यासाठी आठ लाइव्ह कन्सर्ट केले. त्यांचे हे कार्यक्रम संपूर्ण विश्वात चर्चित राहिले.

मुंशी प्रेमचंद

उर्दू कादंबरी लेखन करणाऱ्यांमध्ये मुंशी प्रेमचंद यांचे नाव विशेष आदराने घेतल्या जाते. एक सामान्य दिसणाऱ्या मनुष्यात असा एक महामानव लपला होता, ज्याने आपल्या असामान्य लेखनाने सर्वांना चकित करून सोडले. आज देखील त्यांची पुस्तके लहान असो अथवा मोठी, सर्वच आवडीने वाचतात. असे असले तरी त्यांची आर्थिक परिस्थिती हालाखीचीच राहिली. पंरतु त्यांचं लेखन सर्वांगानं समृद्ध होतं.

मुंशीजी यांचा जन्म बनारसजवळच्या पांडेपुर येथे झाला. त्यांचं नाव 'धनपतराय' असे ठेवण्यात आले. वयाच्या आठव्या वर्षी आई त्यांना सोडून गेली. वडील मुंशी अजायब लालने मुलाला आजीकडे सोडून दुसरे लग्न केले. अशाप्रकारे या

बालकाला आई-वडिलाचे प्रेम मिळाले नाही आणि बालपणीच अनेक प्रकारच्या जबाबदाऱ्या अंगावर पडल्या. आजीचा मृत्यू झाल्यावर त्यांची काळजी कारणारं कोणी राहिलं नाही.

वयाच्या १५ व्या वर्षी विवाह करावा लागला परंतु टिकला नाही. वाचन-लेखनाची आवड, लेखक आणाऱ्या नवऱ्याबरोबर तिचं काही जमलं नाही. तिने मुंशीजीला खऱ्या अर्थानं साथ दिली नाही. म्हणून शिकविण्याचे काम करू लागले. तेथूनच ते शाळेच्या डिप्टी इंस्पेक्टर पदापर्यंत पोहोचले.

त्यांनी गांधीजीच्या असहकार आंदोलनात देखील भाग घेतला व आपल्या लेखनाचं काम गंभीरपणे करू लागले. 'जमाना' दैनिकेत पहिली कथा प्रकाशीत झाली. त्यांची लिहण्याची स्वतंत्र शैली आहे. राजा-राणीच्या गोष्टीनंतर ते सामाजीक समस्येवर लिहू लागले. त्यांनी गरीब व शोषीत समाजाचे वास्तवीक जीवन स्पष्टपणे मांडायला सुरूवात केली.

भारतीय शेतकरी त्यांच्या लिखानाचे मध्यवर्ती केंद्र राहिले. त्यांनी हिंदू-मुस्लीम एकतेवर देखील भर दिला. 'गोदान', 'गबन' व 'कर्मभूमि' आदी त्यांच्या प्रसिद्ध कादंबऱ्या आहेत. 'बडे घर की बेटी' व 'बडे भाई साहब' सारख्या कथासंग्रह देखील लोकप्रिय झाले. प्रेमचंदजीने हिंदी साहित्याला सशक्त व संपन्न करण्यात महत्वाची भूमिका पार पाडली आहे. त्यांच्या काही कथेवर चित्रपट देखील निघाले ओहत. ८ ऑक्टोबर १९३६ ला हे महान लेखक आपल्यातून निघून गेले.

मुकेश अंबानी

जगातील पाचवे श्रीमंत समजण्यात येणारे भारतीय उद्योगपती मुकेश अंबानी यांचा जन्म १९ एप्रिल १९५७ ला यमन येथे झाला. ते भारताच्या विशाल अशा खाजगी उद्योग व फॉर्च्यून ५०० कंपनी, रिलायन्स उद्योगाचे अध्यक्ष तसेच व्यावस्थापकीय संचालक आहेत. या कंपनीत त्यांची ४८ टक्के वैयक्तीक भागीदारी आहे. हिल ग्रँड हाइस्कूलमधून प्राथमीक शिक्षण घेतल्यानंतर मुकेश अंबानी यू.डी.सी. मुंबईच्या केमिकल इजिनिअरींगमधून पदवी प्राप्त केली. ते एम.बी.ए. साठी स्टेनफोर्ड विद्यापीठात गेले परंतु तेथून एका वर्षातच परत आले. तसेच रिलायन्सचा भाग बनले. त्यांनी ६० जागतीक निर्माण घटकाचे नेतृत्व केले. ज्यामुळे रिलायन्सची निर्माण क्षमता एक मिलियन टन ते १२ मिलियन टन प्रतिवर्ष इतके झाले. त्यांनी गुजरातच्या जामनगर पेट्रोलियम रिफायनरीला पहाता-पहाता एका उंचीवर नेले.

त्यांनी रिलायन्स कम्युनिकेशन्स या नावाने भारतात विशालकाय अशी टेलिकम्युनिकेशन कंपनी सुरू केली. असे असले तरी आता रिलायन्स इन्फोकॉम त्यांचे बंधू अनिल धीरूभाई अंबानी समूहाकडे आहे. अंबानीच्या नेतृत्वाखालीच रिलायन्सचे रिटेल बिझनेसमध्ये पाय ठेवला व त्याचं नाव नव्याने रिलायन्स असे ठेवले. रिलायन्स रिटेलने 'डिलाइट' या नावाने एक नवी श्रृंखला देखील सुरू केली आहे.

अंबानी इंडियन प्रीमीयर लीग मुंबई इंडियन्सचे मालक आहेत. त्यांनी मुंबईमध्ये धीरूभाई इंटरनॅशनल स्कूलची स्थापना देखील केली आहे. त्यांना अनेक उल्लेखनीय पुरस्कार व सन्मान देखील प्रदान करण्यात आले आहेत.

ते एन.डी.टी.व्ही. ने केलेल्या सार्वजनीक सर्व्हेद्वारा वर्ष २००७ चे उद्योगपती म्हणून निवडण्यात आले. २००७ मध्ये त्यांना युनाइटेड स्टेटस-इंडिया बिझनेस काउंसिल यू.एस.आई.बी.सी. चे लीडरशीप आवार्ड देण्यात आला. २००४ मध्ये हॉटेल टेलीकॉमकडून वर्ल्ड कम्युनिकेशन आवार्ड देवून सन्मानीत करण्यता आले. वॉथस अँड डाटा मॅगझीनने त्यांना टेलिकॉक मॅन ऑफ द इअर म्हणून निवडले. २००४ मध्ये आशिया सोसायटीकडून आशिया सोसायटी लीडरशीप हा पुरस्कार देण्यात आला. २००७ मध्ये गुजरातच्या मुख्यामंत्रीनी त्यांना चित्रलेखा पर्सन ऑफ द इअर हा पुरस्कार प्रदान केला.

अलिकडच्या काळात मुकेश अंबानी जगातील सर्वात महागडे घर बांधण्यात व्यस्त आहेत, जे की मुंबईमध्ये बांधण्यात येत आहे. त्यामध्ये हेल्थक्लब, हॅलीपॅर्ड १६८ पार्किंग स्थळ आहेत. ६०० नोकर त्याची देखभाल करतील.

मुकेश यांचा विवाह नीता अंबानी यांच्याशी झाला, ज्या रिलायन्स उद्योगाच्या सामाजीक व कल्याणकारी विभागांना सांभाळण्याचं काम करतात. त्यांना तीन आपत्ये आहेत; आकाश, ईशा व आनंद. २००८ मध्ये त्यांनी आपत्या पत्नीच्या वाढदिसा निमित्त, २८४ करोडचे जेट विमान भेट म्हणून दिले.

मुहम्मद अली

कॅशियस मारसेल्स क्ले ज्यूनिअरला 'मुहम्मद अली' अशा नावाने ओळखले जाते. ते अशा बॉक्सरपैकी एक होते जे रिंगमध्ये आपल्या प्रतिस्पर्ध्याला जवळ-जवळ अर्धमेलाच करून सोडतात. त्याचा जन्म १७ जानेवारी १९४२ ला कॅशियस सीनियर तसेच ओडेसाजवळ लूईसविलमध्ये झाला.

बालपणापासूनच कॅशियस हेविवेट होऊ इच्छित होते ते या विषयी

इतके गंभीर होते की फ्रेड स्टोनरकडून प्रशिक्षण घ्यायला सुरूवात केली. थोड्याच काळात ते प्रशिक्षण घेऊन आपल्या पहिल्या व्यावसायीक बॉक्सींगच्या मॅच तसेच आपला खेळ दाखवायला सज्ज झाले.

या खेळावर त्यांची इतकी निष्ठा होती की त्यांनी कधी दुसऱ्या क्षेत्रात जाण्याचा विचार देखील केला नाही. ते आपलं कठीण परिश्रम आणि एकाग्रतेच्या बळावर अशा खेळाडूपैकी एक बनले. जे करिअरमध्ये आघाडीवर होते.

नंतर त्यांनी लाईट-हेविवेट बॉक्सिंग सामन्यावर लक्ष केंद्रित केले. १९६० मध्ये रोम ऑलम्पीकमध्ये त्यांनी स्वर्ण पदक जिंकले. ते रिंगमध्ये उतरण्यापूर्वी घोषणाबाजी करणे त्यांची सवय होती. सामान्यापूर्वी बॉक्सर बहुधा एक शब्दही बोलत नाहीत परंतु ते नेहमी असा दावा करत की ते प्रतिस्पर्धाला पराभूत करूनच सोडतील. त्यांचा सुप्रसिद्ध दावा होता 'अली इज द ग्रेट' हे सिद्ध करण्यासाठी ते म्हणत 'टू प्रूव्ह आई ॲम ग्रेट', 'ही विल ऑल विथ इन ॲट' हा केवळ पोकळ दावा नव्हता. तो दावा ते सिद्ध करून दाखवत.

१९६४ मध्ये ते दुनियाचे हेविवेट चँपियन बनल्यावर तर त्यांनी इस्लाम धर्म स्वीकारण्याची घोषणा केली आहे आणि आपलं नाव 'क्ले एक्स' ठेवले आहे. लोकांनी त्यांना 'क्ले एक्स' ऐवेजी त्यांना 'मुहम्मद अली' या नावाने ओळखायला सुरूवात केली.

१९७४ मध्ये त्यांना जोए फ्रेजरला १२ राउंडच्या युद्धात मात दिल्यावर वर्ल्ड हेविवेट चँपियनचा पुरस्कार त्यांना दुसऱ्यांदा मिळाला. बॉक्सिंगच्या इतिहासात त्यांचं नाव स्वर्णाक्षरात लिहिले आहे. त्यांनी ५५ पैकी ५३ सामने जिंकले. शक्यता आहे की याच यशाचे भूत त्यांच्या डोक्यावर होते आणि ते १९७६ ला ऑलम्पीकमध्ये पराभूत झाले. असे असले तरी अलींना त्यांची पदवी पुन्हा मिळाली.

१९८१ मध्ये त्यांनी या खेळातून सेवानिवृत्ती घेतली. १९८४ मध्ये माहीत झाले की ते पार्किन्सन आजाराने ग्रस्त झालेत. त्यांनी तीन वेळा वर्ल्ड हेविवेट चँपियनशीपवर राज्य केलं.

मुहम्मद अली जिन्ना

मुहम्मद अली जिन्ना एक असे नेते होते, ज्यांनी पाकिस्तान निर्मितीमध्ये महत्त्वाची भूमिका केली. त्यांचा जन्म १८७६ मध्ये एका संपन्न व्यापाऱ्याच्या घरी झाला. त्यावेळी ते कराचीत रहात असत. जिन्ना भारतीय राष्ट्रवादी महात्मा गांधी सारख्या लोकांपैकी नव्हते.

इंग्लडमधून कायद्याचा अभ्यास पूर्ण केल्यानंतर जिन्ना १८६९ मध्ये भारतात परतले तसेच मुंबई कोर्टात ॲडव्हकेट बनले.

ते सभ्य तसेच सुसंस्कृत व्यक्तिपैकी एक होते. १९०६ मध्ये ते ऑल इंडिया काँग्रेसमध्ये दाखल झाले. १९१३ मध्ये काँग्रेसचे सदस्य झाल्यावरही ते मुस्लिम लीगबरोबर जोडल्या गेले होते.

जिन्ना सुरूवातीला राजकीय करिअरमध्ये भारताच्या स्वातंत्र्यासाठी संघर्षरत राहिले. परंतु हळूहळू त्यांचं सारं लक्ष मुस्लिम समुदायाच्या हिताकडे लागले.

१९१९ मध्ये त्यांनी काँग्रेसला सोडचिठ्ठी दिली तसेच मुस्लिम बांधवांच्या हितासाठी पुढाकार घेतला. पुढील दशकात त्यांनी मुसलमानांसाठी एका स्वतत्र देशाचा पाया घातला. १९३० च्या दशकाच्या अंतापर्यंत ते मुस्लिम लीगचे नेते होते. त्यांना खात्री होती की एक स्वतंत्र राष्ट्र बनले तरच मुस्लिम राजकीय शक्तीला कायम ठेवल्या जावू शकतं.

१९४० मध्ये मुस्लिम लीगचे 'लाहोर प्रस्ताव' मांडत उत्तरपूर्व तसेच पूर्व भारताच्या मुस्लिम बहुल भागात स्वतंत्र राज्याची मागणी केली.

१९४६ मध्ये जिन्नांनी अंतर्गत भारत सरकारला विरोध करीत स्वतंत्र राष्ट्राची मागधी केली आणि हिंदू-मुस्लिम दंगे भडकले. जिन्नाच्या फाळणीच्या प्रस्तावाचा इंग्रजांनी विचार केला आणि अशा तऱ्हेने पाकिस्तानचा जन्म झाला. जिन्ना तसे काही धर्मांचा विचार न करता पाकिस्तानी नागरीकांसाठी समान अधिकारांची मागणी केली.

पाकिस्तानचा विकास पहाण्यासाठी ते दीर्घकाळ राहिले नाहीत. पाकिस्तानचा जन्म होऊन अवघे तेरा महिने झाले असतील तोच क्षयग्रस्त होऊन त्यांचा मृत्यू झाला आणि धर्मनिरपेक्ष सरकार निर्माण करण्याचं त्यांचं स्वप्न अपूर्ण राहिलं.

यासिर अराफात

यासिर अराफात यांचा जन्म ४ किंवा २४ ऑगस्ट १९२९ ला काहिरा येथे झाला. ते 'पॅलिस्टाइन नॅशनल ऑथारिटी' चे अध्यक्ष तसेच पॅलिस्टीनी लिबरेशन ऑर्गेनाइझेशन (पी.एल.ओ.) चे सभापती होते.

१९४८ मध्ये इस्राइल राज्य बनण्यापूर्वी जेरूसलेम पॅलिस्टाइनचा एक भाग होता. अराफात यांच्या आत्मचरित्रानुसार त्यांचे जन्मस्थळ जेरूसलम आहे परंतु दुसऱ्या स्त्रोतानुसार काहिरा (मिस्त्र) सांगण्यात येते. असे सांगण्यात येते की त्यांना स्वतः पॅलिस्टाइनचे नेते असल्यामुळे किंवा तसा दावा करण्यासाठी आपलं जन्मस्थळ काहिरा आहे असे सांगितले नाही.

अराफात त्या पॅलिस्टाइनापैकी आहेत ज्यांनी १९४८ मध्ये यहूदी राज्य होण्याला विरोध केला. १९५० व ६० च्या दशकात अराफात यांनी गुरिल्ला ग्रुपचे नेता म्हणून भूमिगत सेंन्य ऑपरेशनचे नेतृत्व केले. त्यांच्या गटाचे नाव होते 'अल-फतह' १९६९ मध्ये ते पी.एल.ओ. प्रमुख निवडल्या गेले.

१९७४ पर्यंत ते पॅलिस्टाइनचे मुख्य आवाज म्हणून ओळखल्या जावू लागले. १९७२ च्या मुनिक ऑलम्पीकमध्ये पी.एल.ओ. ने यहुदी नागरींकावर हमला केला, ज्यात ११ इस्त्रायली खेळाडू मारल्या गेले. त्यानंतर अराफात संपूर्ण जगात दहशतवादी नेते म्हणून प्रसिद्ध झाले. असे असले तरी १९८० च्या दशकात त्यांना आपली भूमिका पटवून देण्यासाठी कूटनीतिचा देखील आधार घ्यावा लागला.

१९९३ मध्ये नार्वेत इस्त्रायली नेते इत्झाक रॉबीन व शिमोन पेरेज यांच्यासोबतच्या शांतता करार झाला आणि त्या तिघांना १९९४ मध्ये शांततेचा नोबेल संयुक्तपणे देण्यात आला.

१९९६ मध्ये अराफात पॅलिस्टाइन नॅशनल अथॉरिटीचे प्रेसिडेंट म्हणून निवडल्या गेले. प्रदेशातील हिंसक संघार्षमुळे इस्त्रायली सैन्याने त्यांना दोन वर्षापेक्षा जास्त काळ नजरकैदेत ठेवले.

ऑक्टोबर २००४ मध्ये त्यांना तबियत खराब झाल्यामुळे पॅरिसला नेण्यात आले. अगदी दोन आठवडे त्यांच्या ढासळत्या तबियतीबद्दल भ्रम आणि शंका वाटत राहिली. शेवटी ११ ऑक्टोबर २००४ला पॅरिसमध्ये त्यांचा मृत्यू झाली.

रतन टाटा

रतन नवल टाटाचा जन्म २८ डिसेंबर १९३७ ला मुंबई येथे झाला. ते टाटा ग्रुपचे चेअरमन आहेत. या ग्रुपची स्थापना जमशेदजी टाटा यांनी केली तसेच कुटुंबातील अनेक पिढ्यांनी त्याला वाढवलं.

ते मुंबईमध्ये एका संपन्न टाटा कुटुंबात जन्मले होते. ते टाटा ग्रुपचे संस्थापक जमशेदजी टाटाचे पुत्र आहेत. १९४० च्या मध्यात रतनचे आई-वडील विभक्त झाले. त्यावेळी ते केवळ सात वर्षाचे तसेच लहान भाऊ पाच वर्षाचा होता. दोन्ही भावंडाना त्यांची आजी नवलबाई यांने सांभाळले.

मुंबईच्या चॅंपियन स्कूलमधून प्राथमीक शिक्षण घेतल्यानंतर त्यांनी १९६२ मध्ये कॉरनेल विद्यापीठात वास्तुकला व संरचनात्मक इंजिनिअरींगमध्ये ग्रॅज्युएटची पदवी घेतली.

डिसेंबर १९६२ मध्ये त्यांनी टाटा समूहात पाय ठेवला. सुरूवातीला त्यांनी जमशेदपुरच्या टाटा स्टीलमध्ये पाठविण्यात आले. त्यांनी कामगारांसोबत काम करून कामातले बारकावे शिकून घेतले.

१९७१ मध्ये ते 'नेल्को' चे डायरेक्टर-इन-चीफ म्हणून नियुक्त झाले परंतु कंपनी त्या काळी आर्थीक संकटात सापडली होती. त्यांनी कंपनीला उच्च-तांत्रीक उत्पादनात गुंतवणूक करण्याचा सल्ला दिला.

१९८१ मध्ये ते टाटा उद्योगाचे चेअरमन बनले. १९९१ मध्ये संपूर्ण टाटा समूहाचा कार्यभार हाती घेतल्यानंतर त्यांनी त्याला एक नवे रूप द्यायला सुरूवात केली, जे आज विशालकाय उद्योगसमूहाच्या स्वरूपात आपल्यासमोर आहे. त्यांच्याच मार्गदर्शनाखाली टाटा कन्सल्टंसी सर्व्हिस सार्वजनीक झाले तसेच टाटा मोटर्सचे नाव न्यूयॉक स्टॉक एक्स्चेंजमध्ये सहभागी झाले. १९८८ मध्ये टाटा इंडिका आली, ३१ जानेवारी २००७ ला टाटा सन्सने ॲग्लो-डच स्टील व ॲल्युमिनिअम निर्माता 'कोरस ग्रुप' चे अधिग्रहण केले. अशाप्रकारे रतन टाटा कार्पोरेट जगाचे मातब्बर व्यक्ती बनले. १० जानेवारी २००८ ला त्यांनी एक लाख रूपायात कार देण्याचे स्वप्नं साकार केले.

२६ मार्च, २००८ ला त्यांनी फोर्ड मोटर कंपनीकडून 'जगुआर ॲंड लॅंडरोव्हर' विकत घेतला. २६ जानेवारी २००० ला, भारताच्या स्वातंत्र्याच्या पन्नासव्या वाढदिवसानिमित्त रतन टाटाला 'पदमूभूषण' देवून सन्मानीत करण्यात आले. २६ जानेवारी २००६ ला त्यांना दुसरा सर्वोच्च नागरी पुरस्कार 'पदमूविभूषन' ने सन्मानीत करण्यात आले.

त्यांना लंडन स्कूल ऑफ इकॉनॉमिक्सकडून मानद उपाधी प्रदान करण्यात आली. नोव्हेंबर २००७ मध्ये ते फॉर्चून दैनिकात प्रसिद्ध झालेल्या प्रभावशाली २५ व्यक्तीच्या यादीत सामील होते.

रविशंकर

रविशंकर भारतातले प्रसिद्ध सितारवादक व शास्त्रीय संगीतज्ञ आहेत. त्यांनी बिटल्स व खास करून जॉर्ज हॅरिसन यांच्या सहकार्याने भारतीय शास्त्रीय संगीताला परदेशात पोहचण्यासाठी महत्त्वाची भूमिका केली आहे.

त्यांचा जन्म ७ एप्रिल १९२० ला वाराणसीमध्ये झाला. त्यांचे थोरले बंधू उदयशंकर एक प्रसिद्ध शास्त्रीय नर्तक होते. सुरूवातीला रविशंकर त्यांच्यासोबत परदेशी दैऱ्यावर जात राहिले व अनेक नृत्य नाटीकेत अभिनय पण केला.

१९३८ मध्ये त्यांनी नृत्याला सोडून संगीताची कास धरली व मेहर घराण्याचे उस्ताद अलाउद्दीन खाँ यांच्याकडून सितार वादनाचे प्रशिक्षण घेऊ लागले. १९४४ मध्ये आपलं प्रशिक्षण संपवून त्यांनी आई.पी.टी.ए. मध्ये प्रवेश केला व बैले नृत्यासाठी सुमधूर संगीत धून तयार करू लागले. ते ऑल इंडिया रेडियोत वाद्य वृंद प्रमुख म्हणूनही राहिले.

१९५४ मध्ये त्यांनी सर्वप्रथम सोव्हिएट युनियनमध्ये पहिलं अंतरराष्ट्रीय सादरीकरण केलं. नंतर एडिनबर्ग फेस्टिव्हलच्या व्यतिरिक्त रॉयल फेस्टिव्हल हॉलमध्येही प्रदर्शन केले. १९६० च्या दशकात बीटल्ससोबत काम करून त्यांनी भारतीय शास्त्रीय संगीताची धून परदेशी लोकापर्यंत पोहचवली.

१९८६ ते १९९२ पर्यंत ते राज्यसभेचे सन्माननीय सदस्य राहिले. १९९९ मध्ये त्यांना भारतरत्न देवून सन्मानीत करण्यात आले. त्यांना पदमविभूषण, मॅगसॅसे, ग्रेमी, क्रिस्टल तसेच फूकूओका आदी पुरस्कार देखील प्रदान करण्यात आले.

त्यांची कन्या अनुष्काचा जन्म १९८२ मध्ये लंडनमध्ये झाला. अनुष्काचे पालन-पोषण दिल्ली व न्यूयॉर्कमध्ये झाले. अनुष्काने वडिलाकडून सितारवादन शिकले व कमी वयातच चांगले करिअर घडवले. ते अष्टपैलू कलाकार आहेत. त्यांनी वडिलांना अर्पण केलेलं एक पुस्तक लिहिले आहे-'बापी, द लव्ह ऑफ माइ लाइफ' याशिवाय त्यांनी एका चित्रपटात भरतनाट्यम नर्तकीचा रोल पण केला आहे.

पंडित रविशंकरजीने अनेक नवीन रागांची रचना केली. सन् २००० मध्ये त्यांना तिसऱ्यांदा ग्रेमी पुरस्काराने सन्मानीत करण्यता आले. पंडितजीने खऱ्या अर्थाने पूर्व तसेच पाश्चात्य संगीतामध्ये एक समतोल ठेवण्याचं काम केलं आहे.

रविंद्रनाथ टागोर

गुरूदेव रविंद्रनाथ टागोर कवी, लेखक, तत्त्वज्ञानी, चित्रकार व प्रख्यात शिक्षणतज्ज्ञ देखील होते. त्यांचा जन्म ७ मे १८६१ ला देवेंद्रनाथ टागोर व शारदादेवी यांच्यापोटी झाला. वयाच्या आवघ्या १३ व्या वर्षी त्यांची अभिलाषा नावाची कविता 'तत्त्वबांधीनी' या दैनिकात छापून आली.

कलकत्याच्या सेंट झेवियर स्कूलमध्ये शिक्षण घेतल्यानंतर ते १८७८ मध्ये त्यांचे बंधू सत्येंद्रनाथसोबत इंग्लडला गेले. १८८० मध्ये शिक्षण अर्धवट सोडून भारतात

परतले. ९ डिसेंबर १८८३ ला त्यांचा विवाह मृणालिनी देवी यांच्याबरोबर झाला. १८८४ मध्ये ते आदी ब्रह्म समाजाचे सिक्रेटरी म्हणून निवडल्या गेले.

ते तत्कालीन प्रख्यात लेखकापैकी एक होते. १८९१ मध्ये त्यांनी 'पोस्टमास्टर' सहित सहा लघुकथा लिहिल्या. राजशाही असोशिएशनच्या आग्रहाखातर त्यांनी शिक्षण पद्धतीवर 'शिक्षेर हेर-फेर' हे पुस्तकत लिहिले. त्यांनी मातृभाषेला शिक्षणाचे माध्याम करण्यावर जोर दिला. या दरम्यान ते 'साधना' चे संपादक देखील बनले. १९०१ मध्ये त्यांनी शांतीनिकेतन विद्यालयाची स्थापना केली. त्याचवर्षी त्यांनी 'बंगदर्शन' ची जबाबदारी स्वीकारली व पुढील पाच वर्षापर्यंत त्यांचे संपादन केले. त्यांनी 'चोखेर बाली' व 'नौका डूबी' सारख्या कादंबऱ्या लिहिल्या.

ते गांधीजींच्या समर्थकापैकी एक आहेत. त्यांनी १९०५ मध्ये झालेल्या बंगालच्या फाळणीला विरोध केंला. त्या दिवशी त्यांनी बंगालमध्ये परस्पर एकतेची भावना उत्पन्न करण्यासाठी रक्षाबंधन कार्यक्रमाचे आयोजन केले. १९१२ मध्ये लंडनमध्ये इंडियन सोसायटीने त्यांची 'गीताजंली' प्रकाशीत केली.

पुढील वर्षीच मॅकमिलनकडून गीताजंली, 'द क्रीसेंट मून' 'द गार्डनर', व 'चित्रा' चे इंग्रजी भाषांतर प्रकाशीत झाले. १३ नोव्हेंबर १९१३ ला त्यांनी साहित्यासाठी नोबेल पुरस्कार प्रदान करून सन्मानीत करण्यात आले. दोन वर्षानंतर इंग्रज सरकारने त्यांना 'नाइटहुड' ही उपाधी दिली. १९१८ मध्ये त्यांनी जगप्रसिद्ध 'विश्वभारती' चा पाया घातला व शिक्षण क्षेत्रात नवे प्रयोग केले. भारताच्या राजकीय परिस्थितीवर ते नाराज होते. जालियनवाला बाग हत्याकाडांनंतर 'नाइटहुड' ही उपाधी त्यांनी इंग्रजांना परत दिली. विश्वभारतीसाठी देणगी गोळा करण्यासाठी ते विश्वभ्रमणाला निघाले. ते इंग्लड, फ्रान्स, स्वीत्झरलॅंड, जर्मनी, हॉलंड व यू.एस.ए.ला गेले.

नंतरच्या वर्षात ते चित्र देखील रेखाटू लागले. भारत तसेच जगातील इतर देशातही त्यांच्या अनेक चित्रांची प्रदर्शने आयोजीत करण्यात आली. १९४० मध्ये ऑक्सफोर्ड विद्यापीठाने त्यांना मानद उपाधी प्रदान केली. ७ ऑगस्ट १९४१ ला वयाच्या ८० व्या वर्षी त्यांचे निधन झाले.

राफेल नाडाल

राफेल नाडाल परेरा यांचा जन्म ३ जून १९८६ ला मानाकोर, मालोराका येथे झाला. वडील सेबास्तियन व आई ॲना मारियाने त्यांना लहानपणापासूनच टेनिसची आवड लावली. वयाच्या ८ व्या वर्षी ते आपला पहिला चॅंपियन टूर्नामेंट खेळले.

२००१ मध्ये, वयाच्या १५ व्या वर्षी त्यांनी व्यावसायीक खेळाडू म्हणून खेळायला सुरूवात केली तसेच पहिला ए.टी.पी. सामना जिंकला.

कारलोस मोया यांना ते आपला हिरो मानतात. कोच आहेत अंकल टोनी नाडाल तसेच खेळाबद्दलचे मार्गदर्शन कारलोस कोष्टा करतात.

नाडालसाठी वर्ष २००५ चांगलेच महत्वाचे राहिले. मे २००५ पर्यंत ते टॉप ५ मध्ये आले. २००५ मध्ये ते १० सिंगल सामने जिंकले होते. ज्यात ३ ए.टी.पी. मास्टर सीरीज तसेच एक ग्रॅंड स्लॅम टाइटल यांचा समावेश होता.

२००५ च्या सुरूवातीला त्यांनी एकसारखे २४ सामने जिंकून रेकॉर्ड कायम केले. पहिल्या फ्रेंच ऑपनमध्ये त्यांनी सेमीफाइनलमध्ये फेडररला पराभूत करून पहिला ग्रॅंड स्लॅम जिंकला. क्ले कोर्टमध्येही त्यांचा खेळ चांगला राहिला. २००६ मध्ये त्यांनी रॉजर फेडररला बाजूला करून रोम मास्टर जिंकला. २००६ च्या फ्रेंच ओपनमध्ये फेडररला पराभूत केल्यावर ते म्हणाले-"फेडरर इतिहासातील श्रेष्ट खेळाडूपैकी एक आहेत, कोणत्याही खेळाडूत त्यांच्याइतकी क्षमता नाही आहे"

एप्रिल २००७ मध्ये त्यांनी फाइनलमध्ये रॉजर फेडररला पराभूत करून मोंटी कार्लो मास्टर सामना जिंकला. मे २००७ मध्ये फेडररने त्यांना २-६ ६-२ ६-० ने पराभूत करीत हेन्सबर्ग सामना जिंकले. अशारितीने नाडालच्या एकसारख्या खेळण्यात ८१ विजयाचे रेकॉर्ड बनले.

जून २००७ मध्ये राफेलने फेडररला ६-३ ४-६ ६-३ ६-४ ने पराभूत करीत तिसरा फ्रेंच सामना जिंकला.

जून २००८ मध्ये राफेलने फेडररला ६-१ ६-३ ६-० ने पराभूत करून पुन्हा फ्रेंच ओपनचा सामना आपल्या पारड्यात पाडून घेतला.

रोनाल्डो

रोनाल्डो यांच्या जन्माच्यावेळी रोपाल्डो लुईस नाजरिओ दि लीमा या नावाने त्यांना हाक मारण्यात येत होती. १९९० च्या दशकात ते एक चमकते अंतरराष्ट्रीय सॉकर खेळाडूपैकी समजले जातात.

वयाच्या १७ व्या वर्षी ते ब्राझील १९९४ च्या वर्ल्ड कप विजेता गटाचे सदस्य होते. असे असले तरी ते खेळले नाहीत. त्याच वर्षी ते डच व्यावसायीक संघ पी सी व्ही इडहोवनमध्ये सहभागी झाले. १९९६ मध्ये बार्सिलोनाने त्यांना करारबद्ध केलं. पुढील वर्षी ते इटलीच्या एफ.सी. इंटरनेजियोनेल संघासाठी खेळू लागले आणि रिअल मॅड्रिकसाठी खेळेपर्यंत तिथेच राहिले. ते वर्ष १९९६ तसेच १९९७ मध्ये फिफाच्या 'वर्ल्ड फुटबॉलर ऑफ द

इअर' संबोधण्यात आले. ते एकसारखे दोन वर्ष हा सामना जिंकणारे कमी वयाचे खेळाडू होते. ते १९९८ च्या वर्ल्ड कपमध्ये ब्राझीलला फाइनलपर्यंत घेऊन गेले परंतु फ्रान्सच्या चॅंपियनशीप खेळात ३-० इतक्या नुकसानीसाठी त्यांच्यावर टीका देखील झाली.

२१ व्या शतकाच्या सुरूवातीलाच जखमी झाल्यामुळे त्यांना खेळता ओल नाही परंतु २००२ च्या वर्ल्ड कप चॅंपियनमध्ये त्यांनी ब्रांझीलला पुढे आणले. त्यांनी टूर्नामेंटमध्ये चांगले गुण मिळणारे म्हणून 'गील्डन बूट' जिंकला. या ठिकाणी त्यांनी आठ गोल केले होते.

अधिक वजन व उत्साहाचा अभाव असे आरोप असले तरी २००६ च्या वर्ल्ड कपमध्ये रोनाल्डो यांनी तीन गोल तसेच वर्ल्ड कपमध्ये एकूण १५ चे नवे रेकॉर्ड कायम केले. जानेवारी २००७ मध्ये ते १८ महिन्याच्या करारानुसार बार्सिलोनावरून ए.सी.मिलान येथे आले. त्यांच्या टीममध्ये आणखी एकाजणाचे नाव रोनाल्डो असे होते. म्हणून त्या नव्या खेळाडूला 'रोनाल्डीन्हो' असे नाव देण्यता आले.

जुलै २००४ मध्ये मॉडल डेव्हियलासोबत त्यांचे लग्न जमले परंतु नंतर त्यांचं लग्न मोडलं. यापूर्वी त्यांनी ब्राझीलच्या रोकर खेळाडू यांच्यासोबत विवाह केला होता. जो की २००३ मध्ये तुटला. त्यांना 'रोनाल्ड' नावाचा एक मुलगा देखील आहे.

रोजर फेडरर

रोजर फेडरर यांचा जन्म ८ ऑगस्ट १९८१ ला बासेल, स्वीझरलॅंडमध्ये झाला. या स्वीस खेळाडूने वयाच्या ८ व्या वर्षी खेळायला सुरूवात केली होती. १९९८ मध्ये ते व्यावसायीक खेळाच्या दुनियेत आले.

मागच्या वर्षी त्यांनी अभूतपूर्व यश संपादन केलं. त्यांना पाहून जॉन मॅकेन म्हणाले होते-"रोजरपेक्षा चांगला खेळाडू असू शकत नाही"

वर्ष २००४ मध्ये त्यांना पुरस्कारामधून मिळालेली रक्कम ६, ३५७, ५४७ इतकी होती ज्यात ११ एकेरी सामने जिंकणे याचाही समावेश आहे.

२००५ व २००६ मध्ये देखील त्यांना चांगले यश मिळाले. त्यांनी मार्किसला पराभूत करून ऑस्ट्रेलियाई ओपन जिंकला.

ते म्हणत असत-"माझ्यासाठी हे अंत्यत महत्वाचे आहे की मी चांगले खेळू आणि मुलांसाठी त्यांचा एक चांगला रोल मॉडल बनू"

जुलै २००६ मध्ये नाडालला ६-० ७-६ ७-५ ६-७ २-७ ६-३ ने पराभूत करून सलग चवथा विम्बलंडन जिंकला. एका वर्षानंतर पुन्हा त्यांना नाडालला पराभूत करण्याची संधी मिळाली.

२००६ मध्ये ज्यावेळी त्यांनी यू.एस. ओपन जिंकला, तर तो त्यांचा नबवा ग्रँड स्लॅम, तिसरा यू.एस.ओपन सामना तसेच सलग तिसरा ग्रँड स्लॅम फाइनल होता.

२००६ च्या अखेरापर्यंत त्यांना आणखी १२ पुरस्कार मिळाले होते व रेकॉर्ड पुरस्काराची रक्कम ८ मिलियन डॉलरपेक्षा जास्त होती.

जानेवारी २००७ मध्ये त्यांनी ऑस्ट्रेलियाई ओपन सामना जिंकला. त्यांनी सलग १६१ आटवड्यापर्यंत टॉप रँकिंगमध्ये राहाण्याचा देखील रेकॉर्ड कायम ठेवला होता. सप्टेंबर २००७ यू.एस. ओपन फाइलमध्ये नोवाकला ७-६ ७-६ ६-४ ने पराभूत करून रोजर एकसारखे चार विम्बलंडन चँपियनशीप व चार एकसारखे यू.एस. ओपन सामने जिंकणारे पहिले व्यक्ति बनले. ऑक्टोबर २००७ मध्ये देखील त्यांनी स्वीस इनडोर जिंकला व चवथ्या वर्षी देखील एक वर्ल्ड कप रँकिंग सुरक्षित ठेवली. जून २००८मध्ये ते फ्रेंच ओपन टूर्नामेंटमध्ये राफेल नाडालकडून पराभूत झाले.

लक्ष्मी निवास मित्तल

श्री लक्ष्मी निवास मित्तल अप्रवासी भारतीय आहेत. ते अंतरराष्ट्रीय स्टील कंपनी 'मित्तल स्टील' चे प्रमुख आहेत, जी संपूर्ण जगाला स्टीलचा पुरवठा करते. 'संडे टाइम्स' ने प्रसिद्ध केलेल्या 'रिच लिस्ट' मध्ये त्यांचा उल्लेख ब्रिटनमधील सर्वात श्रीमंत व्यक्ती असा केला गेला. ते अलिकडे लंडनच्या केनसिंगटनमध्ये राहातात.

त्यांचा जन्म १५ जून १९५० ला भारतातील राजस्थानच्या सादुलपूर गावात झाला. नंतर त्यांचे कुटुंब कलकत्याला आले. त्यांनी प्रतिष्ठित सेंट झवेअर्स कॉलेजातून अकाउंट तसेच व्यावसायाचे धडे घेतले. त्यांचे वडील मोहनलाल मित्तलने स्टील कंपनी सुरू केली होती. ते तिथे वडिलांना मदत करायचे.

१९७६ ला ते इंडोनेशियाला गेले तसेच 'इस्पात इंडो' ची सुरूवात केली. तेथूनच त्यांची विजय गाथा सुरू झाली. त्यांनी तोट्यात चाललेल्या इस्पात कंपनीला स्वस्तात विकत घेतले आणि तिला नफा मिळवून देणाऱ्या कंपनीत रूपांतरीत करण्याचा प्रयत्न केला आणि त्यात त्यांना अगदीच यश मिळाले.

मेक्सिको, कॅनडा, जर्मनी व आयलँड आदी देशाच्या कंपन्या विकत घेऊन त्यांचा चांगलाच फायदा झाला. व्यावसायात ते चांगलीच प्रगती करू लागले. १९९४ मध्ये कुटुंबाच्या व्यावसायाची वाटणी झाल्यावर परदेशी उद्योग त्यांच्याकडे आले. त्यांनी 'इस्पात इंटरनॅशनल' ला न्यूयॉर्क व एम्सटर्डमच्या स्टॉक एक्सचेंजमध्ये दाखल केले.

सन २००४ मध्ये इस्पात इंटरनॅशनल तसेच एल.एन.एम. व्यावसायाच्या एकत्रीकरणातून 'मित्तल स्टील' चा जन्म झाला. त्यांनी शिपिंग, कोळसा व तेल आदी इतर व्यावसायामध्ये देखील प्रवेश केला. ते जगातील विशालकाय स्टील कंपनी 'आर्सेलर-मित्तल' मध्ये त्यांची ४४ टक्के भागीदारी आहे. मित्तल यांना त्यांच्या कामगिरीबद्दल अनेक सन्मान व पुरस्कारही देण्यात आले आहेत. १९९६ मध्ये त्यांना 'स्टील मेकर ऑफ द इअर' हा पुरस्कार देण्यात आला. जून १९९८ मध्ये 'ऑनरेरी ऑफ स्टील व्हिजन' मिळाला. २००४ मध्ये फॉर्चून दैनिकाने त्यांना 'यूरोपीय बिझनेस मॅन ऑफ द इअर' पुरस्कार दिला.

परदेशात रहात असले तर मित्तल आपल्या मातृभूमीला विसरले नाहीत. ते भारतातील अनेक कल्याणकारी संस्था व ट्रस्ट यांना मदत करतात तसेच इथे ते लोकांना रोजगार उपलब्ध व्हावा म्हणून देखील प्रयत्नशील आहेत.

लंडनमध्ये ते 'समर पॅलेस' मध्ये रहातात. हे घर त्यांनी २००३ मध्ये १२९ मिलियन विकत घेतले. असं करणं हा देखील एक विक्रमच आहे. भारतीय वंशाच्या स्टील टाइकून लक्ष्मी मित्तल यांना ८ सप्टेंबर २००८ ला फोर्ब्स दैनिकाने 'फोर्ब्स लाइफटाइम अचिव्हमेंट' पुरस्कार देवून सन्मानीत करण्यात आले. हा पुरस्कार उद्योग क्षेत्रात महत्वाचा समजला जातो. २००८ मध्ये त्यांना 'पदमविभूषण' ने देखील सन्मानीत करण्यात आले.

लता मंगेशकर

स्वर सम्राज्ञी लता मंगेशकर यांचा जन्म २८ सप्टेबर १९२९ ला इंदोर मध्ये झाला. चित्रपट गीते, गझल, भजन व पॉप संगीत आदी सगळ्या प्रकारांना आपला मधूर आवाज देणाऱ्या लता मंगेशकर संगीत प्रेमींच्या ऱ्हदयावर गेल्या अनेक वर्षापासून राज्य करतात. १९४८ ते १९८७ च्या दरम्यान त्यांच्या नावावर २० भारतीय भाषामध्ये ३०,००० गीत गायल्याची नोंद आहे. आता तर गिनीज बुकचा हा आकडा ४०,००० पर्यंत पोहचला असण्याची शक्यता आहे.

त्यांचे वडील दिनानाथ मंगेशकर एक थिएटर कंपनी चालवत होते. ते ग्वालीयर घराण्याचे निष्णात शिष्य व प्रसिद्ध शास्त्रीय गायन होते. वयाच्या पाच वर्षापासूनच लताजी संगीत शिकू लागल्या. आवाजाची देणगी त्यांना तशी निसर्गदत्तच लाभली होती.

१९४२ मध्ये वडिलांना मृत्यू झाल्यावर कुटुंब चालविण्याची जबाबदारी त्यांच्यावर आली. सुरूवातीला काही हिंदी व मराठी चित्रपटामधून अभिनय पण केला. उद्देश होता आर्थीक तंगी दूर होईल. एका मराठी चित्रपटासाठी पार्श्वगायन केले पण त्यांना चित्रपटातून काढून टाकण्यात आले.

चित्रपट क्षेत्रात ज्यावेळी लताजीने पाय ठेवला त्यावेळी सुमधूर गळयांच्या गायकांचे वर्चस्व होते. लताजींचा आवाज पातळ आणि मधूर होता. गुलाम हैदरने लताजीला मजबूर (१९४८) मध्ये, 'दिल मेरा तोड दिया' नावाचे गीत दिले.

१९४९ मध्ये चार चित्रपट निघाले व त्यातले सगळेच गीत हिट ठरले. ते चित्रपट होते, 'अंदाज, 'दुलारी' आणि 'महल' १९५० पर्यंत लताजीच्या आवाजाची लाट संपूर्ण चित्रपटावर आली.

त्यांनी स्वतःची एक शैली विकसीत केली होती. उर्दू सुधारण्यासाठी क्लास लावला. १९६० मध्ये मुहम्मद रफीसोबत त्यांची कट्टी झाली. पार्श्वगायनाच्या मानधनावरून दोघात बिनसले होते. असे असले तरी लताजीने सर्वच संगीत दिग्दर्शकासोबत काम केले परंतु इथे श्री रामचंद्र व मदनमोहन यांच्या नावाचा खास उल्लेख करावा लागतो. ६० व ७० च्या दशकात लताजीचे चित्रपट क्षेत्रावर एक छत्री राज्य सुरू झालं.

८० च्या दशकात त्यांनी कामाची गती कमी केली. तसेच परदेशातही कार्यक्रम केले. त्यांनी नर्गीसपासून ते काजोलपर्यंतच्या अभिनेत्रींना आवाज दिला. त्यांना 'दादासाहेब फाळके' व 'भारतरत्न पुरस्कार' देवून सन्माननीत करण्यात आले. याशिवाय त्यांना अनेक पुरस्कार व सन्मान मिळाले, ज्यांची यादी देणे देखील शक्य नाही.

लियोनार्दो दा विन्सी

आपल्या प्रतिभेच्या बळावर दुसऱ्यांना प्रेरित करणाऱ्या लियोनार्दो दा विन्सीचा जन्म एका चांगल्या कुटुंबात झाला. असे असले तरी त्यांच्याबद्दल फारच थोडी माहिती उपलब्ध आहे. उर्वरित जी मिळते त्यात रहस्य आणि दंतकथांचा समावेश आहे. पक्षांच्या उडण्याची देखील माहिती ठेवणाऱ्या व्यक्तीने स्वतःबद्दलची काहीच माहिती मागे ठेवायला नको होती? त्यांच्याघरी सापडलेल्या काही हस्तलिखीतावरूनच त्यांच्याबद्दल थोडीफार माहिती मिळते.

समाज आजही 'मोनालीसा', 'द लास्ट सपर', 'मॅडोना ऑफ द रॉक्स' ला विसरले नाहीत. दा विन्सीचे स्वतःचे चित्र मोनालीसाच्या चेहऱ्यासोबत इतके साम्य दर्शवतं की यासंदर्भातच अनेक तर्क-वितर्क लावले जातात. हा कोण्या पात्राचा चेहरा आहे की विषयाचा ? अलिकडे झालेल्या संशोधनातून असे सिद्ध झाले आहे मोनालीसा एक तरूणी होती, तिच्या चेहऱ्याचं आकर्षणच विन्सीच्या चित्रामधून दिसते.

'मोनालीसा' च्या चित्राची जितकी काळजी विन्सीने घेतली तितकी ती दुसऱ्या कोणत्याही चित्राची घेतली नाही. त्या चित्राला ते 'ला पिओकोंडा' असे म्हणत. हे चित्र विन्सीसाठी कोण्या आकषणापेक्षा कमी नव्हतं. त्यांनी ते कोणाला दिले पण नाही.

यापूर्वी विन्सी आपल्या कोणत्याही पूर्ण अथवा अपूर्ण कलाकृतीची इतकी काळजी करीत नसत. त्यांचे अनेक चित्र तर अस्त-व्यस्त पडलेली असत. केवळ मोनालीसाच्या चित्रालाच २ मे १५१९ म्हणजे मृत्यूपर्यंत जवळ ठेवले. या चित्रासोबत माहीत नाही किती रहस्य आणि दंतकथा जोडल्या गेल्या आहेत.

दुसरे रहस्य देखील त्यांच्या अपूर्ण चित्रासोबत जोडल्या गेले आहे. त्यांच्याबद्दल कलाकारांचे असे म्हणणे आहे की सृजनशीलता वाया गेल्यावर अशी आवस्था होते. दुसरीकडे मानसशास्त्रज्ञ म्हणतात की दा विन्सीची मानसिक आवस्थाच त्यांना कधी काही, तर कधी काही करायला लावायची. किती तरी चित्रांची त्यांनी सुरूवात केली पण काम अर्ध्यावरच सोडून दिलं. दा विन्सीने अशारितीने कितीतरी वैज्ञानीक प्रयोगही अर्ध्यावरच सोडून दिले होते.

असे असले तरी विन्सींना युगातील दहा महान जिनियस व्यक्तीमध्ये गणले जाते. परंतु जिवंत असताना त्यांचा समावेश तत्कालीन शंभर प्रभावशाली लोकांमध्ये देखील नव्हता. काही परिपूर्ण चित्रे तसेच अपूर्ण वैज्ञानीक प्रयोग वगळता त्यांनी जगाला आपल्या जीवनाशी संबंधीत रहस्यांचे योगदान दिले.

वारेन बफेट

वारेन बफेट यांचा जन्म ३० ऑगस्ट १९३० ला यू.एस.ए.च्या ओमाहामध्ये झाला. ते जगातील धनाड्या व्यक्तीपैकी एक आहेत. त्यांची कामगिरी माइक्रोसॉफ्टचे बिल गेट्स यांच्यासारखी आहे. त्यांचा समावेश समकालीन यशस्वी गुंतवणूकदारात केली जाते तसेच लोक त्यांना 'ओरेकल ऑफ ओहामा' असे पण म्हणतात.

लीला व हॉवर्ड बफेट यांच्यापोटी वारेनचा जन्म झाला. ते तीन भावंडापैकी दुसऱ्या नंबरचे होते. बफेटचे वडील शेअरचे दलाल तसेच

कॉंग्रेस सदस्य होते. वारेनची उद्योगी प्रतिभा बालपणापासूनच समोर येऊ लागली होती. ते कोलाची बॉटल्स स्वस्त दरात विकत घ्यायचे आणि जास्त किंमतीने विकायचे. त्यांनी अवघ्या आकराव्या वर्षी शेअर बाजारात स्वतःची गुंतवणूक केली होती.

त्यांनी पेन्सिलवेनिया, नेवरास्का तसेच कोलंबिया विद्यापीठातून आपलं शिक्षण पूर्ण केलं. कोलंबियातच त्यांनी भेट प्रभावशाली गुंतवणूकदार बेंजामीन ग्राहम यांच्यासोबत झाली. त्यांच्याकडून ते चांगलेच प्रभावीत झाले तसेच त्यांची कंपनी ग्राहम-न्यूमॅनसाठी काम करू लागले. तिथेच त्यांची शेअर बाजारातले ज्ञान विकसीत झालं. जे आता दंतकथा बनलं आहे. ग्राफ यांनी अशी एक पद्धत विकसीत केली ज्यानुसार गुंतवणूकदार कंपनीचं अंतर्गत मूल्य काढून, त्याची शेअर बाजारासोबत तुलना करून जास्तीत जास्त गुंतवणूक करण्याचा निर्णय घेऊ शकतो.

ग्राहमच्या सेवानिवृत्तीनंतर बफेट ओमाहाला परत आले. त्यांनी मित्र, कुटुंब व सहकाऱ्यांच्या भागीदारीतून मर्यादीत गुंतवणूक फंडाला सुरूवात केली. 'बफेट पार्टनरशीप लि' ही कंपनी गुंतवणूकदारांना दहा वर्षातच दहा पट नफा मिळवून देत होती. बफेटने फंडाच्या मादतीनेच टेक्स्टाइल कंपनी वर्कशायर हॅथवेचे नियंत्रण मिळवले.

वस्त्र उद्योगासाठी तो काळ कठीण होता. त्यांनी ते काम तर केलं नाही पण कंपनीचे नाव मात्र घेतले. विमा क्षेत्रात कंपनी चांगलीच यशस्वी ठरली. बफेटला 'अमेरिकन एक्सप्रेस', 'कोका-कोला', 'द वाश्गिटन पोस्ट' व 'जिलेट' मधूनही चांगला लाभ झाला.

वारेन बफेट, बफेट फाउंडेशनची स्थापना करून लोकांना आर्थीक मदत केली. मृत्यूसमयी त्यांनी फाउंडेशनला ९९ टक्के संपत्ती देण्याची घोषणा केली.

जून २००६ मध्ये त्यांनी मोठीच रक्कम दान म्हणून दिली. फोर्ब्स बिझनेस दैनिकानुसार २००८ मध्ये ते जगातील सर्वाधीक श्रीमंत व्यक्ती होते.

वाल्ट डिजनी

वाल्ट डिजनींचा जन्म ५ डिसेंबर १९०१ मध्ये शिकागोमध्ये झाला. ते पाच भावंडे होती. सुरूवातीला त्यांना चित्रकलेत रस होता. वयाच्या ७० व्या वर्षी त्यांनी आपले चित्र शेजाऱ्याला विकले. शाळा शिकत असताना त्यांनी चित्रकला व फोटोग्राफी शिकून घेतली तसेच दैनिकाचे संपादक देखील बनले. त्यांनी अॅकॅदमी ऑफ फाइन आर्ट्सच्या रात्रीच्या शाळेला प्रवेश घेतला.

पदवी प्रप्त केल्यानंतर ते सैन्यात जावू इच्छित होते. वय कमी असल्यामुळे त्यांना तसे करता आले नाही. ते रेडक्रॉसमध्ये सहभागी झाले तसेच ॲम्ब्युलस चालवू लागले. असे म्हणतात की त्यांनी ॲम्ब्युलसला रंगी-बेरंगी कार्टूनने सजवले होते.

कानसास सिटी-परत येऊन त्यांनी जाहीरातीसाठी कार्टून तयार करायला सुरूवात केली. १९२०पासून ते कार्टून ॲनिमेटर बनले. त्यांनी खूप परिश्रम घेऊन अशी प्रक्रिया विकसीत केली ज्यामुळे लाइव्ह ॲक्शन व ॲनिमेशन यांचा सुंदर ताळमेळ बसला.

काही वर्षानंतर ते आपली ड्राइंग साहित्य व एक संपूर्ण ॲनिमेशन फिल्मसह हॉलीवूडला दाखल झाले. त्यावेळी त्यांनी त्यांच्या कर्मचारी असणाऱ्या लिलियनसोबत विवाह केला होता आणि त्यांना जुळ्या मुली पण होत्या.

१९२८ मध्ये ते मिकी माऊस कार्टूनमुळे ते प्रसिद्धीस आले. त्यांनी 'प्लेन क्रेजी' नावाचे पहिले मूक कार्टून काढले. चित्रपटात तोपर्यंत आवाज देण्याचं तंत्र विकसीत झालं नव्हतं. 'स्टिम बिली' मध्ये त्यांनी मिकी माऊसला एका स्टारप्रमाणे सादर केले. १८ नोव्हेंबर १९२८ ला न्यूयॉर्कमध्ये हे कार्टून दाखविण्यात आलं.

वाल्ट एक स्वप्नाळू संशोधक होते. ते चांगल्यात चांगल्या ॲनिमेशन चित्रपटासाठी प्रदान करीत राहिले. सिली सिफनीजच्या दरम्यान टेक्नी-कलर ॲनिमेशनसमोर आलं. १९३२ मध्ये 'फ्लोवर्स ॲंड ट्रीज' साठी त्यांनी बत्तीसपैकी पहला वयक्तिक अकादमी पुरस्कार मिळवला. २१ सप्टेंबर १९३३ ला त्यांनी पहिली दीर्घ ॲनिमेशन फिल्म 'स्नो व्हाइट ॲंड द सेव्हन डवार्फ्स' लॉंस एंजसल्सच्या 'कॅरथे सर्किल थिअटर' मध्ये दाखविण्यात आली. चित्रपट महागडा होता परंतु इतका लोकप्रिय झाला की त्याने चांगलाच नफा मिळवून दिला. ती आजही 'मोशन फिल्म उद्योगाची' मोठी फिल्म समजली जाते. आगामी पाच वर्षात 'पिनोकियो', 'फॅन्टेशिया', 'डम्बो' आदी अनेक यशस्वी चित्रपट आले.

वाल्ट डिजनी यांनी ह्या चित्रपटाशिवाय टी.व्ही. साठी देखील अनेक यशस्वी कौटुंबिक कार्यक्रम तयार केले. ५० च्या दशकात 'मिकी माऊस क्लब' व 'जोरो' चांगल्याच लोकप्रिय झाल्या.

वाल्ट डिजनीने आपल्या कल्पनाविश्वाद्वारे जगाला तोडात बोट घालायला लावले. संपूर्ण जगाकडून त्यांना ९५० पेक्षा जास्त पुरस्कार व सन्मान मिळाले आहेत. ४८ अकादमी आणि सात एमी पुरस्कार मिळवले. अनेक प्रसिद्ध विद्यापीठानी त्यांना मानद ही उपाधी प्रदान केली आहे.

१९५५ मध्ये त्यांनी १७ मिलियन इतकी रक्कम गुंतवूण 'डिजनीलॅंड' ची निर्मिती केली. १९८० पर्यंत २५० मिलियन लोकांनी त्याला भेट दिली आहे. संपूर्ण जगातील प्रसिद्ध कलाकारांनी आपल्या कल्पनाचे जादूगार होते. १५ डिसेंबर १९६६ ला त्यांचे निधन झाले.

विन्सेंट वॉन गॉग

विन्सेंट वॉन गॉग यांचा जन्म ३० मार्च १८५३ ला नेदरलँड येथे झाला. त्यांचे वडील एक धर्मगुरू होते तसेच तिन्ही चुलते कला क्षेत्राशी संबंधीत होते. विन्सेंट यांना प्राथमिक शिक्षणानंतर हॉस्पीटलमध्ये पाठविण्यत आले. जुलै १८६९ मध्ये ते गुपील आणि सी की हेग शाखेत क्लार्क म्हणून नियुक्त झाले. ते मौलीक तसेच पुनः लिहिलेल्या कलाकृतींना छापत असत.

वॉनने त्यांच्यासाठी लंडन आणि पॅरिसमध्ये काम केले परंतु या क्षेत्रातली त्यांची रूची हळूहळू कमी होऊ लागली आणि त्यांना कामावरून कमी करण्यता आले. ते रॅमसगेटच्या खाजगी शाळेत शिकवत तसेच रिकाम्या वेळेत प्रवचने देत. डिसेंबर १८७६ मध्ये ते हॉलडला आले. तिथे एका पुस्तक विक्रेत्याकडे काम करू लागले तसेच या दरम्यान त्यांनी बइबलचे चार भाषेत भाषातंरही केले.

सुरूवातीला थिऑलॉजिकल अभ्यासात त्यांचं मन रमलं परंतु ते सोडून ते मिशनरी म्हणून प्रशिक्षण घेऊ लागले. अस्थायी नामाकंन देखील मिळाले परंतु आत्मसमर्पणाची भावना इतकी प्रबळ नव्हती म्हणून तेथूनही त्यांना काढून टाकण्यात आले.

१८७९ मध्ये त्यांना पुन्हा एकदा कलेमध्ये रूची उत्पन्न झाली. त्यांनी शरीर रचनेचा अभ्यास केला. अनेक ड्राइंग व स्केच बनवल्या. डिसेंबर १८८१ मध्ये त्यांनी सर्वप्रथम चित्रांचे प्रदर्शन भरवले. वॉन यांची भेट क्लासीना नावाच्या तरूणीसोबत झाली. जिला पैशाच्या आभावापोटी वेश्या बनावे लागले होते. ते तिला आपल्या चित्रासाठी मॉडेल बनवत व त्याचे तिला पैसे देत.

हेग प्रवासात वॉनने खूप काही शिकून घेतले. स्वतःच्या आजाराची पर्वा न करता ते कलेसाठी समर्पित होते. नंतर काही काळ वडिलाजवळ घालविल्यानंतर ते बंधुच्या मदतीने पॅरिसला गेले. तिथे त्यांची भेट गॉगुईन, टूलाऊस व सीउरॅट यांच्यासोबत झाली. १८८८ मध्ये ते एरेल्सला गेले. तसेच अनेक चित्रे काढली ज्यातं 'सनफ्लावर्स', 'द ब्रिज', 'द थेअर अँड द पाइप' आदी उल्लेखनीय आहेत.

एकदा गॉगुईन मतभेद झाल्यावर वॉन कोण्या वेश्येकडे गेले. दुसऱ्या दिवशी गॉगुईन घरी परतले तर पाहिले की वॉनने आपल्या कानाचा काही भाग तोडून त्या वेश्येला भेट म्हणून दिला होता आणि स्वतः अर्धमेल्या अवस्थेत बिछान्यावर पडून होते. त्यांना काळासाठी पागलखान्यात देखील ठेवावे लागले.

अ ऑरिअरच्या लेखातून गॉगच्या कामावर लक्ष गेले परंतु २७ जुलै १८९० ला स्वतःवर गोळी झाडून त्यांनी आत्महत्या केली.

आपल्या जीवनकाळात वॅनच्या वाट्याला कधी कौतूक नाही आलं. परंतु आज त्यांच्या ८०० पेंटीग्स व ७०० ड्राइंग्स् त्यांच्या प्रतिभेची साक्ष देतात.

विलियम शेक्सपीअर

जॉन व मेरी आर्डन शेक्सपीअरच्या पोटी शेक्सपीअरचा जन्म झाला. २३ एप्रिल १५६४ मध्ये इंग्लडमधील रॅकशायरच्या छोट्याशा शहरात स्ट्रेटफोर्ड येथे जन्मले होते. वयाच्या १८ व्या वर्षीच त्यांचा विवाह झाला आणि विवाहाच्या तीन वर्षानंतरच ते स्ट्रेटफोर्डवरून लंडनला आले.

ते एक नायक तसेच १५८९ मध्ये स्थापन झालेल्या थिएटरच्या मालकापैकी एक होते. बेन जॉनसन त्यांचे जवळचे सहकारी होते. शेक्सपीअरने जीवनाच्या शेवटच्या टप्यात आपल्या जन्मगावी एक प्रभावी नागरीक म्हणून दिवस घालवले. २३ एप्रिल १६१६ मध्ये त्यांचे निधन झाले.

लोक सांगतात की ते सर्वांचे आवडते होते. ते एलिझाबेथ व जेम्स प्रथमचे देखील जवळचे होते. त्यांच्या आईचे म्हणजे मेरी यांची राजघराण्याशी जवळीक होती.

विलियम शेक्सपीअर पाश्चात्य जगातील महान साहित्यकारापैकी आहेत. इंग्लडमध्ये एलिझाबेथ यांच्या शासन काळादरम्यान त्यांनी डझनभर नाटके लिहिली जी पुढील ४०० वर्षापर्यंत थिएटरमध्ये चांगलीच चालली. ते नाटक, रोमान्स असणाऱ्या कादंबऱ्या व कॉमेडी अशा अनेक प्रकारचं साहित्य लिहिण्यात ते सिद्धहस्त होते.

ते 'बार्ड ऑफ एव्होन' या नावाने प्रसिद्ध होते. त्यांची अनेक नाटके लंडनच्या प्रसिद्ध ग्लोब थिअटरमध्येच प्रसिद्ध झाली. रोमिओ-ज्यूलियट, हॅमलेट व मॅकबेथ आदी त्यांची प्रसिद्ध नाटकापैकी आहेत. ते आपलं काव्य तसेच खास करून सॉनिट या प्रकारापैकी ओळखले जातात.

त्यांच्या लेखनात इतकी जादू होती की त्यांचे टीकाकार असे म्हणत की ते कोण्यातरी दुसऱ्या व्यक्तीकडून लिहून घेतले जात होते परंतु ही गोष्ट कधी सिद्ध झाली नाही.

शेक्सपीअरने १५८२ मध्ये ॲनी हॅथवेसोबत विवाह केला १५८३ मध्ये त्यांना एक मुलगी झाली. १५८५ मध्ये ज्यूडिथ व हॅमलेट नावाच्या जुळया मुलांनी जन्म घेतला.

शेक्सपीअर आजही आपल्या साहित्यासाठी संपूर्ण जगात ओळखले जातात.

विश्वनाथन आनंद

बुद्धिबळ खेळाचे महान खेळाडू विश्वनाथन आनंद चेस ग्रँडमास्टर तसेच वर्ल्ड क्लास चँपियन आहेत. विश्वनाथनचा जन्म ११ डिसेंबर १९६९ ला झाला. चेन्नईच्या डॉन बास्को शाळेतून प्राथमीक शिक्षण घेतल्यानंतर विश्वनाथनने चेन्नईच्या लोयला कॉलिजातून बी.कॉम ची पदवी घेतली. वयाच्या १८ व्या वर्षी त्यांनी जवाहरलाल नेहरू तंत्रनिकेतन विद्यापीठातून डॉक्टरेटची मानद उपाधी मिळवली.

वयाच्या सहा वर्षापासूनच विश्वनाथनला बुद्धिबळात विशेष आनंद वाटू लागला. त्यांना आपल्या आईकडून हा खेळ वारसा म्हणून मिळाला. वयाच्या १४ व्या वर्षी त्यांनी नॅशनल सब-ज्यूनिअर चँपियनशीप जिंकली. ते १९८३ ते १९८६ पर्यंत नॅशनल चँपियनशीपचे चँपियन देखील राहिले.

१९८७ मध्ये आनंदाने वर्ल्ड ज्यूनिअर चँपियनशीप जिंकली. ही उंची गाठणारे ते पहिले आशियन होते. १८ वर्षाच्या आनंदने ग्रँडमास्टरची पदवी पण मिळवली. १९९१ मध्ये 'रेगियो एमितिया टूर्नमिंट' जिंकल्यानंतर ॲडव्हान्स तीन चेस टूर्नमिंट देखील जिंकले. ते २००० एफ.आई.डी.ई. वर्ल्ड चेस चँपियनशीपची पदवी मिळणारे पहिले भारतीय बनले.

आनंद हे एकमेव असे खेळाडू आहेत. ज्यांनी पाच वेळा कोरस चेस टूर्नमिंटची पदवी प्राप्त केली. ते मोनेको एम्बर ब्लाइंडफोल्ड चेस चँपियनशीपचे देखील विजेता ठरले. त्यांनी तीन वेळा डोर्टमेंट जिंकला.

वर्ष २००७ मध्ये लिनारेस-मोरेलिया टूर्नमेंट तसेच वर्ल्ड चेस चँपियनशीपचा विजय म्हणजे खास कामगिरी होती. त्यांना नुकताच 'पदमविभूषण' ने सन्मानीत करण्यात आले. ते संपूर्ण जगात 'बेस्ट ॲडव्हान्स चेस प्लेअर म्हणून प्रसिद्ध आहेत.

विंस्टन चर्चिल

सर विस्टन लियोनार्ड स्पेंसर चर्चिल यांचा जन्म ३० नोव्हेंबर १८७४ ला ब्लेनहॅम पॅलेसमध्ये झाला. त्यांच्या वडिलांचे नाव लॉर्ड रनडोल्फ चर्चिल तसेच आईचे नाव जेनी जेराम असे होते.

विंस्टन चर्चिल यांचे राजकीय, सैन्य व लेखक करिअर वेगवेगळे तसेच उदाहरणीय राहिलं. १८९५ मध्ये सॅंडहर्स्टमधून पदवीधर झाल्यानंतर ते लंडनच्या डेली ग्राफीकचे रिपोर्टर म्हणून क्यूबाला गेले. त्यांनी भारतातील सैन्यात काम केले. १८९९ मध्ये 'मार्निग पोस्ट' कडून त्यांना पकडण्यात आले. तेथून पळून आल्याच्या घटनेने त्यांना रिपोर्टर म्हणून प्रसिद्धी मिळाली.

१९०० मध्ये त्यांनी कॉझर्व्हेटिव्ह पक्षाकडूनच विजय मिळवला. काही वर्षानंतर त्यांचा कल लिबरल पार्टीकडे झाला. लिबरल पार्टीकडून ते कालोनियोच्या अंडरसेक्रेटरी म्हणून नियुक्त राहिले. ते इंग्लडचे पेन्सन तसेच नव्या कामगार कायद्याचे प्रवक्ते देखील राहिले. १९११ ला ते ब्रिटिश नेव्ही प्रमुख म्हणून निवडल्या गेले.

जानेवारी १९१६ मध्ये त्यांना सहावी बटालियन रॉयल एकॉटसचे लेफ्टनंट कर्नल म्हणून नियुक्त करण्यात आले. १९२१-२२ ला कालोनियल सेक्रेटरी म्हणून त्यांनी आयरलॅंडच्या करारामध्ये आपलं योगदान दिलं.

१९२२ ते २४ च्या दरम्यान ते पुन्हा कॉझर्व्हेटिव्ह पक्षात आले. ते एक्सचेकरचे चान्सलर म्हणून निवडल्या गेले. १९२६ मध्ये वाढत्या बेरोजगारीच्या विरोधात मोठा संप झाला. ते आपल्या आक्रमक श्रमविरोधी धोरणामुळे आंदोलकांच्या व प्रेसच्या रोषाचे मुख्य केंद्र बनले व पुढील निवडणूकीत त्यांचा पराभव झाला.

१९२९ ते ३९ च्या दरम्यान ते आपल्या लेखनामुळे चर्चित राहिले. त्यांनी नाझी जर्मनीच्या विरोधात लिहून सावध केले होते पण त्याकडे कोणी लक्ष दिले नाही. ज्यावेळी दुसरे महायुद्ध सुरू झाले त्यावेळी त्यांना पुन्हा ॲडमिरलचे फर्स्ट लॉर्ड म्हणून नियुक्त करण्यात आले. मे १९४० ला चर्चिल पंतप्रधान बनले. ते एक चांगले वक्ता होते. त्यांनी हिटलरसोबत करार करायला नकार दिला तसेच ब्रिटनला आपल्या भूमिकेवर कायम राहायला भाग पाडले.

१९४१ व १९४२ मध्ये त्यांनी यू.एस.कॉंग्रेस समोर भाषण दिले. ते स्टॅलिनला भेटण्यासाठी दोन वेळा मॉस्कोला गेले. युद्ध क्षेत्राचा दौरा तसेच अनेक अंतरराष्ट्रीय संमेलनात भाग घेतला. दुसऱ्या

महायुद्धादरम्यान त्यांचं वय सत्तरच्या आसपास होतं. परंतु सार्वजनीक जीवनात फिट असल्याचे दाखविण्याचा त्यांनी खूप प्रयत्न केला पण त्यांची तबियत ढासळत गेली. १९४५मधील निवडणूकीत त्यांचा पराभव झाला तसेच ते विरोधी पक्षाचे नेते बनले. १९५१ मध्ये पुन्हा निवडून आले परंतु वाढत्या वयामुळे त्यांना १९५५ ला राजीनामा द्यावा लागला. १९५३ मध्ये त्यांना नाइट ही उपाधी देण्यात आली. तसेच साहित्यासाठी नोबेल पुरस्कार देण्यात आला. १९६४ पर्यंत ते संसद सदस्य होते. ते २० शतकातील महानायकापैकी होते. २४ जानेवारी १९६५ ला त्यांचं निधन झालं. राजकीय शोक जाहीर करीत त्यांच्यावर अंतिम संस्कार करण्यात आले.

व्लादीमीर पुतिन

व्लादीमीर पुतिन यांचा जन्म ७ ऑक्टोबर १९५२ ला लेनिनग्राड सेंटपीटसबर्ग रशिया येथे झाला. त्यांचे आई-वडील एका कम्यूनच्या अपार्टमेंटमध्ये रहात होते. पुतिन यांनी लहानपणीच मार्शल आर्ट व कुश्तीचे प्रशिक्षण घेतले होते. १९७७ मध्ये प्राथमीक शिक्षण घेतल्यानंतर त्यांनी लेनिनग्राड विद्यापीठात प्रवेश घेतला. तिथे त्यांनी सिव्हिल लॉ चा अभ्यास केला तसेच मार्शल आर्ट्सच प्रशिक्षणही कायम ठेवले. १९७४ मध्ये ते शहरातील जूडो चॅंपियन होते तसेच १९७५ मध्ये ऑनर्स मिळवून पदवीधर झाले.

त्यानंतर त्यांना सोव्हीएट युनियनच्या इंटेलिजेन्स संस्थेच्या के.जी.बी. साठी निवडण्यात आलं. त्यांना हेरगिरी व फॉरेन इंटेलिजेन्सचे प्रशिक्षण घेण्यासाठी मॉस्कोला पाठविण्यात आलं. तिथेच त्यांनी जर्मन भाषा शिकून घेतली तसेच जूडो मध्ये ब्लॅक बेल्ट मिळवला. प्रशिक्षण पूर्ण झाल्यावर त्यांनी के.जी.बी. फर्स्ट डायरेक्टोरेटमध्ये फॉरेन इंटेलिजेन्स एजंटचे पद देण्यात आले.

१९८५ मध्ये पुतिन यांना एका टोपण नावाने पूर्ण जर्मनीत पाठविण्यात आले. तिथे त्यांना जर्मन-सोव्हिएट मैत्री संस्थेत एक बनावट नोकरी देखील आली. असे सांगण्यात येते की तिथे त्यांना नाटो सदस्यांची हेरगिरी व नव्या एजंटांच्या नियुक्तीसाठी पाठविण्यात आले होते. या दरम्यान त्यांना पाश्चात्य संस्कृतीचा अभ्यास करता आला आणि त्यांच्या विचारधारेत खूप बदल झाला.

१९९० ला ते परतले तर त्यांचा खूप सन्मान करण्यात आला. तसेच लेनिनग्राड विद्यापीठातले प्रशासकीय पदही देण्यात आले. असे असले तरी इंटेलिजेन्स एजन्सीसोबतही त्यांचा संपर्क कायम होता.

१९९७ मध्ये त्यांची नियुक्ती क्रेमलिनमध्ये झाली. या दरम्यान त्यांची अनेक सन्माननीय व प्रभावशाली लोकांसोबत मैत्री झाली. १९९८ मध्ये त्यांना 'फेडरल सेक्युरिटी सर्व्हिस' चे प्रमुख म्हणून नियुक्त करण्यात आले. १९९९ मध्ये पंतप्रधान पदासाठी त्यांचे नाव घेण्यात येऊ लागले.

मार्च २००० च्या निवडणूकीत पुतिन प्रचंड मतांनी विजयी झाले तसेच रशियाचे तरूण नेते बनले.

२००४ मध्ये दुसऱ्यांदा ते पुन्हा निवडून आले. नियमानुसार त्यांना तिसऱ्यांदा निवडणूक लढवता येणार नव्हती. त्यांच्या रूपाने रशियाला एक असा राजकीय नेता मिळाला, जो आपल्या विचाराच्या जोरावर परिवर्तन करण्याची क्षमता ठेवतो.

व्लादीमीर लेनिन

व्लादीमीर लेनिनचा जन्म १० एप्रिल १८७० मध्ये झाला. रशियाच्या आगामी जीवनावर त्यांचा चांगलाच प्रभाव राहिला. त्यांचे वडील एका स्कूल इन्स्पेक्टरचे पूत्र होते तसेच आई एका जमीनदार डॉक्टरची पुत्री होती.

व्लादीमीरने शिक्षण घेत असल्याच्या काळात आपल्या बौद्धीक प्रतिभेचा परिचय दिला. त्यांना गोथे व तुर्गनिव्ह याचं साहित्य खास करून जास्त आवडायचं. तरूण लेनिनच्या जीवनात दोन दुःखद घटना घडल्या. १८८६ मध्ये त्यांचे वडील व बंधुचा मृत्यू झाला. त्यांच्या बंधूला अलेक्झांडरला झार अलेक्झांडरच्या हत्येचा कट रचल्याचा आरोप ठेवून त्यांना फासावर देण्यात आलं. लेनिनने धर्म व राजकीय पद्धतीचा त्याग केला. १८८१ मध्ये त्यांनी कायद्याची परीक्षा पास केली. १८९३ मध्ये सेंट पीटसबर्गला येऊन वकिलाकडे प्रॅक्टीस करू लागले. सोबतच त्यांनी भूमिगत मार्क्सवादी आंदोलनात भाग घेणेही चालू ठेवले. त्यांनी सदस्यांना सहा सहाच्या गटात विभाजीत केलं. असे करून त्यांनी उद्योगीक परिस्थितीची माहिती करून घेतली. माहिती गोळा करून ती पत्राद्वारे सगळीकडे पोहचविण्यात आली. याच गटांच्या माध्यमातून त्यांची भेट भावी पत्नी नादेझदा हिच्याशी झाला. १८९८ मध्ये त्यांनी विवाह केला.

१८९५ मध्ये ते स्वीत्झरलँडला गेले. तसेच समाजवादी लोकशाहीबद्दल आपल्यासोबत बेकायदेशीर पत्रके बाळगली होती. त्यांना एक क्रांतीकारी दैनिकाची सुरूवात करायची होती. प्रकाशनाच्या दिवशीच नेतेमंडळींना बंदी करण्यात आले. पंधरा महिने त्यांना सायबेरियात निर्वासीत म्हणून ठेवण्यात

आले. १९०० मध्ये बंदीवास समाप्त झाल्यावर ते स्वीत्झरलँडला गेले. तसेच तिथेच आपले पाहिले दैनिक इस्करा (ठिणगी) सुरू केले.

लेनिनने १९०५ च्या सेंट पीटसबर्गच्या हत्याकांडात झालेल्या हिंसाचाराबद्दल आवाज उठवला. रशियात चांगलीच खळबळ माजली. लेनिन दोन वर्षासाठी रशियात परतले परंतु झारने लोकांना सवलती देवून शांत केले होते म्हणून क्रांती नाही होऊ शकली. लेनिन पुन्हा परदेशात गेले.

१९१७ मध्ये रशियात क्रांती झाली. त्या वर्षी दोन क्रांत्या झाल्या. मार्चमध्ये सेंट पीटसबर्गचे स्टील कर्मचारी संपावर गेले. त्यामुळे हजारो लोक रस्त्यावर आले. झारच्या सत्तेचा अंत झाला. तसेच ड्यूमाने सत्ता सांभाळली. लेनिनने जर्मनीसोबत करार केला, ते जर लेनिनला सुरक्षित रशियात घेऊन गेले तर ते सत्ता सांभाळतील, रशियाला युद्धातून बाहेर काढतील, ऑक्टोबरमध्ये लेनिन सत्तेवर आले.

४७ वर्षीय ब्लादीमीर लेनिन कम्युनिस्ट पक्षाचे अध्यक्ष बनले. नवीन सरकारच्या समस्या काही संपत नव्हत्या. जर्मनीसोबतचे युद्ध तात्काळ बंद झाले. असे असले तरी रशियाला यूक्रेन गमवावे लागले परंतु त्याचा पुन्हा ताबा मिळाला. जर्मनी युद्धात पराभूत झाल्यावर हे घडले. जर्मनीचे नव्याने वाटप करण्यात आले. सामूहीक शेती करण्यात आली. सरकारने कारखाने, खाणी, बँक व इतर सेवांचा कारभार सांभाळला. रशियन आर्थेडॉक्स चर्चला राजकीय संरक्षणापासून वंचित ठेवण्यात आले.

१९१९ ते १९२१ च्या नैसर्गीक संकटात करोडो माणसे मारल्या गेले. लेनिनने नव्या आर्थिक योजना सुरू केल्या. परंतु त्या योजनांची योग्य अंमलबजावणी त्यांना काही करता आली नाही. १९२२ मध्ये दोन वेळा पक्षाघात झाला. नंतर त्यांनी ठरवले की सरकारच्या काही खात्यामध्ये सुधारणा करावी. नोकरशाहीची अक्षमता दूर करून भांडवलवादी देशासोबत संबंध प्रस्थापित करावे लागतील.

१९२३ मध्ये झालेल्या पक्षाघाताने त्यांना अपंग बनवले. बोलण्याची क्षमता कमी होत गेली. नंतर ते ही परिपूर्ण बरे झाले नाहीत. २१ जानेवारी १९२४ ला त्यांचे निधन झाले.

शाहरूख खान

शाहरूख खानचा जन्म २ नोव्हेंबर १९६४ ला झाला. त्यांचे पालन-पोषण दिल्लीत झाले. आई-वडिलांच्या मृत्यूनंतर १९९१ मध्ये खान दिल्लीवरून मुंबईला आले.

शाहरूख खान शिक्षणाबरोबरच खेळामध्येही चांगलेच निष्णात होते. गौरी नावाच्या मुलीवर ते प्रेम करू लागले. बॉलीवूडमध्ये त्यांना संधी मिळण्यापूर्वीच ते विवाह बंधनात अडकले. आलिकडच्या

काळात भारतातील प्रसिद्ध अभिनेत्यापैकी ते एक आहेत. त्यांच्या मुलाचे नाव 'आर्यन' असून मुलीचे नाव 'सुहाना' असे आहे.

१९९९ मध्ये त्यांनी जूही चावला तसेच दिग्दर्शक अजीत मिर्झाच्या सहकार्याने 'ड्रिम्ज अनलिमिटेड' नावाची प्रडक्शन कंपनी सुरू केली. 'फिर भी दिल है हिंदुस्तानी' तसेच 'अशोका' बॉक्स ऑफीसवर चालले नाहीत. २००५ मध्ये त्यांची भूमिका करणारा व दिग्दर्शीत केलेला 'पहेली' चित्रपट देखील चालला नाही. असे असले तरी ऑस्करसाठी तिला पाठविण्यात आले पण तिचा विचार झाला नाही. त्याच वर्षी त्यांनी करण जोहर यांच्याबरोबर 'काल' चित्रपट केला आणि त्यात एक आयटम नंबर देखील केला. 'काल' बॉक्स ऑफीसवर थोडा चाललाही. त्यांच्या 'ओम' ने बॉक्स ऑफीवर चांगले यश मिळवले. २००८ मध्ये त्यांची कंपनी रेड चिली एंटरटेनमेंटने 'कोलकात्ता नाइट राइडर्स' ला विकत घेतले.

एप्रिल २००७ मध्ये खानचा मेणाचा पुतळा मॅडम तुसादच्या संग्रहालयात ठेवण्यात आला. त्यांना फ्रेंच सरकारच्या 'ऑर्डर ऑफ आर्ट अँड लिटरेचर' देवून सन्मानीत करण्यात आले.

शाहरूख खानच्या दमदार अभिनयासाठी त्यांना अनेक पुरस्कार व सन्मान मिळाले. त्यापैकी 'डर' (१९९३), 'दिलवाले दुल्हनिया ले जाएंगे' (१९९५), 'दिल तो पागल है' (१९९७), व 'कुछ कुछ होता है' (१९९८), उल्लेखनीय आहेत.

'चेक द इंडिया' व 'ओम शांती ओम' च्या नंतर त्यांनी अमिताभ बच्चनचा चित्रपट 'भुतनाथ' मध्ये पाव्हूण्या कलाकाराची भूमिका केली.

२००७ मध्ये ते अमिताभ बच्चनच्या ठिकाणी 'कोण बनेगा करोडपती' हा टी.व्ही. शो संचलित केला. २५ एप्रिल २००८ पासून त्यांनी "क्या आप पाँचवी पास से तेज है?" नावाच्या टी. व्ही शो मध्ये एंकरची भूमिका देखील केली.

शाहरूख खान एक यशस्वी अभिनेता असण्याबरोबरच एक चांगले व्यक्ती देखील आहेत तसेच भारतीय मूल्यांवर त्यांचा पूर्ण विश्वास आहे.

श्री श्री रविशंकर

भारतीचे प्रसिद्ध आध्यत्मिक संत श्री श्री रविशंकरजी आर्ट ऑफ लिव्हिंग' फाउंडेशनचे संस्थापक आहेत. त्यांची इच्छा आहे की लोकांनी तणाव व कोंडीमुक्त आणि शांततापूर्ण जीवन जगावं. ते इंटरनॅशनल असोशिएशन फॉर व्हॅल्यूज आदी अनेक कल्याणकारी संस्थाचे संस्थापक पण आहेत.

त्यांचा जन्म १९५६ मध्ये दक्षिण भारतात झाला. असे म्हणतात की ते चार वर्षाच्या वयापासूनच भगवद्गीतेचे पठण करू लागले होते. १७ वर्षाच्या वयात त्यांनी आधुनिक भौतीक ॲडव्हान्स डिग्री घेतली. त्यांना भारताच्या एका विद्यापीठाने मानद उपाधी देखील देण्यात आली. याशिवाय त्यांच्या सुरूवातीच्या जीवनाबद्दल अधिक माहिती उपलब्ध होत नाही.

असे म्हणतात की १९८२ मध्ये त्यांना ज्ञानप्राप्ती झाली. दहा दिवस मौन बाळगल्यानंतर १० व्या दिवशी त्यांना ज्ञान प्राप्त झाली. याच प्रक्रियेत त्यांना 'सुदर्शन क्रिये' चे ज्ञान देखील मिळवले. लवकरच ते जागतीक स्वैच्छिक, शैक्षणीक व मानवतावादी संस्थामध्ये त्यांची गणना केली जावू लागली. १९९७ मध्ये त्यांना दलाई लामा व इतर व्यक्तींच्या मदतीने आई.ए.एच.व्ही. नावाच्या संस्थेची स्थापना केली.

श्री श्री रविशंकरजी यांची इच्छा आहे की सर्व लोकांनी परस्पर प्रेमाणे वागावे. एकमेकांचा आदर करावा, असा सल्ला देतात. ते परस्पर बंधुभाव असावा याचा आग्रह धरतात. त्यांनी अलिकडेच राजस्थानमधील गुर्जर आंदोलनात दोन्ही बाजूच्या लोकांना समजावून सांगितिले होते.

सचिन तेंडूलकर

सचिन तेंडूकरांचा जन्म २४ एप्रिल १९७३ ला मुंबई, भारतात झाला. ते त्यांचे वडील रमेश तेंडूलकर एक मराठी कादंबरीकार आहेत. सचिनचे मोठे बंधू अजितने त्यांना क्रिकेट खेळण्यासाठी प्रोत्साहीत केले.

सचिनने शारदाश्रम विद्यामंदीरातून हाइस्कूलमध्ये कोच व गुरू रमाकांत अचरेकरच्या मार्गदर्शनाखाली क्रिकेटचे प्रशिक्षण घेतले. शाळेत असताना त्यांनी वेगवान चेंडू फेकण्याचे प्रशिक्षण घेण्यासाठी एम.आर.एफ. पेस फाउंडेशन' मध्ये प्रवेश देखील घेतला परंतु तिथे त्यांना 'फटकेबाजी' वरच लक्ष केद्रित करण्याचा सल्ला दिला.

त्यांनी १९८८ मध्ये आपले मित्र व संघाचे खेळाडू विनोद कांबळी यांच्याबरोबर लॉर्ड हॅरिस शील्डसाठी ६६४ रन ची भागीदारी केली. एक चेंडू फेक करणारा तर रडलाच आणि उर्वरित टीमने खेळायला नकार दिला. तेंडूलकरने या खेळात ३२६ रन केले तसेच टूर्नमिंटमध्ये हजारापेक्षा अधिक रन काढले. २००६ पर्यंत ही क्रिकेटची रेकॉर्ड भागेदारी कायम होती.

'मास्टर ब्लास्टर' च्या नावाने प्रसिद्ध सचिन क्रिकेट इतिहासाचे महान फटकेबाजी करण्याऱ्यापैकी आहेत. सन २००२ मध्ये विस्डनने त्यांना दुसरे महान टेस्ट फटकेबाज तसेच महान ओ.डी.आई. फटकेबाज म्हटले होते.

त्यांनी टेस्ट तसेच एक दिवशीय दोन्हीही सामन्यात अनेक रेकॉर्ड कायम केले. ते पहिले भारतीय खेळाडू आहेत, ज्याने टेस्ट क्रिकेटमध्ये ११,००० पेक्षाही जास्त रन काढले आहेत.

त्यांनी १९८९ मध्ये पहिला अंतरराष्ट्रीय सामना खेळला. वयाच्या केवळ १७ व्या वर्षी त्यांनी अंतरराष्ट्रीय शतक बनवले. ते भारतातील एकमेव क्रिकेटर आहेत ज्यांनी राजीव गांधी खेळ रत्न पुरस्काराने सन्मानीत करण्यात आले. २००८ मध्ये त्यांना 'पद्मविभूषण' देवून सन्मानीत करण्यात आले. संपूर्ण जगात त्यांचे चहाते पसरलेले आहेत.

१९९५ मध्ये त्यांचा विवाह अंजलीबरोबर झाला. त्यांना दोन मुले आहेत. अर्जून आणि सारा.

२००८च्या ट्वेंटी-ट्वेंटी चॅंपियनशीपमध्ये ते 'मुंबई इंडियन्स' चे आइकॉन खेळाडू तसेच कॅप्टन होते.

सचिन एक चांगले खेळाडू असण्याबरोबरच एक चांगले व्यक्ती देखील आहेत. त्यांचा अनेक सामाजीक कार्यात सहभाग असतो. मीडीयामध्ये राहाणे त्यांना आवडत नाही. त्यांचे भारतात अनेक हॉटेल्स आहेत. याशिवाय ते भारतामधील सर्वांधीक उत्पन्न असणाऱ्यापैकी एक आहेत.

सद्दाम हुसैन

इराकचे राष्ट्रपती सद्दामचा जन्म १९३७ मध्ये टिकरी बाहेर एका गावात झाला. ते तारूण्यापासूनच इंग्रज तसेच पाश्चत्याच्या विरोधात होते. बगदाद येथे कॉलेजात असताना त्यांनी बाथ हा गट जॉइन केला होता.

१९५८ मध्ये सद्दामने पंतप्रधान अब्दूल-करीम कासिम यांना मारण्याची योजना बनवली. परंतु कारस्थान उघड झाल्याने देश सोडून पळावे लागले.

१९६३ मध्ये बगदादमध्ये बाथ दलाचा प्रभाव होता. सद्दाम परतले तसेच एखाद्या मोठ्या पदासाठी संघर्ष करावा लागला. याच दरम्यान त्याचं साजिदासोबत लग्न ठरलं. त्यांना दोन मुले व मुली झाल्या.

बाथ दलाचे बगदादवरचे वर्चस्व कमी झाल्याने त्यांनाही जेलमध्ये जावे लागले. बाथ गट सत्तेवर येईपर्यंत ते जेलमध्येच होते. नेतृत्व करण्याच्या इच्छेपोटी सद्दामने सत्तेवर असणाऱ्या रिव्होल्यूशनरी कमांड काउंसिलमध्ये पद मिळवले.

अनेक वर्ष ते प्रसिडेंट अहमद हमले वाकर याच्या आधाराने प्रमुख म्हणून होते. नंतर त्यांना प्रेसिडेंट होण्याची संधी मिळाली. त्यांनी आपल्या विरोधकांना ठार केले. असे करून त्यांनी आपल्या कृत्याचे समर्थन देखील केले. इतक्या मोठ्या देशाला अखंड ठेवण्यासाठी असे करणे गरजेचे होते.

त्यांचे विरोधक देखील त्यांच्याशिवाय निवड करू शकले नाहीत कारण त्यांची दहशतच तितकी भयंकर होती. १९८० मध्ये त्यांनी प्रसिद्धी मिळवण्यासाठी इराणवर हमला केला.परंतु इराणने त्याला कडवा विरोध केला. आठ वर्षानंतर युद्ध विरामाची घोषणा करावी लागली. सद्दामने आपलं अस्तित्व सिद्ध करण्यासाठी तेलाचे भाव वाढवले. १९९० मध्ये कुवेतवर हल्ला केला.

११ सप्टेंबर २००१ मध्ये झालेल्या हल्ल्यानंतर यू.एस. ने इराकला धडा शिकविण्याचे ठरविले. मार्च २००३ मध्ये इराकवर हल्ला करण्यात आला. सद्दाम टिरकिटजवळील एका अज्ञातस्थळी लपून बसले होते. त्यांना शोधून काढण्यात आले आणि ३० डिसेंबर २००६ मध्ये त्यांना बगदाद येथे फासावर देण्यात आले.

सिगमंड फ्रायड

सिगमंड फ्रायडचा जन्म ६ मे १८५६ मध्ये चेक गणराज्यात झाला. ते तीन वर्षाचे असताना त्यांचं कुटुंब व्हिएना येथे आले. १९३९ मध्ये ते ते इंग्लडला आले आणि कायमचं तिथेच वास्तव्य केलं.

१९३३ मध्ये बर्लिनमध्ये फ्रायडची पुस्तके सार्वजनीक स्वरूपात जाळण्यात आली. त्यावर त्यांची प्रतिक्रिया होती "आपण कसली प्रगती करीत आहोत? मध्ययुगात माझी पुस्तके जाळल्या गेली असती. आता या काळात माझी पुस्तके जाळून ते समाधानी आहेत"

१८७३ मध्ये सिगमंडने व्हिएना विद्यापीठात मेडिकल विभागात प्रवेश घेतला व १८८१ मध्ये पदवीधर झाले. १८८२ मध्ये ते मार्थाच्या प्रेमात पडले. कुटुंबाच्या आर्थीक गरजा पूर्ण करण्यासाठी ते व्हिएनाच्या जनरल हॉस्पीटमध्ये मेडिकलचा अनुभव घेऊ लागले.

१८८५ मध्ये त्यांना व्हिएन विद्यापीठात 'न्यूरोपॅथॉलजी' चे लेक्चर म्हणून नियुक्त करण्यात आले. १८८६ मध्ये त्यांनी आपल्या मेडिकल प्रॅक्टीसला सुरूवात केली तसेच प्रेमिका मार्थासोबत विवाह केला. त्यांना सहा अपत्ये झाली. सर्वात धाकटी मुलगी ॲना फ्रायड देखील एक मानसशास्त्रज्ञ झाली.

'स्टडीज ऑन हिस्टीरीयां' सिगमंडचं पहिल मनोविश्लेषक लिखाण जे १८९५ मध्ये प्रकाशीत झालं. १९०० मध्ये 'इंटरप्रिटेशन ऑफ ट्रीम्स' प्रकाशीत झालं. ज्यात म्हटले होते की स्वप्ने ही दमन केलेल्या काम भावनांचाच परिणाम असतो. 'साइको पॅथॅलजी ऑफ एव्हरीडे लाइफ', 'द थ्री एस्से ऑन द थेअरी ऑफ सेक्युॲलिटी' देखील वादग्रस्त तसेच उल्लेखनीय राहिले.

१९२३ मध्ये अचेतन मनाचा तत्वावर आधारीत 'इगो' व 'इड' प्रकाशीत झाले. त्यातील विश्लेषण अगदीच वेगळे आणि चकित करणारे असे होते ज्याने तत्कालीन लेखक व मनोविश्लेषकांना देखील चकित करून सोडले. ज्या ज्या वेळी नवा विचार समाजासमोर येतो, समाजाचे त्याला विरोध करणे स्वभावीक असते. त्यांच्यासोबतही तसेच झाले.

१९३३ मध्ये त्यांनी अल्बर्ट आंइस्टीसोबत मिळून 'वाइ वार' प्रकाशीत केलं.

सिगनंड फ्राइड तसे होते लहरीच. रोज नाव्ह्याला बोलावत. अनेक बाबतीतही थोडे अंधश्रधाळू होते. अनेक वर्षापर्यंत त्यांना असे वाटत होते की ६१-६२ मध्ये त्यांचा मृत्यू होईल. सिगारेट ओढण्याची देखील त्यांना चांगलीच तलफ होती.

सीन कॉनेरी

७५ वर्षीय सीन कॉनेरी यांची गणना यू.के. च्या मोठ्या चित्रपट अभिनेत्यामध्ये केली जाते, ज्यांनी जवळ-जवळ ६० पेक्षाही जास्त चित्रपटात काम केले आहे. या स्कॉटमॅनचा जन्म २५ ऑगस्ट १९३० ला एडिनबर्ग येथे झाला.

१६ वर्षाच्या वयात ते नेव्हीमध्ये दाखल होण्यापूर्वीच त्यांनी अनेक प्रकारची कामं केली.

त्यांनी आपल्या शरीरावर दोन टॅटू बनवले. एकावर लिहिले होते 'मॉम ॲंड डॅड' आणि दुसऱ्यावर लिहिले होते. 'स्कॉटलॅंड फॉरएव्हर' आपल्या 'मातृभूमीवरचं व्यक्त केलेलं ते प्रेम होतं.

पोटाच्या अल्सरमुळे त्यांना तीन वर्षातच नेव्ही सोडून एडिनबर्गला परतावे लागले. तिथे त्यांनी कॉफिनच्या पॉलिश पासून ते इटा उचलण्यापर्यंतची कामे केली. व्यायाम करण्याची सवय त्यांना चित्रपटात घेऊन आली. असे असले तरी हे एका रात्रीत घडले नव्हते. १९५० मध्ये झालेल्या 'मि, युनीव्हर्स' स्पर्धेत ते तिसऱ्या स्थानी होते. त्यानंतर ते मॉडलिंग व थिअटर करू लागले.

१९९५ मध्ये त्यांनी 'लिलॅक्स इन द स्प्रिग' नावाच्या पहिल्या चित्रपटात काम केले. त्यानंतर 'अनादर टाइम', 'अनादर प्लेस' पासून त्यांचा संघर्ष संपला. 'टर्जनस् ग्रेट ॲडव्हेंचर' च्या नंतर सिक्रेट एजेंट जेम्स बांड भूमिकेनं त्यांना एका रात्रीतून प्रसिद्धी दिली.

त्यानंतर ते 'गोल्डफिंगर', 'फ्रॉम रशिया विथ लव्ह', 'थंडरबॉल', 'यू ओन्ली लिव्ह ट्व्वाअस', 'डायमंडस् ऑर फॉरएव्हर' व 'नेव्हर से नेव्हर अगेन' मध्ये हेराची भूमिका करताना देखील दिसले. त्यांचे त्यानंतरचे 'द ब्रिज टू फॉर मेरीइन' तसेच 'इंडियाना जोन्स अँड लास्ट क्रूसेड' हे चित्रपट देखील उल्लेखनीय राहिले. त्यांनी अल्फ्रेड हिचकॉक, सर रिचर्ड एटनब्रो व स्टीव्हन स्पीलबर्ग सारख्या दिग्गज दिग्दर्शकासोबत काम केले.

१९८३ मध्ये त्यांना 'द अनटचेबल्स' साठी श्रेष्ठ सहायक अभिनेत्याचा ऑगस्ट पुरस्कार मिळाला. सन् २००० मध्ये क्वीनने 'नाइट' ही उपाधी देवून सन्मानीत केले.
ह्या सगळया कामगिरी व्यक्तिरिक्त ते जेम्स बॉंड च्या भूमिकेसाठी कौतूक पात्र राहिले.

सुनीता विलियम्स

भारतीय वंशाची दुसरी महिला अंतरिक्ष यात्री सुनीता विलियम्सचा जन्म १९ सप्टेबर १९६५ ला अमेरिकेच्या ओहिओ प्रातांच्या युक्लिडमध्ये झाला. त्या नोसेना अधिकारी तसेच नासाची अंतरीक्ष यात्री आहेत.

नीडहॅम हाइस्कूलमधून बारावीची परीक्षा पास केल्यानंतर सुनीताने १९२७ मध्ये यू.एस. नेव्हल अकादमीमधून फिजिकल सायन्समध्ये बी.एस.सी. केले. १९९५ मध्ये फ्लोरिडा इंस्टियूट ऑफ टेक्नॉलजीमधून एम.एस. इंजिनिअरींग मॅनेजमेंटचे शिक्षण घेतले. तिथे त्यांची भेट माइकल जे, विलियम्ससोबत झाली. त्यांची मैत्री प्रेमात रूपांतरीत झाली आणि ते पती पत्नी बनले.

त्या अमेरिकन नौसेनेत पायलट राहिल्या परंतु अंतरीक्षात जाण्याची इच्छा कायम होती. त्यांचा त्या दिशेने प्रयत्न सतत चालू होता आणि एका दिवशी नासाबद्दल मुलाखतीसाठी बोलावण्यात आले. १९९८ मध्ये त्यांना अस्ट्रोनॉटच्या प्रयोगासाठी निवडण्यात आले. प्रत्येक प्रकारचे प्रशिक्षण घेतल्यानंतर त्यांना डिस्कव्हरी शटलद्वारा अंतराळात पाठविण्यात आले.

अंतराळ केंद्रात पाऊल ठेवणाऱ्या त्या पहिल्या भारतीय महिला ठरल्या. अंतराळात त्यांनी आपले लांब केस कापून, 'लॅक्स ऑफ लव्ह' नावाच्या संस्थेला दान दिले. त्यांचे वडील श्री दीपक पंड्या भारताच्या गुजरात राज्यातले आहेत. आई स्लोव्हाकियाची मूळ रहिवासी आहे म्हणून सुनीतामध्ये संस्कारामध्ये गडद छाप आहे.

सुनीताने कोणत्याही महिलापेक्षा अंतरीक्षात जास्त वेळ थांबणे आणि चालणे याचा रेकॉर्ड केला आहे. स्पेस मेरॉथॉनचा रेकॉर्ड करण्यासोबतच प्रयोगशाळेत असे अनेक परीक्षण देखील केलेत जे भावी अंतराळ यात्रींना उपयोगी सिद्ध होतील.

सुनीताने या धाडसी अभियात रस दाखवून हे सिद्ध केले की महिला देखील पुरूषापेक्षा कमी नाहीत. त्या कसलेही ध्येय साध्य करू शकतात. सफल अंतराळ यात्रा करून आल्यावर तसेच भारतीयांना तिच्या सुखरूप येण्यासाठी प्रार्थना केली होती.

संपूर्ण भारताला सुनीताच्या कार्याचा अभिमान आहे. नासासाठी देखील ही मोहीम कोण्या ऐतिहासीक घटनापेक्षा कमी नाही.

सुनीता विलियम्स ला सन २००८ मध्ये 'पदमभूषण' देवून सन्मानीत करण्यात आले.

सुनील गावस्कर

सुनील मनोहर गावस्कर यांचा जन्म १० जुलै १९४९ ला मुंबई येथे झाला. त्यांना आपण 'सन्नी' अशा नावाने देखील ओळखतो. ते निश्चितच भारतीय टेस्ट क्रिकेटचे महान ओपनींग फलदांजापैकी एक आहेत.

१९७१ मध्ये त्यांनी पहिल्याच टेस्ट मालिकेत वेस्ट इंडिजच्या विरोधात ७७४ रन करून आपल्या प्रतिभेची ओळख दिली होती. त्यांनी आपल्या संपूर्ण करिअरच्या दरम्यान वेस्टइंडिजच्या विरोधात प्रतिपाळी ७०.२० मध्ये प्रमाण होते. कोणत्याही तत्कालीन फलदांजाने हे रेकॉर्ड तोडले नव्हते. ते सेवानिवृत्त होईपर्यंत प्रमुख फलंदाज राहिले. १९८३ मध्ये त्यांनी खेळाचा जुना व प्रतिष्ठित रेकॉर्ड तोडला. डोनाल्ड ब्राडमॅनचं २९

टेस्ट शतक होते. गावस्करांचे ३४ टेस्ट शतकाचा रेकॉर्ड २००५ पर्यंत राहिला. नंतर तो सचिनने तोडला. ते पहिले खेळाडू होते ज्यांनी प्रत्येक पाळीत तीन वेळा शतक बनवले. ते १०.००० टेस्ट रनपर्यंत जाणारे पहिले फलंदाज होते. नंतर ते रेकॉर्ड एलन बॉर्डरने तोडले. ७० तसेच ८० च्या दशकात ते अनेकदा भारतीय टीमध्ये कॅप्टन राहिले. परंतु १९७९-८० मध्ये पाकिस्तानवर २-० ने विजय व आस्ट्रेलियात वर्ल्ड चँपियनशीपचा विजय उल्लेखनीय होता. या दरम्यान कपील एक वेगवान चेंडू फेकणारे म्हणून समोर अले.

गावस्क आपल्या कौशल्याच्या बळावर टेस्ट मॅच मध्ये १०० पेक्षा जास्त कॅच घेणारे पहिले भारतीय बनले. १९८५ मध्ये पाकिस्तानच्या विरूद्ध ओ.डी.आईत त्यांनी चार कॅच घेतल्या. त्यांनी उपयोगात आणलेल्या पद्धती आजही नव्या खेळाडूकडून प्रयोगात आणल्या जातात. त्यांनी भारतीय क्रिकेटला एक नवी दिशा दिली. त्यांची इच्छा आहे की भारतीय खेळाडूने कसल्यातरी दबावात बळी न पडता निष्पक्ष खेळले पाहिजे.

त्यांना १९८० 'विस्डन क्रिकेटर' म्हटल्या गेले. भारत सरकारने त्यांना त्यांच्या कामागिरीबद्दल पदमभूषण देवून सन्मानीत केले. डिसेंबर ९४ मध्ये ते एक वर्षासाठी मुंबईचे शरीफ म्हणून निवडल्या गेले. आता ते टि. व्ही तसेच प्रिंट मीडीयात कॉमेंटटर म्हणून क्रिकेटचे विश्लेषक म्हणून दिसतात. ते भारतीय क्रिकेटचे टीम सल्लागार तसेच आई सी सी क्रिकेट कमिटिचे चेअरमन देखील राहिले आहेत. त्यांनी क्रिकेटवर चार पुस्तके लिहिली आहेत-सनी डेज, आइडल्स, रन्स अँड रूइन्स, वन डे वंडर्स.

त्यांचा मुलगा देखील रणजी ट्राफीसाठी क्रिकेट खेळतो आहे. असे असले तरी भारतासाठी काही ओ.डी.आई. देखील खेळले आहेत पण त्याला आणखी परिश्रम घ्यावे लागतील.

स्वामी चिन्मयानंद

स्वामी चिन्मयानंद भारतातील महान आध्यात्मीक संतापैकी आहेत. त्यांचा भगवद्‌गीता आणि उपनिषदांचा अभ्यास दाडंगा होता. ते चिन्मयानंद मिशनचे संस्थापक होते तसेच धर्म व तत्त्वज्ञानाच्या चिंतानावर आधारीत पुस्तकांचे देखील त्यांनी जवळ-जवळ ३० पुस्तके लिहिली.

त्यांचा जन्म १९१६ ला केरळमधील एर्नाकुलम जिल्ह्यात झाला. तिथे त्यांना बालकृष्ण मेनन म्हणून ओळखल्या जात होते. लखनौ विद्यापीठातून पदवीधर झाल्यानंतर ते पत्रकारीतेच्या क्षेत्रात आले. ते या माध्यमातून राजकीय, आर्थीक व समाजसुधारणाच्या चळवळीला बळकट करू इच्छित होते.

ऋषिकेशमध्ये त्यांची भेट स्वामी शिवनंदजीसोबत झाली आणि तेथूनच त्यांच्या जीवनाची दिशा बदलली. बालकृष्णाने सन्यास घेतला आणि ते चिन्मयानंद या नावाने ओळखल्या जाऊ लागले. गुरूने त्यांना स्वामी तपोवन महाराजांकडे शिक्षण घेण्यासाठी हिमालयात पाठविले. तिथे आठ वर्षापर्यंत ज्ञान प्राप्त केल्यावर स्वामीजीने जनकल्यानाचे व्रत घेतले. त्यांनी आश्रम, स्कूल, हॉस्टेल, नर्सिंग होम व क्लिनीक उघडले.

वर्ष १९९३ मध्ये त्यांना हिंदू होस्ट कमिटीकडून 'हिंदू रिलीजन अध्यक्ष' म्हणून निवडण्यात आले. त्यांना शिकागोच्या पार्लिमेंट ऑफ वर्ल्ड रिलीजनमध्ये हा सन्मान देण्यात आला. त्यांना 'वर्ल्ड व्हिजन २००० च्या संमेलनात देखील बोलावले होते.

३ ऑगस्ट १९९३ ला कॅलिफोर्नियाच्या सॅनडिएगोमध्ये त्यांची आत्मा परमात्म्यात विलीन झाली. त्यांनी वेदांतचे शिक्षण देण्यासाठी चिन्मयानंद मिशनची स्थापना केली होती. हे मिशन आध्यत्मिक उन्नती व संतोषप्राप्तीचा मार्ग मोकळा करते.

स्वामी रामदेव

स्वामी रामदेवने श्वसन व्यायामाची प्राचीन भारतीय कला 'प्रणायाम' चे शिक्षण देवून योग क्रांती आणली आहे. स्वामीजीने योगकलेचा सखोल असा अभ्यास केला आहे. तसेच या विषयाचे ते सिद्धहस्त आहेत. योग, मन व शरीरावर नियंत्रण मिळविण्याची अशी एक कला आहे, जिला प्राचीन भारताच्या महान संतांनी संशोधीत व पुरस्कृत केले आहे. महर्षी पंतजलीने हजार वर्षापूर्वी या कलेला लिखित स्वरूप दिले. त्या महान ग्रंथाचा अभ्यास करून स्वामीजीना असे वाटले की योग एक असे दिव्य विज्ञान आहे जे मानवजातीला सकारात्मक चिंतन व निरोगी मार्गावर घेऊन जावू शकतं.

कारण की संपूर्ण जगातील माणसे आरोग्याच्या संदर्भात जास्तीत जास्त जागरूक असतात आणि म्हणून स्वामीजीने याला लोकांपर्यंत घेऊन जाण्याचे ठरविले आहे. १९९५ मध्ये त्यांनी आपले विद्वान सहकारी बालकृष्ण यांच्यासोबत मिळून 'दिव्य योग मंदिर ट्रस्ट' तसेच 'पतंजली योगपिठा' ची स्थापना केली. या संस्थेत योग, अध्यात्म व आयुर्वेदासाठी वैज्ञानीक शोध तसेच याद्वारे चिकित्सेची व्यवस्था आहे. प्रतिवर्ष २ करोडपेक्षाही जास्त व्यक्ती या संस्थेचा लाभ घेतात.

योगाच्या लोकप्रियतेचा सर्वात मोठा फायदा असा की तो जात, धर्म, पंथ, व लिंग यांच्या पलिकडे आहे. कोण्याही व्यक्तीला योगाचा लाभ होऊ शकतो. ही एक स्वयंपूर्ण जीवनशैली, एक संपूर्ण थेरेपी तसेच संपमर्ण आध्यत्मीक अंतदृष्टी आहे.

स्वामीजी आयुर्वेद तसेच भारतीय वैदिक ज्ञानाचे ज्ञानी आहेत. ते विभिन्न गुरूकुलात प्राचीन भारतीय ग्रंथासारख्या अष्टाध्यायी, महाभाष्य, उपनिषद तसेच भारतीय तत्वज्ञानाच्या सहा अंगाची देखील माहिती देत आले आहेत. ते संसारातील दुःखापासून मुक्ती मिळविण्यासाठी आत्मनियंत्रण व दृढसंकल्प शक्तीचा उपदेश देतात.

स्वामीजी योगाच्या प्रचारासाठी संपूर्ण देशात मासिक प्राशिक्षण शिबीर आयोजित करत आहेत. त्यांचे शैक्षणिक कार्यक्रम आस्था चॅनलवर आठवड्यातून अनेकदा दाखवले जातात. याशिवाय दुसऱ्या अनेक चॅनल्सवरून देखील त्यांचे कार्यक्रम प्रसारीत केल्या जातात.

२००६ मध्ये स्वामीजी जवळ-जवळ एक महिना लंडनमध्ये होते. तिथे त्यांनी प्राणायाम तसेच योगाचे शिक्षण दिले. त्यांना संयुक्त राष्ट्राने देखील नियंत्रीत केले. स्वामी रामदेव योग तसेच पारंपारीक जडी बुटीच्या शोधासाठी संकल्पबद्ध आहेत. यांमुळेही मानवजातीचे कल्याण होऊ शकले. त्यांचं मत आहे की, 'निरोगी जीवन सर्व मनुष्याचा जन्मसिद्ध अधिकार आहे'

स्वामी विवेकानंद

नरेंद्रनाथ दत्त हे स्वामी विवेकानंदांचे बालपणीचे नाव. त्याचा जन्म १२ जानेवारी १८६३ मध्ये कलकत्यात झाला. वडिलांचे नाव विश्वनाथ दत्त तसेच आईचे नाव भुवनेश्वरी देवी असे होते.

खोडकर नरेंद्र अभ्यासासोबतच खेळण्यामध्येही पटाइत असे. त्यांनी गायन तसेच वादन कला देखील शिकून घेतली. याशिवाय ध्यानधारणेत देखील त्यांचं मन रमत असे. ते नेहमी एकांतांमध्ये ध्यानधारणेला बसत. बालपणापासूनच ते जात-पात व अंधश्रद्धेच्या विरोधात होते. दारात आलेल्या सन्याशाला अथवा भिकाऱ्याला कधी रिकाम्या हाताने जावू देत नसत.

१८७९ मध्ये त्यांनी प्रेसिडेंन्सी कॉलेजात प्रवेश केला. त्यांनी तत्वज्ञान, पाश्चात्य तर्कशास्त्र व यूरोपियन राष्ट्रांचा अभ्यास केला. यासोबत ईश्वराच्या अस्तित्वाच्या विषयाबद्दल शंका पण घेऊ

लागले. त्या काळात केशवचंद्र सेनच्या नेतृत्वाखाली 'ब्रह्म समाज' नावाचे धार्मीक आंदोलन सुरू होते. नरेंद्र त्यात सामील झाले परंतु मनातली जिज्ञासा शांत झाली नाही. तसेच त्यांना दक्षिणेश्वरच्या रामकृष्ण परमहंसजीबद्दल माहिती मिळाली. त्यांनी त्यांना गुरू बनवून अद्वैत वेदांतची दीक्षा घेतली.

रामकृष्णजींने नरेंद्रला सन्यास घ्यायला लावला आणि त्यांना स्वामी विवेकानंद हे नाव दिले. १८९० मध्ये विवेकानंद भारतभ्रमण करायला निघाले. त्यांनी वाराणसी, अयोध्या, आग्रा, वृंदावन, अलवर आदी अनेक स्थानाला भेटी दिल्या.

२४ डिसेंबर १८९२ ला ते कन्याकुमारीला पोहोचले. ते पोहून पाण्यात ठेवलेल्या शिळेपर्यंत पोहोचले आणि तिथे तीन दिवस ध्यानमग्न राहिले. त्यांनी सांगितले की तिथे त्यांनी वर्तमान, भूत व भविष्याबद्दल चिंतन-मनन केले. १८९३ मध्ये त्यांनी शिकागोच्या जागतीक धर्म परिषदेत भाग घेतला.तेथिल तरूण-तरूण्यांना त्यांनी वेड लावले नाही तर नवल 'सिस्टर निवेदिता' शिष्य झाल्या आणि सोबत आल्या.

स्वामीजी भारतात येऊन देशाला आध्यात्मिक ज्ञान देवू लागले. १८९७ मध्ये त्यांनी रामकृष्ण मिशनची स्थापना केली व त्याचे उद्दिष्ट देखील ठरविले. जानेवारी १९९९ ते डिसेंबर १९०० पर्यंत ते पुन्हा पश्चिमेकडील यात्रेला गेले व देशाची सभ्यता, संस्कृती तसेच धर्मांचा प्रचार केला. ४ जुलै १९०२ ला कलकत्याजवळील वेलूर मठात त्यांचे निधन झाले.

हामिद करजई

हमीद करजईचा जन्म २४ डिसेंबर १९५७ ला कंधार येथे झाला. त्यांचे वडील अब्दूल करजई एक रातकीय नेते तसेच अफगाण संसदेचे उपवक्ता होते. १९७९ मध्ये हमीद भारतात शिकत होते. सोव्हिएट यूनियनने अफगणिस्तानावर हल्ला केला आणि त्यांच्या कुटुंबाला क्वेटा पाकिस्तानात जावे लागले.

करजई देखील विरोधात उभे राहिले, ज्यावेळी १९८९ मध्ये सोव्हिएट, अफगणिस्तानातून बाहेर गेले त्यावेळी करजई परतले तसेच अफगाण राष्ट्रपती रब्बानीच्या मंत्रीमंडळात सहभागी झाले.

१९९२ ला ते अफगणिस्तानचे उपपरराष्ट्रमंत्री बनले परंतु १९९४ मध्ये कंधारला परतले. मुजारिद्दिनच्या भ्रष्टाचाराला कंटाळून तालिबानसोबत हात मिळवणी केली. ते अफगणिस्तानचे पंतप्रधान बनले. डिसेंबर २००४ मध्ये त्यांना अफगणिस्तानचे पहिले लोकप्रिय राष्ट्रपती म्हणून शपथ दिली.

त्यांनी आपल्या भाषणातून अंतरराष्ट्रीय समूदायाला आवाहन केले की त्यांनी अफगणिस्तानला मादक द्रव्ये तसेच दहशतवादापासून वाचवावे. मे २००५ मध्ये ते जॉर्ज डब्ल्यू बुश यांना भेटायला ते यू.एस.ला देखील गेले. जून २००६ मध्ये त्यांनी दहशतवादाच्या संदर्भात अंतरराष्टीय पातळीवरचे लक्ष केंद्रित करीत म्हटले-"मागच्या दोन वर्षापासून मी अंतरराष्ट्रीय समुदायाला अफगणिस्तानात घडत असलेल्या घटनेबद्दल माहिती देत आलो आहे, तसेच या संदर्भात बदल करण्याचे अवाहन करीत आलो आहे."

जून २००७ मध्ये ज्यावेळी ते एका सभेला संबोधीत करीत होतो. तालिबान्याकडून करण्यात आलेल्या हल्ल्यातून थोडक्यात बचावले.

एप्रिल २००८ मध्ये पुन्हा हल्ला झाला, त्यावेळी ते मिलिट्री परेडची पहाणी करीत होते. या हल्ल्यात एक व्यक्ती ठार झाला तसेच इतर जखमी झाले होते.

हिलेरी क्लिंटन

डोरोथी व हग रोडमचं पहिलं अपत्य हिलेरी डायने रोडमचा जन्म २६ ऑक्टोबर १९४७ ला झाला. हिलेरीचे बालपण इलिनयोसमध्ये चांगलं आनंदात गेलं तसेच स्वयंशिस्तीत गेलं. त्यांना खेळ तसेच चर्च विशेष प्रिय होतं. त्या विद्यार्थी नेत्या होत्या आणि नॅशनल ऑनर सोसायटीच्या सदस्या देखील होत्या. आई-वडिलांनी त्यांना मोठ्या कष्टानं शिकायला व आपल्या आवडीचं कोणतेही करिअर निवडायला प्रोत्साहीत केलं.

वेलेस्ली कॉलेजात शिकत असताना हिलेरीने शैक्षणिक पात्रता व स्कूल प्रशासनाचा ताळमेळ शिकून घेतला. १९६९ मध्ये त्यांनी येल लॉ स्कूलमध्ये प्रवेश घेतला. जिथे त्यांनी येल लॉ रिव्ह्यू तसेच ॲक्सनचा बोर्ड ऑफ एडिटर्ससोबत काम केले. तिथेच त्यांची भेट बिल क्लिटनसोबत झाली. वाचनालयात दोघांच्या नेहमी भेटी होत. तिथेच तिने पहिल्यांदा संवाद साधला. त्यानंतर ते राजकीय कार्यक्रमात एकत्र दिसू लागले. ग्रॅज्यूएशननंतर त्या चिल्डन डिफेन्स फंडचे कार्य करू लागल्या तसेच क्लिटंन आपल्या राजकीय करिअरमध्ये व्यस्त झाले.

१९७५ मध्ये विवाह केल्यानंतर हिलेरीने अरकानस लॉ स्कूल विद्यापीठात प्राध्यापीका बनल्या. १९७८ मध्ये त्यांना प्रिसिडेंट जिमी कार्टरने बोर्ड ऑफ लीगल सर्व्हिस कॉर्पोरेशनमध्ये नियुक्त केले तसेच क्लिंटन अरकानससचे गव्हर्नर बनल्या. १९८० मध्ये त्यांना चेल्सी नावाची कन्या झाली.

कुटुंब, कायदा आणि सार्वजनीक जीवन-ह्या तिनही क्षेत्रात त्यांनी यशस्वीपणे काम केले. त्या अरकानसस अॅडव्होकेट फॉर एज्यूकेशनल स्टँडर्ड कमिटीच्या सभापती बनल्या. नॅशनल हेल्थ केअरचे काम करू लागल्यापासून तर त्या जास्तच सक्रिय झाल्या.

फर्स्ट लेडी म्हणून आपले अनुभव सांगण्यासाठी त्यांनी 'टॉकीग इट ओव्हर' नावाचा स्तंभ देखील लिहिला. त्यांनी काही पुस्तके देखील लिहिली ज्यांचे रेकॉर्डिंग झाल्यावर त्यांना ग्रेमी पुरस्कार देवून सन्मानीत करण्यात आलं. असे असले तरी सार्वजनीक कार्यक्रम अनेकदा वादाचा विषय बनले परंतु समर्थकांची काही कमतरता नव्हती. महिला आणि मुलांसाठी त्यांचं काम चालू राहिलं ७ नोव्हेंबर २००० मध्ये त्या न्यूयॉर्कमधून संसद संदस्य झाल्या.

२००८ मध्ये त्या बराक ओबामाच्या विरोधात निवडणूकीत उभ्या राहिल्या परंतु यू.एस.ची पहिली महिला राष्ट्रपती होण्याचे स्वप्न पूर्ण होऊ शकले नाही.

हू जिंताओ

हू जिंताओ यांचा जन्म १९४२ मध्ये झाला. ते पहिले नेता होते, ज्यांचे पार्टी करिअर साम्यवादी क्रांती झाल्यानंतर सुरू झाले. १९६४ मध्ये सांस्कृतीक क्रांती ज्यावेळी जोरात होतो त्यावेळी ते पक्षात आले. त्यापूर्वी ते बिजिंगच्या किंगछुआ विद्यापीठातून हाइड्रोइलेक्ट्रीक इंजिनिअरींग करीत होते.

सन २००३ मध्ये ते पीपल्स रिपब्लिक ऑफ चाइनाचे प्रेसिडेंट बनले. प्रशिक्षित इंजिनिअर हू ने १९६४ मध्ये कम्युनिष्ट पार्टीत प्रवेश घेतला तसेच 'कम्युनिस्ट यूथ लीग' चे नेता म्हणून पुढे आले. त्यांचे जास्त करिअर पश्चिम चीनमध्ये गेले.

ते पहिले आधुनिक चीनी नेते होते, ज्यांनी १९४९ च्या साम्यावादी क्रांतीनंतर राजकीय करिअरला सुरूवात केली. २००२ मध्ये कमिटीच्या वरिष्ठ पार्टी नेत्याने "चवथी पिढी' च्या अधिकारासाठी जागा खाली केल्या. परंतु 'हू' कायम राहिले. ते त्याच वर्षी कम्युनिष्ट पार्टी ऑफ चाइना सेंट्रल कमिटीचे जनरल सिक्रेटरी म्हणून नियुक्त करण्यात आले.

असे असले तरी त्यांना एक सुधारक समजण्यात येते, ज्यांनी पारंपारीक धारेणाबद्दल निष्ठा देखील कायम ठेवली. ज्यामध्ये राजकीय विरोधावर सक्त नियंत्रण देखील सहभागी आहे. १९८९ मध्ये हू ने तिबेटमध्ये मार्शल लॉ लागू केला होता. त्यांनी दुसऱ्या देशासोबत देखील कुटनीतिक संबंध कायम ठेवले आहेत.

त्यांनी नेहमीच असे कार्यक्रम व योजना तयार केल्या ज्या सर्वासाठी कल्याणकारी असतील. ते नेहमी पक्षाच्या धोरणाचे समर्थक राहिले. त्यांना सामान्य माणसाचे दुःख समजून घेणारे समजण्यात येते. ते नेहमी सामान्य माणसाच्या समस्या सोडविण्याच्याच प्रयत्नात असतात.

हेनरी फोर्ड

हेन्री फोर्ड एक संशोधक, परोपकारी व यशस्वी अमेरिकिन व्यावसायी होते. ते लोकप्रिय फोर्ड मोटर कंपनीचे संस्थापक होते, ज्यांनी १९०८ मध्ये मॉडल टी फोर्ड कारच्या माध्यमातून यश संपादन केले. त्यांनी कार निमिर्ती उद्योगात नवीन क्रांती आणली. तसेच कमी किंमतीत अधिक संख्येत कार उत्पादनाला चालना दिली, ज्यामुळे संपूर्ण यू.एस. मधील कार घेणारांची इच्छा पूर्ण होऊ शकली.

त्यांचा जन्म ३० जूलै १८६३ ला डीयरबॉर्न, मिशीगनमध्ये झाला. तेव्हापासून स्प्रिंगबेल टाऊनशीपच्या नावाने ओळखले जात होते. हेनरी आपल्या आई-वडिलांचे सहावे मूल होते. कुटुंबाचे पोट शेतात काम करून भरवल्या जाई. परंतु हेनरीला कमी वयातच समजले होते की कठीण परिश्रम करूनही त्यांचे उत्पन्न वाढविण्याची शक्यता दिसत नव्हती.

फोर्डने १९७९ मध्ये काही काळापर्यंत मशीनचे काम शिकू लागले, नंतर शेतात काम करायला परत आले. १८८२ मध्ये ते वेल्टिंगहाऊस कंपनीच्या वाफ इंजिनची तपासणी करू लागले. १८९३ मध्ये ते 'एडिसन इल्युमिनेटिंग कंपनी' चे चीफ इंजीनीअर बनले.

ते नेहमी उपयोगी मशनरी तयार करण्यात रस घेऊ लागले. १८९३ मध्ये त्यांनी गॅसोलिनवर चालणारी बोगी तयार केली. त्यांनी दुसऱ्या संशोधकासमोर मिळून 'डेट्रॉयट आटोमोबाइल कंपनी' उघडली, म्हणजे ते आपल्या-आपल्या नमुन्यात सुधारणा करू शकतील. परंतु लवकरच कंपनीचे दिवाळे निघाले. त्यांना 'हिनरी फोर्ड कंपनी' सुद्धा बंद करावी लागली. नंतर १९०३ मध्ये त्यांनी 'फोर्ड मोटर कंपनी' उघडली.

१९०८ मध्ये याच कंपनीने फोर्ड कारचे मॉडल काढले. त्या काळात एका वेळी एकच कार तयार करण्यात येत असे आणि केवळ श्रीमंतानाच विकत घेता येत होती. या कंपनीने नवे विक्रम प्रस्थापीत केले. १९१८ पर्यंत यू.एस. च्या सगळया कारपैकी अर्ध्या कार याच मॉडलची होत्या. १९२७ मध्ये या मॉडलचे उत्पादन करण्यात आले.

असे असले तरी त्यांना राजकारणात देखील रस होता परंतु या क्षेत्रात ते यशस्वी होऊ शकले नाहीत. त्यांचं आपल्या कामगारांकडे चांगले लक्ष होते. त्यांनी आठवड्यात पाच दिवस व ४० तास काम करण्यावर भर दिला. त्यांचे कर्मचारी कमी तासाचे जास्त पगार घेत असत.

१९३६ ध्ये त्यांनी फोर्ड फाउंडेशनची स्थापना केली. यामुळे की संशोधन-शिक्षण अनुदान व विकासाद्वारा मानव कल्याण साधल्या जावू शकेल.

१९४७ मध्ये ते वयाच्या ८३ व्या वर्षी या जगातून निघून गेले.

हेलन कीलर

हेलन कीलरचा जन्म २७ जून १८८० ला अलाबामा येथे झाला. त्यांचे वडील शहरातील दैनिकाचे यशस्वी संपादक होते तसेच आई एक ग्रहिणी होती. हेलन लहान असतानाच त्यांना जोरदार तापाने पछाडले.

अशा तापाने खास करून बालक वाचत नये परंतु हेलन वाचल्या. परंतु नंतर माहीत झाले की त्यांची पहाण्याची व ऐकण्याची शक्ती गेली होती. आई-वडील व्याकूळ झाले परंतु त्यांना माहीत होतं की त्यांची कन्या सर्व समस्येना तोंड देवू शकते.

हेलन वास घेण्याच्या व स्पर्श करण्याच्या शक्तीचा उपयोग करू लागल्या. ती आईच्या कपड्यांना धरून मागे मागे चालायची. लवकरच त्या लोकांचे चेहरे किंवा कपड्यांच्या स्पर्शाने ओळखू लागली. वडिलांच्या अनेक मित्रांना त्या तंबाखूच्या वासाने ओळखत होत्या. वयाच्या सातव्या वर्षीच त्यांनी कुटुंबामध्ये संकेतीक भाषेचा उपयोग करणे सुरू केले होते. परंतु ही औपचारीक संकेत भाषा नव्हती. तिला काही खायला-प्यायला लागत असेल तर ती हाताच्या ईशाऱ्याने सांगत असे. याच काळात त्यांना या उणिवेची जाणीव झाली. त्यांची एखादी गोष्ट पूर्ण करण्यात आली नाही तर गोंधळ करायच्या.

आई-वडिलानी तिच्यासाठी शिक्षक नियुक्त करायचे ठरवले. ॲनी नावाच्या शिक्षिका देखील अंधच होत्या. त्यांना माहीत झाले होते की संवादाच्या अभावापोटीच हेलन असं करीत होत्या.

हेलनला शिकविण्यासाठी ॲनीने हातावर पाणि असा संकेत दिला नंतर त्यांचा हात पाण्याखाली ठेवला. अशा तऱ्हेने त्यांनी हेलनला पूर्ण वाक्यात कसं बोलयचं ते शिकवलं.

ॲनीने सल्ला दिला की हेलनला अंधाच्या पार्किन इस्ट्रिट्यूटमध्ये पाठविण्यात यावे. सुरूवातीला तर वडिलांना हा विनाकारणचा खर्च वाटला परंतु नंतर ते तयार झाले. एकून सहा वर्ष हेलन त्या ठिकाणी ब्रेल शिकल्या. आता त्या एक बुद्धीमान तरूणी होत्या. त्यांच्या महत्वकांक्षा अमर्याद होत्या.

न्युयॉर्कच्या राइट-हमसन स्कूल फॉर डीफमध्ये हेलनने संकेतीक भाषा शिकून घेतली आणि नंतर १९०४ मध्ये रेडक्लिफ कॉलेजमधून पदवी पूर्ण केली. हेलनने स्वतःची आत्मकथा असणारे 'द स्टोरी ऑफ माइ लाइफ' हे पुस्तक लिहिले जे नंतर इतके लोकप्रिय झाले की त्यातून आलेल्या पैशातून एक घर विकत घेतले.

त्या धार्मीक स्वभावाच्या होत्या. त्यांनी महिलांच्या समान अधिकारासाठी देखील आवाज उठवला. संपूर्ण देशात भ्रमण करून त्या स्वतःची कहाणी ऐकवत, म्हणजे इतरांना संकटाचा सामना कसा करायचा याची प्रेरणा मिळू शकेल.

१९६८ मध्ये त्यांचं निधन झालं परंतु आजही त्या असंख्य दुखितांच्या प्रेरणास्त्रोत आहेत. त्यांच्या मृत्यूनंतर त्यांच्या जीवनावर अनेक नाटके आणि चित्रपट तयार करण्यात आले.

हॅरी होडिनी

होडिनीचं खरं नाव 'एरिक विस' असं होतं. त्यांचा जन्म २४ मार्च १८७४ ला बुडापेस्ट, हंगेरीत झाला. त्यांना जादू करायला आवडायचं. ते बालपणापासूनच दुसऱ्यासमोर जादूचे प्रयोग करायचे. मोठे झाल्यावर ते जगातील महान कलाकारापैकी एक बनले.

१८८७ मध्ये त्यांचं कुटुंब न्यूयॉर्कला आले. एरिक एक 'डिलीवरी बॉय' म्हणून काम करू लागले. काम करताना कोणीतरी पैसे द्यायचं. ही नोकरी करीत असतानाही आर्थीक तंगी कायम होती.

डिसेंबर १८८७ मध्ये तर कुटुंबावर बेघर होण्याची वेळ आली. हॅरीना देण्यात येणाऱ्या टपालवर एक चिठ्ठी लिहून चिटकवली, ज्यावर लिहिले होते.

'क्रिसमस इज कमिंग, टर्किन आर फॅट, प्लीज ड्रॉप अ क्वार्टर इन मेसेजर ब्वाइज हॅट. त्या दिवशी तर त्यांना इतके पैसे मिळाले ज्यातून ते घराचे भाडे देवू शकले.

त्यानंतर अनेक वर्ष एरिकने वेगवेगळी कामे केली. त्यांनी वेगवान धावपटू म्हणून देखील अनेक मेडल आणि ट्रॉफी जिंकल्या. जादूच्या संदर्भात त्यांना एखादं पुस्तक मिळाले तरी ते जरूर वाचत. त्यांनी अनेक नाटकातही काम केलं. एक महान जादूगार आपल्या आगामी काळासाठी तयारी करीत होता.

याचा दरम्यान त्यांना १९ व्या शतकातले फ्रान्सीचे जादुगार यांचे 'मेमॉयर्स ऑफ रॉबर्ट-होडीन' हे पुस्तक वाचायला मिळालं. हाच जादूगार त्यांचा नायक व रोल मॉडल बनला. त्यांनी त्याच नावावरून स्वतःच्या नावामागे 'होडीनी' हे नाव जोडले. सगळे त्यांना 'हॅरी होडिनी' असे म्हणू लागले.

ते जादूचे प्रयोग तपासून पहाण्यासाठी कुलूप उघडू लागले. वेळ मिळताच ते लोहाराच्या दुकानावर, अनेक कुलूपांचा अभ्यास करत.

१८९१ मध्ये त्यांनी आपल्या बंधूला सोबत घेऊन जादुगारांची एक टीम बनवली. त्यांना फारसे काही यश मिळाले नाही. परंतु अनुभव अवश्य आला. हॅरीने बॅस नावाच्या तरूणीसोबत विवाह केला. जादूगारांची टोळी अस्तव्यस्त झाल्यानंतर बॅस पतीला मदत करू लागली.

१९०० मध्ये ते आपल्या कामाला गतीदेण्यासाठी इंग्लडला गेले. होडिनीने एका शो दरम्यान सांगतिले की ते कोणत्याही बंद हातकडीमधून स्वतःला सोडवू शकतात. ब्रिटिश पोलिसांनी आव्हान स्वीकारले आणि होडिनी अवघ्या काही मिनिटात बाहेर आले.

यामुळे तर प्रसिद्धी आणि पैसा दोन्हीही मिळू लागलं. होडिनच्या या जादुने कार्यक्रमाला गर्दी होऊ लागली. त्यांना साखळदंडानी बांधून लोखंडाच्या पेटीत बंद केल्या जायचं पण ते त्यातून स्वतःला सोडवून बाहेर पडत.

६०० पौड लोखंडी पेटी हे सर्वात मोठे आव्हान होते. त्यांना साखळयांनी बांधून, पेटीत बंद करून, न्यूयॉर्कच्या इस्ट नदीमध्यू फेकून देण्यात आले. ते डुबण्यापूर्वीच पेटीतून बाहेर आले. अशाप्रकारे वर्षामागून वर्ष मागे पडत गेले आणि ते नव्या-नव्या पद्धती वापरत समोर येत राहिले.

'चाइनीज टार्चर वॉटर सेल' हा शो चकित करणारा होता. त्यांना पाण्याने भरलेल्या काचेच्या हौदात उलटे करून साखळयांनी बांधण्यात आले काही मिनिटामध्येच ते त्यातून बाहेर आले.

३१ ऑक्टोबर १९२६ ला हे महान जादूगार आपल्यातून निघून गेले.

होमर

होमर एक प्राचीन यूनानी महाकाव्याचे कवी आहेत. त्यांच्याबद्दल कोठूनही अधिकृत अशी माहीती उपलब्ध होत नाही. त्यांचं खरं नाव होतं मेलसगनीज. इलियाड आणि ओडीसी हे काव्य मौखिक परंपरेने चालत आलेले आहेत तसेच प्राचीन काव्य ग्रंथ आहेत. ते एका कवीने रचले की ते होमरने लिहिले होते हा विषय वादग्रस्तच आहे. काहींचे म्हणणे आहे की ती अनेक कवींची काव्यकल्पना आहे. मध्ययुगीन विद्वानांचे म्हणणे आहे की हे महाकाव्य काळानुसार हळूहळू समोर आले. तात्पर्य, हे अनेक पिढ्यांच्या कवींची सामूहीक देण आहे.

होमरचा अभ्यास, विद्यार्थ्यांसाठी प्राचीन विषयासमान आहे. हे सगळे साहित्यीक उप-विषयापैकी एक आहेत. त्यांचे वार्षीक प्रकाशन शेक्सपीअरच्या साहित्याच्या दर्जाचे होते. बदलत्या काळानुसार होमर अभ्यासाचे उद्देश व प्रत्येक वास्तव यामध्ये फरक आढळून आला आहे. मागच्या काही शतकापासून या प्रक्रियेवर चर्चा होत आलेली आहे की होमरचे काव्य कशाप्रकारे अस्तित्वात आले. अनेकांचे असे म्हणणे आहे की होमरने ही सामग्री कथा वाचनातून घेतली आणि मग त्यांचे काव्यात रूपांतर केले.

पाश्चात्याकडे या साहित्याच्या तोडीचे साहित्य नाही आहे. ह्या दोन्ही महाकाव्यात युनानी सभ्यता आणि ट्रॉजन युद्ध याचे वर्णन आहे. हे युद्ध वास्तवात खरोखरच झाले होते की नाही या बद्दलही काही सांगता येत नाही. आपल्याला इतकेच माहीत झाले की ट्राय शहराजवळ कुठेतरी युद्ध झाले असल्याची शक्यता आहे. हेच युद्ध कल्पना शक्तीच्या जोरावर यूनानी इतिहासाच्या संस्कृतीक क्षणांचा साक्षीदार म्हणून सांगायला झाले. होमरची कविता यूनानी इतिहासाचा महत्त्वपूर्ण लेखाजोखा आहे. युनानींना ट्रॉजन युद्धामुळे सामूहिक ओळख मिळाली, जी की होमच्या काव्यांचे मूल्य, नैतीकता तसेच वाचनातून स्पष्ट होते.

मलाला यूसुफजई

मलाला यूसुफजई, पाकिस्तानातील पुस्तून समाजातील, एक कट्टपंथीय समाजात वाढलेली किशोरी आहे. तिच्या वडिलांनी तिला बालपणापासूनच स्वतंत्रपणे जगण्याचे धडे दिले आहेत, कारण की ते स्वतः स्त्री स्वातंत्र्याचे समर्थक होते. कुटुंबातील प्रोत्साहन आणि समर्थनाने मलालाच्या धाडसाला आणि इच्छेला एक नवी भरारी दिली. वयाच्या केवळ ११ व्या वर्षीच तिने तालिबानी सत्तेच्या विरोधात मुलींना शिक्षण दिले जावे अशी ती सांगू लागली. अवघ्या १७ वर्षी विश्व-विख्यात नोबेल पुरस्कार मिळवून तिने सिद्ध केले आहे की ती अफगणिस्तान आणि पाकिस्तानमधील महिलांची शक्ती व प्रेरणास्त्रोत आहे.

मलाला दिसायला इतर किशोरीप्रमाणेच नाजूक, गोड आणि समजदार आहे. परंतु ती करीत असलेला विचार वयापेक्षा पुढचा आहे. आपल्या उद्दिष्टांप्रति तिचा संकल्प दृढ आहे स्वप्नांना पूर्ण करण्याची चमक तिच्या डोळयातून झाळकते. तिच्या मनात आपल्या संकल्पाला पूर्ण करण्याची इच्छा प्रबळ आहे, म्हणून उद्दिष्टप्राप्तीदरम्यान मार्गात येणाऱ्या अडथळयावर मात करायला ती सज्ज

आहे. ती आपल्या दृढ विचारासारखीच मजबूत आणि निर्भीड आहे. तिला माहीत आहे की जर काही बदल करायचा असेल तर सुरूवात स्वतःपासूनच करावी लागेल.

वडिलांच्या सांगण्यावरून 'गुल मकई' या उर्फ नावाने तालिबान्यांचे कुकर्म जगासमोर आणण्यासाठी डायरीमध्ये रोजचा घटनाक्रम शब्दबद्ध करणाऱ्या मलालाने कधी विचार केला नव्हता की तालिबानच्या सत्तेला विरोध केल्याच्या बदल्यात तिला गोळ्या घातल्या जातील आणि ही घटना तिला जगाच्या कानाकोपऱ्यात घेऊन जाईल. ही मलालाची इच्छाशक्ती होती की आपले अभियान पूर्ण करण्यासाठी ती मरणाला स्पर्श करून परत आली. मलाला एक असामान्य किशोरी आहे जी संपूर्ण जगातील मुलीने शिकावे यासाठी अभियान चालवत आहेत.

कैलास सत्यार्थी

कैलास सत्यार्थी भारताचे नवे महानायक आहेत. त्यांना नोबेल पुरस्कार मिळाल्याने प्रत्येक भारतीयांची मान गौरवाने उंचावली. त्यांना आपलं सारं आयुष्य बालकांची गुलामी आणि शोषणातून मुक्त करण्यासाठी घालवले.

भारतामधील लोकशाही किती खोल रूजल्याचे जगाला पहायला मिळाले ज्यावेळी कैलास सत्यार्थीला नोबेल पुरस्कार मिळाल्यावर जगभरातून अभिनंदनाचा वर्षाव होऊ लागला. ही घटना यामुळे अद्‌भूत आहे कारण यापूर्वी नोबेल मिळालेल्या मदर टेरेसासारखे सत्यार्थी देखील त्या उपेक्षित आणि गरजू लोकांसाठी काम करीत आहेत. त्यांचा जन्म मध्यप्रदेशाच्या एका छोट्या शहरात विदिशा येथे झाला. त्यांनी इलेक्ट्रीकल इंजिनिअरची डिग्री घेऊन भोपाळच्या एका कॉलेजात काही वर्ष शिकवले. १९८० मध्ये त्यांनी 'बचपन बचाओ आंदोलनाची' सुरूवात केली. याची प्रेरणा त्यांना लेबर लिबरेशन फ्रंटच्या महासचिवपदी असताना मिळाली होती. त्यांनी त्यावेळी १४४ देशांच्या ८३,००० मुलांना बालमजुरीच्या दास्यामधून मुक्तता मिळवून दिली आहे. बालमजुराच्या विरोधातील त्यांच्या या अभियानाला अंतरराष्ट्रीय स्तरावर दखलपात्र समजले आहे.

आपलं संपूर्ण जीवन बालमजुरी व शोषणाच्या विरोधात घालवणारे कैलास सत्यार्थी यांचे जीवन म्हणजे एका त्यागमूर्तिंचे जीवन आहे.

नरेंद्र मोदी

भारताचे पंतप्रधान नरेंद्र दामोधर मोदी, भारतीय जनता पार्टीचे मुख्य प्रचारक असण्याबरोबरच ते गुजरातचे मुख्यमंत्री देखील राहिले आहेत. त्यांचा जन्म गुजरातच्या बडनगरमध्ये एका अंत्यत गरीब कुटुंबात झाला. त्यांचे वडील घर चालविण्यासाठी चहा विकत असत आणि आई दुसऱ्याच्या घरी काम करीत असे. आई-वडिलांचे अथक परिश्रम पाहून बाल नरेंद्र बालपणापासूनच स्वतःच्या पायावर उभा राहाण्याच्या प्रयत्नात होते. त्यांनी वडिलासोबत आरएसएस जॉईन केले आणि स्वतःच्या क्षमतेच्या जोरावर भाजपाचे प्रचारक बनले. आधी गुजरातचे मुख्यमंत्री आणि नंतर प्रतप्रधान बनले.

कहते है लोग की बदलता है जमाना
कुछ लोग वे भी हैं, जो जमाने को बदल देते हैं

मोदींना वरील ओळी तंतोतंत लागू होतात. तो काळ गेला, ज्या काळात लोकप्रियता सहज मिळवल्या जावू शकत होती. आज ज्यावेळी एकिकडे घराणेशाही प्रभावहीन होत चालली असताना, दुसरीकडे राजकीय डावपेच अपयशी ठरत आहेत. राजकीय क्षेत्रात यशाचा प्रवास विकास मार्गावरून चालल्यानेच पूर्ण होतो. मागच्या दोन दशकांचा इतिहास या गोष्टीची साक्ष देतो की तेच यशस्वी झालेत, ज्याने विकास आणि केवळ विकासाला आपलं मुख्य राजकीय उद्दिष्ट केलं.

एक पंतप्रधान म्हणून ते आपल्या प्रिय भारताला विकासाच्या मार्गावर घेऊन जाण्यासाठी अग्रेसर आहेत आणि आपल्या शेजारील देशासोबत चांगले संबंध सुधारण्याच्या प्रयत्नात आहेत. आपल्या देशबांधवाच्या समस्या सोडविण्यासाठी ते गतिमान झाले आहेत आणि त्यांच्या प्रभावशाली व्यक्तिमत्त्वाची जादू देशातच नाही तर विदेशातही चांगलीच चालू लागली आहे.

◆◆◆

मराठी पुस्तकें

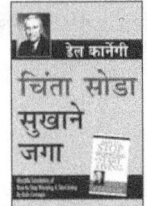

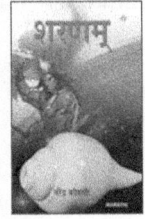

डायमंड बुक्स

X-30, ओखला इंडस्ट्रियल एरिया, फेज- II, नवी दिल्ली- 110 020
फोन : 011-41611861, www.diamondbook.in, sales@dpb.in